फिश! फिलॉसॉफी प्रत्यक्ष आचरणात आणणं हा एक धाडसी, पण रोमांचक अनुभव होता. आमच्या कंपनीमधील कमी झालेलं गळतीचं प्रमाण फिश!च्या यशाची ग्वाही देतं. आजमितीला आमच्या हॉस्पिटलमध्ये दिली जाणारी रुग्णसेवा आणि ग्राहकसेवा अनेक पटींनी सुधारली आहे.

विकी ली ब्राऊन – द स्पेशलिटी हॉस्पिटल

आजच्या नेत्यांच्या कानावर पडायलाच हवे, हे प्रभावी तरीही अत्यंत साधे असे हे फिश! तत्त्वज्ञान. त्याची अत्यंत आवश्यकता होती.

लॅरी विल्सन – संस्थापक, विल्सन लर्निंग

खरं बघायचं तर फिश! फिलॉसॉफी केवळ कामाशी निगडीत नाही. दैनंदिन जीवनात देखील तिची प्रचंड गरज आहे. थोडासा बारकाईने विचार केला तर लक्षात येईल की, आपण जे काही करत असतो त्यात जीव ओतून, शंभर टक्के लक्ष देऊन काम करणं, म्हणजेच ही फिलॉसॉफी आत्मसात करणं आहे.

माइक ट्रॉय – यू क्लेअर स्कूल डिस्ट्रिक्ट

आमच्या संस्थेमध्ये फिश! फिलॉसॉफी पसरली आहे, एखाद्या इलेक्ट्रिक शॉकमुळे आपल्या सर्वांगाला झिणझिण्या येतात आणि ऊर्जेची लहर आपल्या अंगांगातून दौडू लागते. तशीच अनुभूती आमच्या संस्थेमध्ये साऱ्यांना येते आहे आणि याचं कारण आहे फिश! फिलॉसॉफीचा आमच्या संस्थेत झालेला शिरकाव.

विल्यम होप, ॲरो इलेक्ट्रॉनिक्स युके लिमिटेड

आपल्या स्नेहीजनांना पुस्तके भेट द्या

तुमचं मनोधैर्य उंचविणारा सर्वोत्तम मार्ग

फिश! टेल्स

लेखक

स्टिफन सी. लन्डिन, जॉन क्रिस्टेन्सेन
हॅरी पॉल

अनुवाद

डॉ. शुचिता नांदापूरकर-फडके

मेहता पब्लिशिंग हाऊस

FISH! TALES by STEPHEN C. LUNDIN, JOHN CHRISTENSEN AND HARRY PAUL

Copyright © 2002 ChartHouse Learning.John Christensen, Stephen C.Lundin, and Harry Paul

Originally Published in the United States and Canada by Hyperion as FISH! This translated edition Published by arrangement with Hyperion.

This book is protected by international copyright laws.Terms used in this book are trademark's of ChartHouse, such as *FISH!;*Be There, Play, Make Their Day, Choose Your Attitude; and Who Ae You Being While You're Doing What You're Doing. No portion of this work may be performed (including trainigs,facilitations,seminars,workshops,etcetera),used commercially, reproduced, or transmitted in any form or by any means without ChartHouse's prior signed agreement.For further information, please contact ChartHouse International Learning Corporation,221 River Ridge Circle Burnsville,MN 5537;800.328.3789

Translated into Marathi Language by Dr. Shuchita Nandapurkar-Phadke

फिश! टेल्स / अनुवादित मार्गदर्शनपर

अनुवाद : डॉ. शुचिता नांदापूरकर-फडके

Email : author@mehtapublishinghouse.com

मराठी अनुवादाचे व प्रकाशनाचे हक्क मेहता पब्लिशिंग हाऊस, पुणे.

प्रकाशक : सुनील अनिल मेहता, मेहता पब्लिशिंग हाऊस,
१९४१, सदाशिव पेठ, माडीवाले कॉलनी, पुणे - ४११०३०.
© +९१ ०२०-२४४७६९२४ / २४४६०३१३
Email : production@mehtapublishinghouse.com
Website : www.mehtapublishinghouse.com

मुखपृष्ठ : मेहता पब्लिशिंग हाऊस

प्रथमावृत्ती : सप्टेंबर, २०१८

P Book ISBN 9789353171094

◆ *या पुस्तकातील लेखकाची मते, घटना, वर्णने ही त्या लेखकाची असून त्याच्याशी प्रकाशक सहमत असतीलच असे नाही.*

प्रस्तावना

सीॲटल येथील पाइक प्लेस फिश मार्केटमधल्या मासे-व्यापाऱ्यांच्या कथेनं गेल्या काही वर्षांत आपल्यापैकी अनेकांच्या मनाची पकड घेतली आहे. आपल्या कार्यालयीन कामात, घरकामात आणि जीवनात आमूलाग्र बदल घडवून आणण्याची वाट दाखवली आहे. कवी डेव्हिड व्हाइटच्या शब्दांत सांगायचं तर, 'बक्षीस मिळवण्यासाठी काम करत राहण्यापेक्षा आपलं काम हेच एक बक्षीस आहे,' हे समजून-उमजून घेण्याचा प्रयत्न आपण करू लागलो आहोत. हे जीवन अमूल्य आहे. त्यामुळे जोवर आपण या पृथ्वीतलावर 'आहोत', तोवर प्रत्येक क्षण उत्कंठेनं, आनंदानं, भरभरून जगण्याचा प्रयत्न करणेच उचित आहे, नाही का?

फिश! द्वारे या मासे-व्यापाऱ्यांची कथा आम्ही तुमच्यासमोर मांडली आणि 'चैतन्यपूर्ण सहभाग', 'सौख्याची अनुभूती', 'तन्मयता' आणि 'आपली मनोवृत्ती ठरवा' या चार तत्त्वांची ओळख करून दिली. फिश! फिलॉसॉफीचा पायादेखील हीच चार तत्त्वे आहेत. ही फिलॉसॉफी आत्मसात केली, तर आपल्या कार्यालयीन जागेचा कायापालट व्हायला वेळ लागणार नाही. कामाचा दर्जा सुधारेल, आंतरिक समाधान लाभेल, जगण्याला अर्थ येईल. शिवाय ग्राहकांनाही आमूलाग्र बदल जाणवेल, हवाहवासा!

'फिश! कथा' हे या श्रेणीतील पुढचं पुस्तक. यातून आम्ही तुमच्या निदर्शनास आणू इच्छितो, ते एक साधंसं तत्त्व. आचरणात आणायला सोपं, मात्र आशयघन आणि निर्विवाद बहुउपयोगी. आज तुम्ही ज्या जागी आहात, तिथून बस्स काहीच पावलांवर एका अधिक संपन्न आणि आश्वासक अशा आयुष्याचा प्रवास सुरू होतो

आहे. या पुस्तकाच्या प्रत्येक विभागात तुम्ही भेटणार आहात, वास्तवातील कंपन्यांना आणि त्यांनी अनुसरलेल्या फिश!च्या तत्त्वांना. 'एक संस्था-एक तत्त्व' या पद्धतीनं. अर्थात, चारही तत्त्वांची योग्य सांगड घालूनच या कंपन्यांना कायापालट करता आला, हे दृष्टिआड करून चालणार नाही. आता आपण जर चैतन्यपूर्ण सहभागाचा विचार केला तर जोवर तन्मयता, इतरांना सौख्यपूर्ण अनुभूती देण्याची आस आणि स्वत:ची मनोवृत्ती निवडण्याचा ध्यास नसेल, तर ना चैतन्य अनुभवास येईल ना सहभागी होता येईल. तेव्हा, साऱ्या तत्त्वांची योग्य सांगड महत्त्वाची. कुणा एकाची पायमल्ली करून कसे चालेल?

प्रत्येक मुख्य कथानकाला जोडून उपकथानकं – ज्याला छोट्या-छोट्या गोष्टी म्हणता येतील – दिलेली आहेत. मुख्य मुद्द्याला अधिक ठळकपणे स्पष्ट करण्याच्या दृष्टीनं त्यांचा उपयोग होतो. तुम्हीदेखील त्याची प्रचिती घेऊ शकता.

या पुस्तकातल्या वास्तव कथांमधून तुम्हाला स्फूर्ती मिळाली की – आणि ती मिळणारच – मग पुस्तकाच्या शेवटच्या टप्प्यात असलेला बारा आठवड्यांचा कार्यक्रम राबवणं, तुम्हाला सहज शक्य होईल. कायापालट होण्याच्या दृष्टीनं हे एक ठाम पाऊल असेल.

स्टीफन लन्डिन हे या पुस्तकात निवेदकाची भूमिका निभावत आहेत. फिश! कथा त्यांच्या तोंडून ऐकायच्या आहेत. या पुस्तकातल्या चारही कथा आणि त्यानंतरचा बारा आठवड्यांचा भरगच्च कृतिशील कार्यक्रम त्यांच्या नजरेतून जाणायचा आहे.

या प्रवासात आम्ही अधून-मधून भेटत राहूच. यातल्या साऱ्या अनुभवांना फिलिप स्ट्रँडच्या लेखणीनं कथारूप दिलं आहे. जॉन ख्रिस्टेन्सेन आणि हॅरी पॉलनं फिश! फिलॉसॉफी राबवत असतानाचे त्यांचे अनुभव सांगितले आहेत. शिवाय त्यांची विचारधाराही मांडली आहे.

चला तर मग कथासागरात विहार करू या!

अनुक्रमणिका

फिश!चा गाभा / १

विभाग एक : चैतन्यपूर्ण सहभाग / ९
सहभाग म्हणजे केवळ कृती नाही. ती मनाची एक अवस्था आहे. त्याद्वारे नव्याने ऊर्जा प्रत्ययास येते आणि नवनिर्मितीसाठी प्रोत्साहन देते.

दुवा साधण्यातील मजा अनुभवणारी एक कंपनी :
स्प्रिंट ग्लोबल कनेक्शन सर्व्हिसेस / १३

गोष्टी लहान खऱ्या! / ३७

विभाग दोन : सौख्याची अनुभूती / ४१
दुसऱ्याला सेवा देण्याच्या उदात्त हेतूने तुम्ही कृती केलीत की, त्या क्षणाला हे जग अधिकाधिक उजळून निघते.

इतरांना सेवा देण्यासाठी कटिबद्ध असलेले :
रॉचेस्टर फोर्ड टोयोटा / ४५

गोष्टी लहान खऱ्या / ७०

विभाग तीन : तन्मयता / ७५
तुम्ही एका वेळेस सहजच अनेक कामं उरकू शकता. परंतु व्यक्तीसंदर्भात विचार केला, तर तुम्ही त्या-त्या क्षणी तिथे १०० टक्के उपस्थित असणं आवश्यक आहे.

उपस्थित असण्याची कला :
मिसोरी बॅप्टिस्ट मेडिकल सेंटर / ७९

गोष्टी लहान खऱ्या / ९९

विभाग चार : आपली मनोवृत्ती निवडा / १०३
तुम्ही ठरवली आहे, तशीच तुमची मनोवृत्ती झाली आहे.
आता या क्षणाला ती जशी आहे तशीच तुम्हाला हवी आहे का?

पडू दे पाऊस! : टाइल टेक्नॉलॉजी रूफिंग कंपनी / १०५

गोष्टी लहान खऱ्या / १२८

विभाग पाच : चला, फिश! आत्मसात करू / १३३
फिश! चा अंगिकार करा, बारा आठवडे आणि
मग अनुभवा अधिक संपन्न, अधिक देखणं आयुष्य,
जे तुमची वाट पाहतंय काही पावलांवर...!

फिश! चा गाभा

आपल्या कार्यालयीन कामकाजात काय-काय नवीन करून पाहता येईल, याबाबत जॉन ख्रिस्टेन्सेन आणि मी उत्सुक होतो. मी माझ्या तारुण्यात मुलांच्या कॅम्पमध्ये काम करायचो. तब्बल सहा वर्षं प्रत्येक उन्हाळ्यातली सुटी मी या कॅम्पमधल्या मुलांबरोबर असायचो. ही मुलं तुमच्या-आमच्यासारखी अव्यंग नव्हती. शारीरिक अडचणींनी ग्रस्त होती. नंतरच्या काळात, नेहमीच्या जीवनप्रवासात सामावलं गेल्यावर मला जाणवलं की, माझ्या आत्तापर्यंतच्या आयुष्यात मला सर्वाधिक आनंद दिला तो या कॅम्प्सनी, तिथे अनुभवलेल्या धैर्यांनी. मग मी विचार करू लागलो की, अव्यंग लोकांनी परिपूर्ण अशा या बाह्य जगात आनंदाची वानवा का असावी?

कार्यरत असण्याच्या या विश्वाला जॉननं एका कलाकाराच्या नजरेतून पाहिलं, सामाजिक बांधिलकीच्या जाणिवेतून जोपासलं. अधून-मधून काही ठिकाणी त्याला उत्साह आणि ऊर्जेचा संगम जाणवायचा. अशा वेळेस त्याची उत्सुकता चाळवली जायची. कधी-कधी तो ऑफिसमध्ये यायचा तोच मुळी प्रेरित होऊन आणि त्याच्या प्रेरणेचं स्थान असायचा एखादा चपला-बूट तयार करणारा कारागीर आणि त्याची आपल्या कामाप्रती असलेली आस्था, तर कधी एखाद्या फर्निचरच्या दुकानात जॉनला प्रचिती यायची अगम्य चैतन्याची, सळसळत्या उत्साहाची. आम्हालाही जाणीव होतीच की, आमच्या आयुष्याचा बहुतांशी, खरंतर संपूर्णच भाग या भूतलावर व्यतीत होणार आहे. आमच्या लक्षात आलं की, हे जगणं अधिक देखणं व्हावं, सुसह्य व्हावं; आयुष्याचा अविभाज्य आणि अटळ भाग असणाऱ्या

आपल्या कामकाजातून स्फूर्ती मिळावी यासाठी आम्ही शोधू पाहत होतो एखादं प्रतीक, जे आमचं स्फूर्तिस्थान बनू शकेल.

अशातच १९९७मध्ये मी आणि जॉन सीॲटलला पोहोचलो. व्हिडबे आयलंडवर वसलेल्या लँगले शहरात आमच्या चित्रीकरणाच्या जाम्यानिम्यासह धडकलो. तिथेच आम्ही डेव्हिड व्हाइट या कवीकरता चित्रीकरण केलं. 'आपण कामावर येताना स्वत:ला उपस्थित कसं ठेवावं' याबाबत व्हाइट अनेक संस्थांना मार्गदर्शन करत असे. त्यांच्याशी संवाद साधताना याच मुद्द्यावर आमची विस्तृत चर्चा झाली. शंभर टक्के मानसिक उपस्थितीबद्दल आपले विचार मांडताना त्यांनी आपल्या मित्राचा दाखला दिला. तो म्हणत असे की, 'प्रचंड थकण्यावर विश्रांती हा उतारा होऊच शकत नाही. उलट, तन्मयता (समरसता) हाच थकव्यावरचा रामबाण उपाय आहे. मन कोणत्यातरी वेगळ्या दिशेला भरकटत असताना हातातल्या कामामुळे त्याच्यावर ताण पडून अनाकलनीय थकवा येणारच ना!'

'संस्थांमधून स्वत:चा संदेश पोहोचवताना त्याच्या मनात कोणता भाव असतो?' असे जेव्हा चित्रीकरणादरम्यान विचारले, तेव्हा यापूर्वी रेडिओवरील मुलाखतीमध्ये दिलेले उत्तर डेव्हिडला आठवले. तो म्हणाला होता की, "अनेकदा एक सुंदर अनुभूती येते आणि काही वेळा आपण एखाद्या तुरुंगात शिरलो आहोत की काय असं वाटू लागतं." त्याचं बोलणं ऐकून मला तर आश्चर्याचा धक्काच बसला होता. डेव्हिड पुढे म्हणाला होता, "मी असं नाही म्हणत की, संस्था किंवा व्यवसाय हे एखाद्या तुरुंगासारखे असतात; पण आपण स्वत:च त्या ठिकाणाला तसं रूप देतो."

डेव्हिडबरोबर व्यतीत केलेले ते क्षण सातत्यानं जतन करण्याजोगेच आहेत. अंत:करणाला स्पर्शून जाणारे ते बोल जणू अमृताचेच वाटले. व्हिडबे आयलंड मागे टाकताना मनातल्या त्या प्रतीकाचा आकार हळूहळू स्पष्ट होऊ लागला होता. आम्ही ध्यास घेतलेली शंभर टक्के तन्मयतेची जागा कुठेतरी असेलच असे संकेत मिळू लागले होते जणू.

तिथून आम्ही सीॲटलला आलो. शुक्रवारी रात्री तिथेच मुक्काम केला. जॉन शनिवारी पण तिथेच मुक्काम करणार होता. मी शनिवारी सकाळीच निघणार होतो. आमच्या हॉटेल मॅनेजरकडे आम्ही चौकशी केली की, आमच्यासारख्या मिनेसोटाहून आलेल्या प्रवाशांना सीॲटलमध्ये भटकण्याजोगी काही जागा आहे का? तिनं आम्हाला पाइक प्लेस फिश मार्केटचं नाव सुचवलं. सीॲटलबद्दल आम्हाला थोडीफार माहिती होती. शिवाय शॉपिंग म्हटलं की, जॉनच्या अंगात

एक वेगळाच उत्साह संचारत असे. त्यामुळे फिश मार्केटला भेट देण्याबाबत आमचं दोघांचं एकमत झालं.

मार्केटमध्ये पोहोचल्यावर आम्ही एकेकट्यानी चक्कर मारायचं ठरवलं. जॉन त्या मार्केटच्या एका कोपऱ्यात पोहोचला, तेव्हा त्याला वातावरणातला बदल प्रकर्षाने जाणवला. तेवढ्यात त्याला हास्याच्या लकेरी ऐकू आल्या. पुंगीवाल्याच्या जादूई सुरांनी मुग्ध झालेली मुलं-बाळं ज्या उत्कटतेनं त्याच्या मागे खेचली गेली होती, त्याच उत्कटतेनं जॉन त्या हास्याच्या दिशेने ओढला गेला. तिथे त्याला बरीच गर्दी दिसली, नेहमीच एखाद्या विक्रेत्यापुढे असावी ना तशीच. पण त्या गर्दीतला प्रत्येक जण उत्साहाने सळसळत होता, असीम आनंदाने भारावलेला होता. 'हे काय असावं बरं?' असा विचार त्याच्या मनात यायला आणि जणू या नवागताला वाट द्यायला की काय, पण ती गर्दी दुभागायला एकच गाठ पडली. आपण 'पाइक प्लेस फिश मार्केट'च्या समोर उभे आहोत, हे त्याच्या लक्षात आलं.

या पाइक प्लेस फिश मार्केटचं एक वैशिष्ट्य आहे. तुम्ही एखादा मासा पसंत केला की, तो बांधण्यासाठी व्यापाऱ्याकडून मदतनिसाकडे येतो. आता तुम्ही म्हणाला की, यात काय वेगळेपणा आहे? सगळीकडेच मदतनीस हे काम करतात. तो वेगळेपणा बांधण्यात नाही, तर तो आहे व्यापाऱ्याकडून मदतनिसाकडे मासा पोहोचण्यात. व्यापाऱ्याने काउंटरच्या आतल्या बाजूकडून फेकलेला मासा काउंटरच्या बाहेरच्या बाजूला असलेला मदतनीस अचूक झेलतो. कोणत्याही दिग्गज 'फिल्डर'ला चकित करणारा हा झेल असतो. त्यांच्या या अचूक हस्तकौशल्यामुळे गर्दी आधी चकित आणि मग बेभान होते. आणि महत्त्वाचा भाग म्हणजे हा झेलाझेलीचा प्रकार फक्त विक्रेत्यांपुरताच मार्यादित नसतो. उलटपक्षी, आग्रहानं ग्राहकांना त्यात भाग घ्यायला प्रोत्साहित केलं जातं.

हे सगळं दृश्य जॉनला दिसलं आणि अचानक घबाड मिळाल्यासरखंच त्याला वाटलं. प्रचंड उत्साहित अशा गर्दीचं त्याला फारसं अप्रूप वाटलं नाही, मात्र त्या विक्रेत्यांची तन्मयता त्याला प्रचंड भावली. सगळ्या मार्केटमध्ये असतो तसाच गोंगाट, तशीच गर्दी इथेदेखील होती; पण जेव्हा कोणताही विक्रेता एखाद्या ग्राहकाकडे लक्ष देत असे, तेव्हा त्या विक्रेत्याकरता त्या ग्राहकाशिवाय इतर काहीही जणू अस्तित्वातच नसे. मग जॉननं त्या मार्केटवर सावकाश नजर टाकली. त्या गर्दीच्या पार्श्वभूमीवर अशा तऱ्हेने तल्लीन झालेल्या विक्रेता-ग्राहक जोड्या आता त्याला प्रकर्षाने लक्षात आल्या. त्यांच्यातील व्यवहार

हसत आणि आनंदाने पार पडत होता. खरेदी-विक्री, नफा-तोटा यापलीकडे एक रेशीमबंध जणू तयार झालेला होता. इथली तडाखेबंद विक्री हा काही योगायोगाचा भाग नव्हता. इतक्या मस्त वातावरणात ती न झाली तरच नवल होतं!

जवळ-जवळ तासभर जॉन भान हरपून तो सगळा देखावा मनात साठवत होता. खरंतर त्याची तंद्री लागली होती. एका मासे विक्रत्यानं दिलेल्या आवाजामुळे तो भानावर आला. विक्रेता म्हणाला, ''हॅलो, मी शॉन आहे.'' हसऱ्या चेहऱ्याच्या, बोलक्या नजरेच्या आणि पिंगट केसांच्या त्या विक्रेत्यानं स्वत:ची ओळख करून दिली.

''इथे नक्की काय चाललं आहे?'' जॉनने विचारलं.

त्याच्या प्रश्नाला सरळ उत्तर देण्याऐवजी शॉननं प्रतिप्रश्न केला –

''जेवण झालं आहे का तुमचं?''

''हो!'' याच्या मनात काय आहे बरं? जॉनला पुन्हा प्रश्न पडला.

''वेटरनं तुमच्याकडे नीट लक्ष दिलं का?'' शॉननं पुढे विचारलं.

''हो! म्हणजे नेहमीसारखंच दिलं.''

''माझं म्हणणं आहे की, तुम्हाला त्याच्या वागण्या-बोलण्यात आपलेपणा, अगत्य जाणवलं का?''

आपलेपणा? अगत्य? मला हा नक्की काय सांगू पाहतोय? जॉनच्या मनात आलं.

शॉननं जॉनच्या डोळ्यांत पाहत म्हटलं, ''आता बघा, हा क्षण तुम्ही आणि मी दोघं एकत्र आहोत. आपण एकमेकांचे 'जानी दोस्त' आहोत, असं या क्षणातून तुम्हाला जाणवावं अशी माझी इच्छा आहे.''

या मार्केटचं वेगळेपण कशात आहे, हे आता जॉनच्या लक्षात येऊ लागलं. त्याच्या समोर होते ते मासे विकणारे लोक. त्यांच्याकडे ना एमबीएची डिग्री होती ना कोणी संस्थेचे मार्गदर्शक. पण तरीही ते प्रत्यक्ष कृतीतून दाखवत होते की, आपल्या कामाच्या जागी उत्साह, उमेद, ऊर्जा, तन्मयता कशी आणता येईल.

जॉन तिथेच थांबला आणि अधिक आत्मीयतेनं आजूबाजूचं निरीक्षण करू लागला. त्याचं लक्ष बाजूच्या स्टॉलकडे वेधलं गेलं. तिथे एक लहान मुलगा आपल्या आईबरोबर आला होता. एका विक्रेत्यानं त्याची गंमत करण्यासाठी

त्याच्या पॅन्टला एक मासा हळूच अडकवला. जरासा झिंग्यासारखा दिसणारा तो क्रे मासा पाहून मजा वाटण्याऐवजी तो मुलगा घाबरून रडायलाच लागला. आपण केलेल्या गमतीने त्या छोट्याला आनंद वाटण्याऐवजी भीती वाटली हे पाहून तो विक्रेता त्या मुलाजवळ गेला. त्याच्यासमोर गुडघ्यावर बसला आणि त्यानं त्या मुलाची चक्क माफी मागितली. शिवाय त्याला हलकेच कुशीत घेऊन त्याला विश्वासदेखील दिला की, आता पुन्हा घाबरवणार नाही म्हणून. मुलाबाबतचा त्याचा अंदाज जरी चुकला होता, तरी मोकळ्या मनाने त्यानं केलेली कृती शंभर शब्दांपेक्षा जास्त प्रभावी ठरली.

जॉनला आठवड्यापूर्वीचा प्रसंग आठवला. त्याच्या मुलीला अस्थम्याचा त्रास होता. त्या दिवशी तिला श्वास घ्यायला त्रास होत होता, म्हणून तो तिला डॉक्टरांकडे घेऊन गेला होता. तिथे पोहोचल्यावर रजिस्ट्रेशन डेस्कसमोर उभं राहून फॉर्म भरून देणं अपेक्षित होतं. केल्सी – त्याची लेक – एक-एक श्वास घेताना थकत होती, पण माहिती भरून घेणाऱ्या त्या स्त्रीला त्याबद्दल काहीही वाटत नव्हतं. कारण तिचं लक्षच नव्हतं. फार्म भरल्यावर ती गुरकावली, ''जा, जाऊन बसा!''

असाच थोडा वेळ गेल्यानंतर अचानक कुठूनतरी आवाजा आला, ''केल्सी ख्रिस्टेन्सनं कोण आहे?'' आवाज देणाऱ्या त्या नर्सनी अतिशय यांत्रिकपणे केल्सीची उंची मोजली आणि नंतर ताडताड पावलं टाकत त्या हॉलच्या टोकाकडे जाऊ लागली. धपापणाऱ्या केल्सीला घेऊन जॉन कसाबसा तिच्या मागोमाग निघाला. एका खोलीकडे नुसता बोटानी निर्देश करून ती नर्स तिथून गायब झाली.

आणि आज या फिश मार्केटमध्ये केल्सीच्याच वयाचा हा मुलगा किती आनंदात होता. त्याची भीड आता चेपली होती, त्यामुळे तो क्रे मासा त्यानं चक्क आपल्या हातात पकडला होता.

जॉनच्या मनात आलं की, *मी केल्सीला ज्या हेल्थ सेंटरमध्ये नेलं होतं, तिथे तर सगळे प्रशिक्षित प्रोफेशनल लोक आहेत, तरी त्यांचं वागणं किती रुक्ष होतं. पण या फिश मार्केटमधले हे साधे-साधे लोक किती आत्मीयतेनं वागताहेत. का बरं हा विरोधाभास?*

कितीतरी वेळ जॉन त्या व्यापाऱ्यांचं निरीक्षण करत होता. ते सर्वच जण जणू एकाच मुशीतून काढल्यासारखे होते; सहकार्याच्या, प्रेमाच्या, आत्मीयतेच्या मुशीतून! आपल्या प्रत्येक ग्राहकाला तत्पर आणि विनम्र सेवा देणारे विक्रेतेच त्याच्या नजरेस पडत होते आणि हे सगळं वागणं मनापासूनचं होतं. ओढून-

ताणून जुलमाचा राम-राम हा प्रकारच नव्हता. 'हे सगळं मला कॅमेऱ्यात टिपलंच पाहिजे' ही जाणीव जॉनला प्रकर्षाने झाली.

या व्यापाऱ्यांचं, विक्रेत्यांचं हे काम पाहून, त्यातून निर्माण होणारी प्रचंड ऊर्जा पाहून प्रेरित न होणं शक्यच नाही, याची ग्वाही त्याच्या मनोदेवतेनं दिली. मात्र या विचारापाठोपाठ त्याला एकदम शंका आली की, या लोकांनी मला फिल्म बनवायला परवानगी नाही दिली तर... तर मग काय? या प्रश्नाच्या उत्तरात अजून दोन तास त्यानं तिथेच घालवले. मनाची घालमेल चालूच होती. शेवटी मनाचा हिय्या करून तो त्या फिश मार्केटच्या मालकाकडे पोहोचला. तो म्हणाला, मी चित्रपट निर्माता आहे. त्याचं वाक्य पूर्ण व्हायच्या आधीच एक विक्रेता पुढे येऊन म्हणाला, ''अरे, किती वाट पाहत आहोत आम्ही तुमची! कुठे होता इतके दिवस?''

मग काय, त्यानंतर अल्पावधीतच चार्टहाउस लर्निंगचे प्रोफेशनल कॅमेरे तिथे लावण्यात आले. वेगवेगळ्या अँगल्सनी चिक्कार शूटिंग तिथे केलं गेलं. ते सगळं फूटेज पुन्हा-पुन्हा पाहताना आमच्या लक्षात आलं की, काही सामाईक आणि ठोस तत्त्वांवर फिश मार्केटचं हे उत्साहवर्धक आणि सर्वसमावेशक वातावरण तोललं गेलं आहे. त्या साऱ्याला आम्ही आमच्या नव्या परिभाषेत बसवलं आणि त्याला नाव दिलं, फिश! फिलॉसॉफी! त्याशिवाय फिश! नावाच्या एका डॉक्युमेंटरी फिल्मद्वारे आम्ही चार प्रमुख तत्त्वं ठळकपणे मांडली.

चैतन्यपूर्ण सहभाग : *काम तर करायचंच असतं. मग एखादं गंभीर काम उत्स्फूर्तपणे, हसत-खेळत पार पाडलं तर? चौकोनी चेहरा आणि आक्रसलेले विचार घेऊन एखाद्या हलक्या-फुलक्या कामाचा आपण बोजवारा वाजवू शकतो. पण तेच जर मनाला मुक्तपणे बागडू दिलं, तर गंभीर प्रकारचं कामदेखील कुठलाही ताण न घेता लीलया पार पाडता येईल. चैतन्यपूर्ण सहभाग ही केवळ कृती नाही, तर ती एक प्रवृत्ती आहे. तिच्या वापराने उत्साहाचा वर्षाव होतो आणि हाती घेतलेलं काम कसं चुटकीसरशी पार पडतं. शिवाय, नवीनतम कल्पनाही सुचतात, त्यामुळे काम पूर्ण झाल्याचं समाधान द्विगुणित होतं.*

सौख्याची अनुभूती : *रोजचंच जीवन, रोजचेच प्रसंग पण तुम्ही तुमच्या जाणीवपूर्ण वागण्यानं समोरचा दिवस किंवा काही क्षण तरी सत्कारणी लावू शकता. तुमची आत्मीयता आणि मानसिकता अनुरूप असतील*

तर मग असा सोनेरी क्षण अनेकांना अनुभवायला मिळणार, हे अगदी नक्की.

तन्मयता (समरसता) : आपण तन्मयतेमुळेच एक दुसऱ्याशी जोडले जाऊ शकतो. शिवाय याचा अजून एक ठळकपणे होणारा फायदा म्हणजे मनापासून काम करण्याची प्रवृत्ती अंगी बाणवली जाते आणि नोकरी बदलत राहणे, कर्मचारी गळती अशा समस्यांना बऱ्यापैकी पायबंद बसतो. खोलात जाऊन विचार केला तर असं लक्षात येईल की, आपण करत असलेल्या कामात आपलं पूर्ण लक्ष नसतं, मनात इतर शेकडो विचारांची भाऊगर्दी होत असते. परिणामत: आपल्याला करावं लागत असलेलं काम आणि मनातला गोंधळ यांच्या ओढाताणीमुळे प्रचंड मानसिक श्रम होतात. पण या थकण्याचा ठपका आपण मात्र करत असलेल्या कामावर ठेवतो आणि नोकरीतून पळवाटा शोधतो.

आपली मनोवृत्ती निवडा : शोधायचे म्हटले तर आवतीभोवती दोषच दिसतील. आयुष्य आपल्याला कोणतं दान देणार आहे हे भलेही आपल्या हातात नसेल, पण त्यावर प्रतिक्रिया कशी द्यायची, हे आपण ठरवू शकतो ना? मग जर तुम्ही थोडा शोध घेतला तर सर्वोत्तम संधी तुम्हाला उपलब्ध होतील, अगदी अविश्वसनीय वाटतील अशा. आणि समजा तुम्ही तुमची 'ठराविक' अशी मनोवृत्ती निवडली आणि कालांतराने तुम्हाला वाटलं की, ती योग्य नाहीतर ती बदलणंही तुमच्याच हातात असणारे!

अशा प्रकारे फिश!ची व्हिडीओ फिल्म तयार झाली, तिचं स्वागत झालं. त्यानंतर साधारण वर्षभराने ही चार मुख्य तत्त्वं आम्ही पुस्तकाच्या रूपाने समोर आणली. अर्थात पुस्तकाचं नावदेखील फिश! हेच ठेवलं. या पुस्तकाचं कथानक एका काल्पनिक ऑफिसभोवती गुंफलेलं आहे. तिथे काम करणाऱ्यांची अलिप्तता इतकी पराकोटीला गेली होती की, त्यांच्या विभागाची हेटाळणी 'विषारी ऊर्जेचा कचरा डेपो' या नावाने केली जाऊ लागली होती. आपल्या फिश मार्केटमधील तत्त्वांचा अवलंब करून या ऑफिसचं वातावरण कसं आमूलाग्र बदललं ते या पुस्तकातून आपल्याला कळतं.

फिल्म आणि पुस्तक या जोडीतून फिश! फिलॉसॉफीचा प्रसार जागतिक स्तरावर झाला. परिणामस्वरूप, लोकांना त्यांच्या कामातला आनंद नव्याने जाणवला. मनापासून काम केल्यानंतर उत्साह आणि ऊर्मी भरभरून जाणवली, शिवाय

आपण केलेल्या कामाची जबाबदारी पेलण्याची मानसिकतादेखील त्यांच्या ठायी आली. या सगळ्यांची परिणती व्यवसाय-उद्योगात बरकत येण्यात झाली. या साऱ्यांनी त्यांच्या यशाच्या कथा आमच्यापर्यंत पोहोचवल्या. त्यामुळे आमचा उत्साह द्विगुणित झाला. त्यांचे अनुभव जाणून घेता-घेता जाणिवा अधिक परिपक्व, प्रगल्भ झाल्या. त्या चार तत्त्वांना विस्तृतपणा कसा देता येईल याचा मार्ग खुला झाला. या पुस्तकामध्ये त्या कथा तुम्ही वाचणार आहातच.

या कथांमधील माणसं तुमच्या-आमच्यासारखी 'साधी माणसं' आहेत. त्यांचं आगळेपण आहे ते त्यांनी निवडलेल्या वाटांमध्ये, स्वीकारलेल्या मनोवृत्तीमध्ये, बाळगलेल्या विश्वासामध्ये. इथून पुढचा प्रत्येक क्षण आनंदाने, जबाबदारीनं आणि मन:पूर्वक जगायचा हा त्यांचा ठाम निश्चय एका परिवर्तनाला कारणीभूत ठरला. आणि मग त्यांचा तो दिवस छान पार पडला. म्हणून मग प्रेरित होऊन त्यांनी अजून एक दिवस असाच निश्चय केला. मग दुसऱ्या दिवशी... मग तिसऱ्या दिवशी... मग चौथ्या... आणि मग तो पायंडाच पडला.

विभाग एक-चैतन्यपूर्ण सहभाग

सहभाग केवळ कृती नाही. ती मनाची एक अवस्था आहे. त्याद्वारे नव्याने ऊर्जा प्रत्ययास येते आणि नवनिर्मितीसाठी प्रोत्साहन देते.

'खेळाची वेळ संपली, चला आता कामाला लागू या!' तुम्हाला सगळ्यांना हे वाक्य अगदी चांगलं परिचित असणार. आपल्या सगळ्यांच्याच अंगवळणी पडलं आहे की, खेळ आणि काम या दोन भिन्न बाबी आहेत आणि त्या तशाच अंगीकाराव्या लागतात. खेळताना काम किंवा काम करताना खेळ हे कसं शक्य आहे, हीच आपली मनोधारणा असते. मात्र, आपल्याला उत्कर्षाची आस असेल ना, तर ज्या जागी आपण काम करतो तिथे ऊर्जेची संपन्नता हवी. आपल्या कामातून आपल्याला सकारात्मकता जाणवायला हवी आणि त्यासाठी मनाची तरलता हवी, हसतखेळत काम करण्याची उत्कटता हवी. अपवादाने नियम सिद्ध होतात, पण आपल्या हसतखेळत मनोवृत्तीला कुठलाच अपवाद लागू होत नाही. आणि याचा अभाव असला तर केन ब्लॅन्कार्ड म्हणतात तसं, 'अगदी गळचेपी व्हायचीच वेळ येते,' जी कुणालाच नकोशी असते.

सर्जनात्मकता विकसित व्हायला अतिशय पोषक आणि खेळकर वातावरणाची गरज असते. ठरलेल्या, चाकोरीबद्ध वाटेनं जाणं सोयीचं असेलही, पण मग जेव्हा गरज भासते तेव्हा नवीन कल्पना सुचण्याची मनाची शक्ती गर्भगळित झालेली असते. ताणविरहित काम करण्यासाठी प्रफुल्लित वृत्ती बाळगायचं स्वातंत्र्य आणि नवीन वहिवाटा प्रस्थापित करण्याची जिगिषा असली, तर सर्जनशीलता अधिकाधिक विस्तृत होत जाते. अर्थातच, सहभागी व्यक्तींची मनं खुलतात आणि उत्साह

द्विगुणित होतो. 'लोकं काय म्हणतील' या चौकटीच्या मर्यादेबाहेर पाऊल टाकून मन सुचवेल तसा वेगळा मार्ग चोखाळून पाहणारा एखादा नवीन कल्पनांना अनुसरायला अधिक उत्सुक असतो, अधिक तत्पर असतो. शक्याशक्यतेच्या आपल्या मर्यादा आपल्याला विनाकारणच बंदिस्त करत होत्या, हे जाणवू लागतं. सर्जनशीलतेचा आविष्कार मग शक्य वाटू लागतो. 'असं झालं तर...' हे जर-तरचे विभ्रम मनाला मोहवू लागतात.

चैतन्यपूर्ण सहभागामुळे सर्जनशीलतेला धुमारे फुटतात हे आपल्याला मासे व्यापाऱ्यांमुळे कळून चुकलंय. पूर्वी जेव्हा ग्राहक एखादा मासा पसंत करत असे तेव्हा तो मासा घेऊन काउंटरच्या दुसऱ्या भागात जायचा, तो तोलायचा, पिशवीत भरायचा आणि पुन्हा काउंटरच्या समोरच्या भागात येऊन ग्राहकाला सोपवायचा, त्याच्याकडून पैसे घ्यायचे हे एवढे प्रकार करावे लागत. पण एक दिवस त्यांनी ही प्रचलित पायवाट सोडली. काउंटरपलीकडच्या विक्रेत्याने तो मासा काउंटरच्या अलीकडे असलेल्या विक्रेत्याकडे अचूक भिरकावला आणि दुसऱ्याने तो तत्परतेनं झेललादेखील. आणि बस्स! तिथेच मुहूर्तमेढ रोवली गेली एका नवीन शैलीची, चालना मिळाली काहीतरी अनोखं करून पाहण्याला. मासा उचलणं, तोलणं, भरणं याकरता मारावे लागणारे हेलपाटे वाचले, निष्कारण होणारे श्रम थांबले आणि अधिकाधिक नवीनतम कल्पनांचे धुमारे फुटू लागले.

खरंतर कामाच्या जागी हलकं-फुलकं वातावरण असण्याचे अनेक फायदे आहेत. तरीही 'कामाच्या जागी असं वातावरण असण्याचा' मॅनेजमेंट्सनी जणू धसकाच घेतला आहे. आमच्या माहितीतल्या एका प्रचंड मोठ्या फास्टफूड विक्री करणाऱ्या एका एक्झिक्युटिव्हनी आम्हाला विचारलं की, "म्हणजे तुम्ही म्हणत आहात की, तीन लाख मुलांना सांगायचं की खेळा आमच्या दुकानात?" हे विचारताना बहुधा त्यांच्या डोळ्यांसमोर फास्ट-फूड एकमेकांच्या अंगावर फेकत धुमाकूळ घालणारी पोरं नाचत असावीत!

चैतन्यपूर्ण सहभाग म्हणजे नक्की काय, हे आपल्याला नीट कळलं नसण्याची शक्यता आहे. म्हणूनही ही भीती वाटू शकते. पाइक प्लेस फिश मार्केटमधल्या वातावरणाकडे ओढले जाणारे ग्राहक आपल्या कामकाजाच्या ठिकाणी असं उत्साहवर्धक वातावरण निर्माण करण्याची कल्पनादेखील करू शकत नाहीत. उलट ते विचारतात की, 'आम्ही एकमेकांकडे काय भिरकावू शकणार आहोत?'

आपले मासेव्यापारी तत्परतेनी त्यांच्या या प्रश्नाचं उत्तर देतात. 'खेळायचं ठरवलं, चैतन्यपूर्ण सहभागाची मानसिकता तयार झाली की बस्स! उपाय आपोआप सुचत जातील, तेही तुमच्या गरजेनुसार, तुमच्या वातावरणाला पोषक असे. मासेच फेकले पाहिजेत असं काही नाही.'

प्रत्येकाच्या व्यावसायिक गरजांनुसार चैतन्यपूर्ण सहभागाच्या कल्पना बदलत जातील. शिक्षकांना जे सुचेल, रुचेल; ते इंजिनिअर्सना लागू पडणार नाही आणि इन्शुअरन्स स्टॅटिस्टिक्स मांडणाऱ्यांना इंजिनिअर्सपेक्षा वेगळं काहीतरी सुचेल, चपखल बसेल. हा फरक लक्षात घेणं महत्त्वाचं आहे. 'खेळ म्हटलं की, खेळणं आलंच' या मर्यादेबाहेर जाऊन आपल्याला विचार करायचा आहे. लोक भीतीपासून मुक्त झाले, त्यांच्यात उत्साह आणि जबाबदारीची भावना जागी झाली की, आपोआपच त्यांची तरलता वाढते. बजेट ठरवण्यासारखं नीरस, रुक्ष आणि गंभीर काम करतानादेखील मीटिंगमध्ये उत्साहाची, चैतन्याची अनुभूती येऊ शकते.

'चैतन्यपूर्ण सहभागाचं तुमचं परिपत्रक आम्हाला पाठवा.'

एका कंपनीत आम्ही 'सेल्स मीटिंग'मध्ये फिश! फिलॉसॉफीची ओळख करून देणार होतो. त्या मीटिंगच्या तीन आठवडे आधी त्यांच्याकडून एक मागणी आली. 'आमच्या सर्व ५७ शाखा या मीटिंगला उपस्थित राहणार आहेत. तुमच्या या चैतन्यपूर्ण सहभागाची कल्पना आमच्या लोकांना अचूक कळावी, अशी आमची इच्छा आहे. तेव्हा तुम्ही या सहभागाची उद्दिष्ट आम्हाला कळवू शकाल का? किंवा मग या सहभागाचं परिपत्रकच पाठवून द्या.'

आधी तर मला वाटलं की, ही समोरची माणसं आपली फिरकी घेत आहेत. विचार करा की, मुलं बाहेर खेळायला चालली आहेत आणि तुम्ही त्यांना विचारता आहात की, 'तुम्ही खेळायला जात आहात हे खूपच छान आहे, परंतु यामागची तुमची उद्दिष्टं काय आहेत बरं?' तशीच ही परिस्थिती होती. परंतु त्या कंपनीला मात्र आमच्या उद्दिष्टांची पुरेपूर पूर्तता होण्याची आवश्यकता वाटत होती. त्यामुळे त्यांच्या दृष्टीनं विचार करता सहभाग-परिपत्रक मागणी अनाठायी नव्हती.

आता यांची समजूत कशी घालावी या विचारांत असताना मी त्यांना म्हटलं की, 'काही बुलेट पॉइंट्स पाठवू का?'

'सहभागाच्या दृष्टीनं उपयुक्त असं काहीही चालेल.'

मग मी खरोखरच एक मोठा फ्लिप-चार्ट त्यांना पाठवला. या शब्दविरहित चार्टवर फक्त आणि फक्त 'बुलेट पॉइंट्स' होते. हा चार्ट पाहताच त्यांच्या स्पष्टपणे लक्षात आलं की, सहभाग म्हणजे नक्की काय. त्यांना हेदेखील लक्षात आलं की, हा सहभाग त्यांच्या ५७ शाखांमध्ये एखाद्या नवीन प्रणालीसारखा, सिस्टिमसारखा राबवता येणार नव्हता. कार हॅगरमन हा माझा सहकारी हा मुद्दा फार छान मांडतो. तो म्हणतो की, 'तुम्ही सहभागी होण्याची संकल्पना मांडू शकता, पण ती जबरदस्तीने राबवायला जाल तर मात्र कशाची ग्वाही देता येणार नाही.'

सहभागी होण्याची भावना 'आतून' यायला हवी. तुम्ही त्याकरता वातावरणनिर्मिती करू शकता, परंतु कोणालाही भाग पाडू शकत नाही. एक सांघिक भावना मनात ठेवून एकत्र आल्यानेच आपण आपली उद्दिष्टे चपखलपणे बसवू शकतो.

तर आमची ती मीटिंग खूप छान रीतीने पार पडली. सहभागाबद्दल धाकधूक बाळगणाऱ्यांचा 'सहभाग'च सर्वाधिक समरसून होता.

'विश्वास' हा सहभागाचा पाया आहे. तुम्ही मासे-व्यापाऱ्यांची वरवर नक्कल करू शकता. पण जर आत्मीयता आणि विश्वास नसेल, तर मात्र कदाचित नुसताच सहभाग असेल; चैतन्याची पुसटशी जाणीवदेखील होणार नाही.

एका हॉस्पिटलमध्येसुद्धा चैतन्यपूर्ण सहभागाची कल्पना मांडायची होती, परंतु तिथले कर्मचारी त्याकरता आनंदाने, उत्स्फूर्तपणे योगदान देतील की नाही, याबद्दल त्यांच्या सुपरवायझरला शंकाच होती.

त्यावर तिथल्या एका नर्सनी म्हटलं की, ''तुम्ही मला औषधं वापरू देता. अशी औषधं की, ज्यावर रुग्णाचं जगणं-मरणं अवलंबून असतं. पण मी तितक्याच जबाबदारीनं चैतन्यपूर्ण सहभाग देईन की नाही याबद्दल तुमच्या मनात शंका येते!''

सहभागातील चैतन्य टिकेल की नाही असा प्रश्न असतो. मी तर म्हणेन की, चुकीच्या गोष्टी करायच्या नाहीयेत या धाकाखाली सातत्याने वावरणारे लोक असतील, तर तिथे हे चैतन्य फार टिकणार नाही. त्याऐवजी 'अधिकाधिक चांगल्याप्रकारे काम कसं बरं करता येईल' हा विचार जिथे जास्त केला जातो, तिथे सहभाग अधिकाधिक चैतन्यपूर्ण असतो याची खातरी बाळगा. अन्यथा, धाकामुळे सहभाग जरी असला, तरी तो चुकीच्या मार्गाने होऊ शकतो. चैतन्याऐवजी बालिशपणा डोकावू शकतो किंवा लपून-छपून विरोध करायची वृत्ती आकार घेऊ शकते.

त्याउलट, ज्या जागी लोकांना निवडीचं स्वातंत्र्य आहे, आपल्या कामाप्रती जिथे आत्मीयता आहे; सहकाऱ्यांबद्दल, संघभावनेबद्दल विश्वास आहे तिथे हा सहभाग आनंददायी, चैतन्यपूर्ण आणि शंभर टक्के असतो. यालाच तन्मयतेची, सौख्यपूर्ण अनुभूती देण्याची आणि आपली मनोवृत्ती निवडण्याची जोड दिली की, हा सहभाग तंतोतंत लागू होईल आणि अधिक दर्जेदार ठरेल. असंच एक ऑफिस होतं. रोजच्या रामरगाड्यात मोकळा श्वास घेणंदेखील अवघड झालं होतं. चैतन्यपूर्ण सहभागाची कल्पना इथे रुजली आणि बघता-बघता फोफावली.

मॅनेजर आणि कर्मचाऱ्यांमध्ये आधी सहसंबंध आणि मग अनुबंध प्रस्थापित झाला. विश्वासाला नवीन आयाम मिळाला. सहभागाला संकुचित करणारी मर्यादा दूर झाली. चैतन्याचा अखंड स्रोत वाहू लागला. तिथे काम करणाऱ्या साऱ्यांचं मनोबल तर वाढलंच, शिवाय व्यवसायदेखील जोमाने फोफावू लागला. चला तर, वाचू या काय? कसं? कुठे? कधी? केव्हा?....

दुवा साधणारी : स्प्रिंट ग्लोबल कनेक्शन सर्व्हिसेस

कॅन्सस शहरातल्या लेनेक्सा येथील स्प्रिंट ग्लोबल कनेक्शन सर्व्हिसेस या कॉलसेंटरमध्ये तो दिवस नेहमीसारखाच होता. पण तरीही अचानक सगळेच फोन एजंट्स सतर्क झाले. काहीतरी वेगळं जाणवत होतं. ऑफिसच्या बाहेर नजर टाकली, तर साक्षात १९५०च्या दशकामधला 'रॉक ॲन्ड रोल'चा सुपरस्टार एल्व्हिस प्रिस्ले त्यांच्या नजरेस पडला. तो संगीताचा अनभिषिक्त सम्राटच होता जणू. आपण स्वप्नात आहोत की काय, असंच सगळ्यांना वाटलं.

पण खरंच, झूऽऽऽऽऽम करत एक देखणी कार ऑफिसच्या दाराशी येऊन थांबली होती. सगळ्यांचेच श्वास रोखले गेले. गाडीचं दार उघडलं गेलं आणि... साक्षात एल्व्हिस गाडीतून खाली उतरला, अगदी दिमाखात. तेवढ्यात कुठूनतरी दोन ललना तिथे अवतरल्या. त्याच्या इतमामाला साजेशा आणि त्या काळची खासियत असलेला पुडल स्कर्ट चढवलेल्या, फ्रिलचे मोजे घातलेल्या, केसांची सुरेख स्टाइल केलेल्या त्या दोघींनीही एल्व्हिसच्या मिठीत स्वत:ला झोकून दिलं. तितक्यात त्यांच्यासारखाच पोशाख केलेली तिसरी युवती आली आणि तिनं एल्व्हिसच्या पायाला मिठी घातली.

हे सर्व दृश्य पाहून ऑफिसमधले सगळे चकित तर झालेच, पण त्यामागचा कार्यकारणभाव कळल्यावर त्या सगळ्यांची हसून-हसून मुरकुंडी वळली. काहींच्या डोळ्यांतून तर चक्क पाणी वाहू लागलं. कारण महाराज एल्व्हिस चक्क त्यांच्या

बॉससारखे – डॉन फ्रीमनसारखे दिसत होते की! आणि हे काय, त्या ललनांपैकी एक त्यांची मॅनेजर मेरी होगन तर नव्हती ना? हो, तीच ती!

स्प्रिंट ग्लोबल कनेक्शन सर्व्हिसेसची डायरेक्टर लोरी लॉक्हार्ट तोवर तिथे येऊन पोहोचली. तीदेखील आश्चर्यचकित झाली. या छोट्याशा नाट्यमय प्रसंगामुळे सगळ्यांची छान करमणूक झाली होती, हे मात्र खरं!

हा प्रसंग काही वर्षांपूर्वी घडू शकला असता का? छे! मॅनेजर, डायरेक्टर, बॉस यांनी इस्त्री केलेल्या, कोऱ्या करकरीत चेहऱ्यानं वावरायचे ते दिवस होते. कुठल्याही कॉर्पोरेट ऑफिसचा बाज सांभाळला जाणं आवश्यक होतं. आचार आणि पोशाखाची ठरलेली बंधनं होती.

आज मात्र या अनोख्या नाट्याने तिथले सगळे फोन एजंट्स खुश झाले. त्यांच्या मनातला तो आनंद आपसूकच त्यांच्या स्वरातदेखील झिरपला. त्यांच्याशी फोनवर बोलणाऱ्या ग्राहकांना ऑफिसमध्ये घडलेल्या नाटकाची कल्पना असणं शक्यच नव्हतं, पण एजंट्सच्या स्वरांमधला आनंद मात्र त्यांच्यापर्यंत नक्कीच पोहोचला होता.

आता एल्व्हिस ऑफिसमध्ये आला होता. तेवढ्यात लाउडस्पीकरवर अनाउन्समेंट झाली – 'तू तर चक्क हाउंड डॉग आहेस!' लोरी क्षणभर थबकली. डॉग म्हटलं का? की डॉन म्हटल्यासारखं वाटतंय? आणि हे काय? एल्व्हिस तर चक्क त्याचं गाजलेलं गाणं म्हणतोय की! अर्थात, बारकाईनं पाहिललं असतं तर तिच्या लक्षात आलं असतं की, एल्व्हिस फक्त ओठ हलवतोय. काही क्षण हे नाटक चालल्यावर एल्व्हिस आला तसा निघून गेला. खरंतर आता काय बोलावं हे लोरीला समजतच नव्हतं. म्हणून ती पुटपुटली, ''थँक्स एल्व्हिस, थँक्स अ लॉट!'

अनुबंधित राहताना

स्प्रिंट ग्लोबल कनेक्शन सर्व्हिसेस आपल्या नावाला साजेसं काम करते, जगभर विखुरलेले स्प्रिंटचे ग्राहक जोडण्याचं काम. देशभरात स्प्रिंटची सात सर्व्हिस सेंटर्स आणि एक हजाराहून अधिक कर्मचारी आहेत. याशिवाय त्यांच्या वेगवेगळ्या कॉर्पोरेट ऑफिसमध्ये ८० हजारांहून अधिक लोक कामाला आहेत. ऑपरेटर, असिस्टन्स, माहिती, कॉलिंग कार्ड्स, प्रीपेड कार्ड्स, त्याकरता आवश्यक ती कस्टमर सर्व्हिस, डिरेक्टरी असिस्टन्स अशा नानाविध सुविधा त्यांच्याकडून पुरवल्या जातात.

पाच वर्षांपूर्वीची परिस्थिती वेगळी होती. कर्मचाऱ्यांच्या गळतीचं प्रमाण वाढलेलं

होतं. कोण कधी सोडून जाईल याची लोरी लॉक्हार्टला धास्तीच असायची. 'एकतर या लाँग डिस्टन्स व्यवसायात प्रचंड स्पर्धा असते. त्यातून नोकरी सोडणाऱ्यांचं प्रमाण अगदी काळजी करण्यासारखं होतं. हे सगळं कसं सावरायचं हा एक मोठा प्रश्नच होता. ऑफिसमधलं वातावरण सुधारणं, सगळ्यांना इथे रमावंसं वाटणं हा एकच उपाय होता' – इति लोरी.

अर्थात कॉल सेंटर फोन एजंटचा विचार करता 'रमावंसं वाटणं' हा शब्दप्रयोग जरा चुकीचाच वाटेल. हे काम अगदी प्राथमिक स्वरूपाचं आहे. प्रत्येक एजंटला दिवसागणिक साधारणत: पाचशे ते आठशे कॉल घ्यावे लागतात आणि प्रत्येक कॉल साधारणत: ३० ते ३५ सेकंद चालतो. बहुतांशी वेळा कस्टमरला हवी असणारी माहिती एजंटच्या समोरच्या कॉम्प्युटर स्क्रीनवर असते.

याबाबत अधिक माहिती देताना मेरी हॉगन म्हणाली की, "हे काम पटकन आत्मसात होतं आणि नंतर अंगवळणी पडतं, अगदी यांत्रिकपणे केलं जातं. काही दिवस गेल्यावर जाणवतं की, आपण त्याच-त्याच प्रकारचे कॉल्स पुन्हा-पुन्हा घेत असतो, तीच-तीच माहिती देत असतो. या सगळ्याचा कंटाळा येणं अतिशय स्वाभाविक आहे."

'पण मग दिवसभरात येणाऱ्या सर्वच्या सर्व आठशे कॉल्सकरिता कर्मचाऱ्यांना दक्ष ठेवायचं तरी कसं?' १९९७ साली स्प्रिंटने यावर उतारा म्हणून एक लांबलचक नियमावली तयार केली. लोरीनं पुष्टी जोडली की, 'इतक्या प्रचंड स्पर्धेच्या जगात ताणही जबरदस्त असतो. याचे परिणाम दोन प्रकारे होतात. काही जण सगळ्यावर कब्जा करू पाहतात, तर काही जण चक्क शरणागती पत्करतात.'

आपल्या एजंट्सनी कोणत्या प्रकारचा पोशाख घालावा याकरता स्प्रिंटनी नियम केले होते व याकरता तासन्‌तास निष्कारण चर्चेत घालवले होते. मेरी म्हणते, 'ड्रेस-कोड ठरवण्यात आमचा सगळ्यात जास्त वेळ गेला होता. स्कर्टची लांबी किती हवी? त्याच्या आतून स्लिप घातली आहे की नाही? जीन्स निळ्या रंगाची नाही ना? एक ना दोन, अनेक बारीक-बारीक नियम केलेले होते.

'काम करताना वाचणारे किंवा वाचता-वाचता काम करणारे अनेक जण असतात. मग त्यांच्याकरता वेगळ्या नियमावल्या तयार झाल्या.' मेरी पुढे म्हणाली. 'पण आम्ही नियम केला की, तुम्ही फक्त स्प्रिंटशी संबंधित वाचन करू शकाल. परिणाम काय झाला माहीत आहे? लोकांनी चक्क स्प्रिंटच्या मासिकांच्या आत त्यांची आवडीची मासिकं-पुस्तकं दडवून वाचायला सुरुवात केली.

बसायचं कसं याचेही नियम आम्ही तयार केले. चक्क कार्याभ्यासच नाही का?' मेरीनं बोलणं संपवता-संपवता पुष्टी जोडली.

'हो ना, आम्हाला तर वाटू लागलं होतं की, आम्ही सगळ्यांवर पाळत

ठेवणारे पोलीसच आहोत. म्हणजे व्यवसाय कसा वाढेल याचा विचार करणं राहिलं बाजूला, आम्ही आपलं कोण कसं वागतंय हे शोधण्यातच दंग झालो होतो.'

मॅनेजर्सनी जितके नियम लादले, तितक्यात तीव्रतेनी कर्मचाऱ्यांनी ते झुगारून द्यायचा, पळवाटा शोधण्याचा प्रयत्न केला. लोरीच्या सांगण्याप्रमाणे, ती जेव्हा-जेव्हा स्टाफ मीटिंग घ्यायची, तेव्हा-तेव्हा अगदी टुकार अडचणी सोडवण्यात वेळ आणि शक्ती खर्च होत असे. आणि मुख्य म्हणजे, *'मी टेबलावर पाय का नाही ठेवायचे? फक्त शुक्रवारीच जीन्स का घालायची? मंगळवारी जीन्स घातली तर काय होईल?'* असल्या फालतू प्रश्नांना उत्तरं देऊन हाती काहीच लागत नसे. ताणतणाव वाढत चालला होता तो वेगळाच. आमचे नियम जाचक वाटत असल्याने कर्मचारी इतके वैतागले होते की, काहीही होऊ शकत होतं. वरचेवर त्याची चुणूक दिसत होतीच.

मॅनेजर्सनादेखील हा सगळा गाडा पूर्वापार चालत आलेल्या पद्धतीनी ओढत नेणं कठीण होत चाललं होतं. मेरी तिथे १९६४ सालापासून काम करत होती. ती तिथल्या बहुतांशी प्रसंगांची साक्षीदार होती. 'बदल करायला हवा आहे हे आम्हाला कळत होतं, पण तो कसा करावा हे काही केल्या सुचत नव्हतं,' मेरी म्हणाली.

१९९७च्या ऑगस्टमध्ये लोरी आणि कॉलसेंटरचे मॅनेजर्स स्प्रिंट लीडरशिप कॉन्फरन्सकरता उपस्थित होते. तिथे आलेल्या वक्त्यांनी सगळ्यांना कळकळीचं आवाहन केलं की, 'काहीतरी आगळं-वेगळं शोधून काढा. प्रत्येक कर्मचाऱ्याचे सुप्त गुण ओळखायचा प्रयत्न करा.' लोरी म्हणाली, 'ते ऐकल्यावर असं लक्षात आलं की, कोणामध्ये काय न्यूनत्व आहे, काय 'नाही' हे शोधण्यातच आम्ही गर्क होतो. चांगलं काय आहे, याचा साधा विचारदेखील आम्ही केला नव्हता.' पण मग तो विचार आता करायचा हे त्यांनी ठरवलं.

त्यानंतर साउथवेस्ट एअरलाइन्सतर्फे आलेल्या एकीने आपले विचार मांडले. त्यांचं स्वातंत्र्य, टीमवर्क आणि प्रत्येक प्रवाशाप्रती ते दाखवत असलेली आदरभावना याचं कौतुक साऱ्या जगभर होत होतं. त्याबद्दल तिनं सविस्तर माहिती दिली. बोलता-बोलता ती मध्येच थबकली आणि म्हणाली, 'अरे देवा! अशी कशी विसरले मी?' एवढं बोलून ती स्टेजच्या मागे गेली. काही सेकंदांनी ती परत आली तर तिच्या डोक्यावर चक्क विमानाच्या आकाराची टोपी विराजमान झाली होती. तिनं ती टोपी डौलाने मिरवत आपले विचार मांडले, अनुभव सांगितले. अचानक लोरी, मेरी आणि इतरांना जाणवलं की, 'काहीतरी झकास घडत राहिलं पाहिजे.'

विश्वासाची झेप!

आपण काम करत असताना प्रचंड कष्ट घेत असतो. या कष्ट करण्याला थोडीशी मजा, थोडीशी गंमत यांची जोड देता आली, तर हे कष्ट कमी तर वाटतीलच शिवाय कामाची गोडीदेखील वाढेल. तेव्हा आता हे जमवावं कसं, यावर लोरी आणि तिची टीम विचार करू लागली. चर्चेतून त्यांना काही मुद्दे गवसले. आपल्याला नक्की काय, कसं आणि का हवं आहे, याचा एक सुरेख आराखडा त्यांनी मांडला.

'आमचा एक छोटासा गट आम्ही बनवला आहे. आम्ही अनुभवांतून शिकतो, विविधतेनं प्रेरित होतो, बदलाला सामोरं जातो. सिंहावलोकनाची महती आम्हाला कळली आहे आणि संघभावना आम्ही जाणीवपूर्वक जोपासली आहे. नवीन कल्पना आणि नवनिर्मिती यांना आम्ही वाव देतो. परिणामतः स्प्रिंटचे ग्राहक, कर्मचारी आणि भागधारक यांची स्प्रिंटकडे बघण्याची दृष्टी अधिक विस्तारली आहे. स्प्रिंटप्रतीच्या योगदानाची संपूर्ण जबाबदारी जाणीवपूर्वक स्वीकारल्यामुळेच आम्ही आमच्या ध्येयाप्रती पोहोचलो. सांघिक यशाला आमच्यालेखी श्रेष्ठ स्थान आहे आणि ईप्सित साध्य केल्यावर यशाचा आनंद आम्ही सगळे मिळून साजरा करतो.'

त्यांना कल्पना होती की, हा विचार करून तो शब्दबद्ध करणं काही फारसं अवघड नव्हतं. खरी कसोटी होती ती हे सगळं आचरणात आणताना. एका रात्रीतून हा बदल घडून येणार नव्हता. त्याकरता टप्प्याटप्प्याने वाटचाल करत राहण्याची गरज होती. किमान तीन ते पाच वर्षं चालणारा हा दीर्घकालीन संकल्प होता. तो पूर्णत्वाला नेणं ही एकापरीनं तपस्याच होती.

लोरी म्हणाली, 'आम्ही आमच्या पातळीवरच हा आराखडा ठरवला. आमच्या बॉसना याची कल्पना दिली नाही. आम्ही जे करतो आहोत, ते चुकीचं नाहीये याची आम्हाला खातरी होती, पण त्याचवेळेस ते कितपत नीट उतरेल, याची धाकधूकदेखील वाटत होती. आमच्या कल्पना राबवल्यावर त्यातून जे काही फलित निष्पन्न होणार होतं, त्यावर आमचं यशापयश अवलंबून होतं.'

अर्थातच सर्वांच्या मनात याच भावना होत्या. 'आम्ही सगळ्यांनी ठरवलं की, आता अगदी हातात हात घालून, हृदयास हृदय जोडून, ऐक्याचा मंत्र जपून हे कार्य करायला सिद्ध व्हायचं.' लोरी पुढे म्हणाली, 'आमच्या यशाचा

मार्ग पादाक्रांत करण्याकरता आम्हाला गरज होती विश्वासाची झेप घ्यायची, दिशा बदलायचीदेखील.'

१९९८ साली त्यांच्या टीमनं सगळ्यांना नववर्षाची झकास भेट दिली. सगळ्यात ऐरणीवरचा विषय होता – 'ड्रेस-कोड!' 'यापुढे तुम्हाला हवे ते कपडे तुम्ही घालू शकता, फक्त सुरक्षिततेचा विचार केला जावा,' असं त्यांनी जाहीर केलं. याव्यतिरिक्त कोणी काय वाचावं आणि वाचू नये यावरची बंधनंदेखील शिथिल केली.

'आमच्या एजंट्सची तक्रार होती की, त्यांना आम्ही चिल्लरपार्टी समजतो आणि आमचं ध्येय होतं, इथल्या वातावरणात भारदस्त असा पोक्तपणा आणणं.'

मेरी सांगू लागली, 'प्रत्येकालाच जाणीव असते की, जो तो त्याने केलेल्या कामाला आणि त्यातून निर्माण होणाऱ्या परिस्थितीला जबाबदार असतो, विशेषत: जिथे ग्राहकांचा संबंध येतो. अशा वेळेस जर तुम्ही अष्टावधानी राहू शकत नसलात, तर तुम्हाला फक्त आणि फक्त ग्राहककेंद्रितच राहायला हवं, नाही का? मात्र, आमच्याकडचे सगळेच एजंट्स त्यांचा कॉल चालू असतानादेखील दुसरं एखादं काम सहजतेनं करतात. त्यांच्या कामाचं स्वरूप रटाळ असल्यामुळे त्यात थोडाफार बदल झाला, तर त्यांना ते नक्कीच भावतं.'

मिळालेल्या सवलतींमुळे एजंट्स नक्कीच सुखावले होते, परंतु मेरीपुढे अजून एक समस्या कायम होती. शनिवार आणि रविवार या दोन्ही दिवशी सकाळी आणि रात्री काम करायला सगळेच नाखूश असायचे. 'अचानक' आजारी पडणं, ही नित्याची बाब होती. कॅन्सास शहराच्या सॅटलाइट सेंटरमध्ये आणि लेनेक्सा या कॅन्सासच्या उपनगरातील कॉलसेंटरमध्ये ही समस्या प्रकर्षाने जाणवत होती.

मेरीला आठवलं की, 'अचानक आजारी पडल्यामुळे अनेक जणांची गैरहजेरी असायची आणि त्याचा ताण कामावर पडायचा. आम्ही ठरवलेलं टार्गेट पूर्ण करणं अशक्य होऊन बसायचं. आमच्याकडे येणाऱ्या कॉलला उत्तर द्यायला आम्हाला किती वेळ लागतो, हाच आमच्या टार्गेटचा मुख्य निकष असतो.'

त्या उन्हाळ्यात स्प्रिंटनी 'मॅश' नावाचा एक कार्यक्रम राबवला. 'मॅनेजर्स अॅटॅक सर्व्हिस-लेव्हल हेडेक्स' म्हणजे प्राथमिक पातळीवर जाणवणाऱ्या अडचणी दूर करण्याकरता मॅनेजर्सना काय-काय करता येईल, याचा गोषवारा होता. त्याची सुरुवात करताना मेरी आणि तिच्या टीमनं एका रात्रीतून कॉलसेंटरचं रूप पालटलं. सगळीकडे सुरेख आरास केली. मॅश म्हणजे मोबाइल आर्मी सर्जिकल हॉस्पिटलमध्ये घालतात तसे खाकी शर्ट्स सगळ्यांना घालायला दिले. शिवाय जे कोणी ओव्हरटाइम करायला राजी होते, त्या 'सगळ्यांना' खास भेटी दिल्या. ठिकठिकाणी सीलिंगला

चक्क सलाइनच्या बाटल्या अडकवल्या. त्याच्या बाजूला ओव्हरटाइमची नोंद करण्यासाठी चार्ट्स लावले. रिमोट कंट्रोलवर चालणाऱ्या खेळण्यांच्या साहाय्याने सुपरवायझर्स आपल्या स्टाफला अधून-मधून चक्क कॅडबरी, चॉकलेट्स या भेटी पाठवू लागले. अनेकदा उत्स्फूर्त स्पर्धा घेऊ लागले.

तिथल्या कर्मचाऱ्यांच्या चेहऱ्यावरची वैतागाची जागा आता हसण्याने घेतली. आपल्या सर्व्हिस सेंटरचं ध्येय प्राप्त करण्यासाठी सगळ्यांनी जोमाने प्रयत्न करायला सुरुवात केली.

'आमच्या प्रयत्नांना यश मिळतंय याची खातरी पटू लागली. आम्हाला आमच्या एजंट्सकडून छोट्या-छोट्या चिठ्ठ्या मिळू लागल्या. आमच्या या वेगवेगळ्या प्रयत्नांमुळे त्यांना किती मजा येते आहे, काम करायला त्यांना किती आवडू लागलंय, आपण कामावर कधी पोहोचू याची उत्सुकता कशी वाढू लागली आहे, अशा भावना त्यातून आमच्यापर्यंत पोहोचत होत्या. आम्ही सातत्याने असे प्रकार चालू ठेवावेत असंच सगळ्यांना मनापासून वाटत होतं.' मेरीनं माहिती दिली. 'खरंतर काय आणि कसं करायला हवं याची अंत:प्रेरणा आम्हाला होतीच; पण त्या प्रेरणेला मूर्त रूपात आणायला, वास्तवात राबवायला जे धैर्य हवं होतं, ते कुठेतरी कमी पडत होतं. एजंट्सच्या या छोट्या-छोट्या चिठ्ठ्यांनी आमचं धैर्य उंचावायला मदत झाली.'

चैतन्यपूर्ण 'सहेतुक' सहभाग!

१९९८च्या ऑगस्टमध्ये लोरी आणि मेरीनं फिश! फिल्म बघितली. 'हाच तर आपलाही प्रयत्न आहे, नाही का?' त्या दोघींनीही एकदमच म्हटलं. मासे विकण्याच्या त्याच त्या रटाळ, तापदायक कामाला त्या विक्रेत्यांनी, व्यापाऱ्यांनी एक आगळं-वेगळं खेळकर रूप दिलं होतं. त्यातून मध्ये-मध्ये सुखद आश्चर्याचे धक्के होते. जाणूनबुजून ग्राहकांना चिडवणं, उचकवणं होतं; ग्राहकांकडून मस्करी करून घ्यायची तयारी होती आणि या साऱ्यामध्ये कुठेही ओंगळवाणं असं काहीच नव्हतं. प्रसन्न थट्टेची अनुभूती होती. साऱ्या व्यापाऱ्यांची एकजूट होती. हे फिश मार्केट 'माझं' आहे, हा आपलेपणा होता. त्यामुळे 'सांगितलं तर करू' ही वृत्ती नव्हती. झटून काम करण्याची वृत्ती होती. आपल्या ग्राहकांना गुंतवून ठेवण्यासाठी ते सातत्याने काहीतरी 'नवीन' शोधत होते.

मार्केटमध्ये वापरल्या जाणाऱ्या नवीनतम युक्त्या आणि क्लृप्त्या या निरुद्देश तर नव्हत्याच, उलटपक्षी वास्तवाचं भानदेखील राखलं जात होतं. एका क्षणी हातातल्या माशाचं डोकं चलाखीने फिरवून ते ग्राहकाकडे फेकणारा विक्रेता,

पुढच्याच क्षणाला तितक्याच तन्मयतेनं त्या ग्राहकाने केलेली सर्व मागणी ऐकून ती पुरवत असे. दिवस जणू पंख लावल्यागत पसार होत असे आणि विक्रीदेखील तडाखेबंद होत असे.

लोरी आणि तिच्या टीमनं जर फिश! फिलॉसॉफी काही वर्षांपूर्वीच राबवली असती, तर कदाचित एजंट्सनी 'हे एक नवीन फॅड' म्हणून ती हसण्यावारीसुद्धा नेली असती. आता आणखी यांच्या डोक्यातून काय कल्पना येतात याबद्दल थट्टादेखील केली असती. सुपरवायझर डोना जेन्किन्स सांगू लागली, 'पण आता परिस्थिती खूप बदलली आहे. आम्ही प्रत्येक वेळी नवीन काहीतरी देतो आहोत आणि 'द्यायचं आणि रद्द करायचं' हा पायंडा पडू दिलेला नाही. त्यामुळे आमच्या एजंट्सना आमच्या नेतृत्त्वाबद्दल खातरी वाटू लागली आहे.'

फिश!चा प्रभाव म्हणून की काय, पण कॉल सेंटर्सनी एकदम फिश!सारखी सजावट केली. आपली कार्यप्रणाली कशी असावी आणि असेल हे दर्शवणारे तक्ते जागोजागी लावले गेले. आपल्या टीमच्या या नवीन बांधिलकीला उत्तेजन देण्याकरता सुपरवायझर्स चक्क मासेविक्रेत्यांची जॅकेट्स घालून सगळीकडे फिरू लागले, सगळ्यांना प्रोत्साहित करू लागले.

पण याहून महत्त्वाचं म्हणजे त्यांनी जाणीवपूर्वक, मन:पूर्वक फिश!ची तत्त्वं अंगीकारली. मेरीला आठवलं, 'आम्ही चक्क प्लॅस्टिकचे गळ आणि दोऱ्या आणल्या होत्या. प्रत्येक कर्मचाऱ्याला एक-एक जोडी देण्यात आली. एखाद्या एजंटनी उत्तम ग्राहककेंद्रित सेवा दिली की, सुपरवायझरकडून अशा एजंटला एक रंगीत कागदी मासा दिला जाई. शिवाय तो मासा त्याला का दिला जातो आहे, याचा विशेष उल्लेख त्या माशावर केलेला असे. असं कौतुक वाचल्याने सातत्याने तसंच वागण्याची प्रवृत्ती अंगी बाणली जाऊ लागली.

यात अजून गंमत येण्याकरता आम्ही दर तीन महिन्यांनी छोटीशी फिश!टूर्नामेंट घेऊ लागलो. तीन महिन्यांत वाटले गेलेले सर्व मासे फिश टँकमध्ये एकत्र करायचे आणि तुमच्या नावाचा मासा निघाला की, मग तुम्हाला चक्क मॅग्नेट लावलेला फिशिंग रॉड घेऊन मासेमारी करता यायची, जिथे मासे वेगवेगळ्या बक्षिसांच्या स्वरूपात असत. हा खेळ सगळ्यांना प्रचंड आवडला. त्यामुळे त्याची परिणती अधिकाधिक चांगलं काम करण्यात झाली, हे वेगळं सांगायला नको, नाही का?'

'सर, आत्ताचा हा कॉल तुम्हाला आमच्याकडून भेट आहे!'

स्प्रिंटच्या सर्व सेंटर्समध्ये फिश!ची चारही तत्त्वं पूर्णपणे राबवली जातात. त्यांच्या नेहमीच्या प्रशिक्षणाचा ते एक भाग बनले आहेत, हे समजावून सांगताना

लोरी म्हणाली, 'जेव्हा एखादा एजंट खूप चांगली सर्व्हिस देतो, तेव्हा आम्ही त्याचं कौतुक करताना 'लागला मासा गळाला' असं म्हणतो आणि जेव्हा एखादा कस्टमर सर्व्हिसवर नाखूश असतो, तेव्हा आम्ही म्हणतो, 'अरेरे, मासा पळाला!'

दैनंदिन कामकाजाला थोडीशी आनंदाची, विनोदाची झालर देताना त्यात ग्राहकांनादेखील सहभागी करून घेतलं जातं. एकदा आमच्या एका ग्राहकाला ८०० सिरीजचा नंबर लावून हवा होता, तेही कलेक्ट कॉलच्या स्वरूपात. तेव्हा आमचा एजंट म्हणाला, 'सर, आजचा हा कॉल तुम्हाला आमच्याकडून भेट आहे,' डॉननं सांगितलं.

'एकेक दिवस ग्राहकांकडून मोठ्या प्रमाणावर तक्रारी ऐकू येतात. खरंतर आमची सर्व सिस्टिम पूर्णत: स्वयंचलित आहे. मात्र जेव्हा सिस्टिममध्ये एखादा प्रॉब्लेम येतो, तेव्हा कॉल एजंट्सकडे जातात. अशा वेळेस ग्राहक वैतागलेले असण्याची शक्यता जास्त आहे,' मेरी म्हणाली.

ऱ्होंडा लिंच म्हणाली, 'आपल्या आवाजाची पट्टी सगळ्यात अधिक परिणामकारक असते. तुम्ही खोटं-खोटं लाडे-लाडे बोलाल, तर तुमचा नाटकीपणा लगेचच कळून येतो. पण वैतागलेल्या ग्राहकाशी बोलताना तुम्ही मनापासून दिलगिरी व्यक्त केली आणि त्यांच्यासमोरची समस्या दूर करण्यासाठी प्रयत्न करण्याची त्यांना खातरी दिली, तर त्यांनाही समाधान वाटतं. त्यांचं वैतागणं कमी होतं.

'काही ग्राहकांचं मात्र या खातरीनंदेखील समाधान होत नाही,' मार्शिआ लीबोल्डनं देखील संभाषणात भाग घेतला. 'ते इतके जास्त वैतागलेले असतात की, आपल्याशी संवाद साधणारे एजंट्स किती आनंदी, उत्साही आहेत, याकडे त्यांचं जराही लक्ष नसतं. पण तरीही आम्ही आमच्या उत्साहावर, आनंदावर परिणाम होऊ देत नाही. आम्हाला त्यांच्याकरता जे काही करता येईल ते आम्ही करतोच. त्यांच्यावर आमच्या चांगल्या मनोवृत्तीचा सकारात्मक परिणाम होत असावा. कारण कॉल संपता-संपता 'तुमच्याबरोबर बोलून खूप छान वाटलं,' असं ग्राहक आम्हाला चक्क म्हणतात.

काही जणांना खूप एकटं वाटतं म्हणून ते आम्हाला फोन करतात. विशेषत: वयस्क लोकांना एकटेपणा खायला उठतो. त्यांच्या बोलण्यावरून आमच्या लक्षात येतं की, त्यांना स्वत:चं म्हणावं असं कुणीच उरलेलं नसतं. अशा लोकांचे कॉल्स जोडत असतानाच ते आमच्याशी संवाद साधायचा प्रयत्न करतात. आता तसं पाहायला गेलं, तर प्रत्येक कॉल लवकरात लवकर संपवून पुढचा कॉल घेणं आम्हाला गरजेचं असतं. पण तरीदेखील आम्ही अशा ग्राहकांशी किमान

दोन-चार वाक्यं बोलण्याचा प्रयत्न करतो, त्यांचं ऐकून घेतो, त्यांना आयुष्याची चांगली बाजू समजावून, दाखवून देण्याचा प्रयत्न करतो. त्यांच्याबद्दल आपुलकी वाटणारं कोणीतरी आहे, याची जाणीव करून देतो.'

दिवसभरात शेकडो कॉल येत असतात, त्या प्रत्येकाला क्षण दोन क्षण हवे असतात. अर्थात, यातला तोच-तोचपणा आम्हालाही जाणवतो, नाही असं नाही. परंतु आम्ही विचार करतो की, कदाचित पुढचा कॉल वेगळा असेल आणि हा 'तोचतोचपणा' संपेल. एखादी नात आपल्या आजारी आजीशी किंवा एखादा व्यावसायिक आपल्या बायको-मुलांशी संपर्क साधू इच्छित असेल,' लॉरीनं पुष्टी जोडली.

'अशा वेळेस कधी-कधी जीवन-मरणाच्या उंबरठ्यावरचा एखादा कॉल येतो. एकदा असं झालं की, घरात एकट्याच असलेल्या एक आजी पडल्या. त्यांना हलणंदेखील कठीण झालं होतं,' ऱ्होंडाला आठवलं. 'कसाबसा तिनं आम्हाला फोन लावला, पण तिला स्वत:चा पत्ता सांगताच येत नव्हता; मग ९११ला इमर्जन्सी फोन लावणं तर दूरच.

तिचा ठावठिकाणा शोधण्यासाठी मी आणि एका एजंटनी जवळजवळ अर्धा तास घालवला. तिचा फोन ज्या भागातून आला होता, तिथल्या पोलीस आणि फायर डिपार्टमेंटला फोन लावून आम्ही तिचा ठावठिकाणा शोधायला लावला. तोवर अजून एक एजंट त्या आजीशी फोनवर संवाद साधत राहिली, तिला शांत करायला मदत करत राहिली. मला वाटतं, ती न्यू यॉर्कमध्ये होती. पोलिसांना तिच्या घराचं दार तोडूनच प्रवेश करावा लागला. पण इतकी यातायात केल्याने तिचा जीव वाचला हे महत्त्वाचं, नाही का? त्या दिवशी मी घरी पोहोचले ते अतीव समाधानात.' ऱ्होंडानी बोलणं संपवलं.

हसतमुख चेहरे

लेनेक्सा सेंटरमध्ये शुक्रवार-शनिवार काम करण्यास इच्छुक लोकांची उणीव प्रकर्षाने जाणवत होती. यावर कसा आणि कोणता तोडगा काढावा हे मला आणि माझ्या सुपरवायझर्सना समजतंच नव्हतं,' मेरी म्हणाली. आमचे बरेचसे कर्मचारी १८ ते २४ या वयोगटातले असतात. ते अननुभवी असतात, त्यामुळे इतरांना नको असलेल्या कामाच्या वेळा त्यांच्या माथी मारल्या जातात. या तरुण पिढीला शुक्रवार-शनिवार काम न करावंसं वाटणं स्वाभाविकच आहे, नाही का? सगळेच धमाल करण्याच्या मूडमध्ये असतात. त्यात तरुण कसे मागे राहतील?'

हे कारण लक्षात आल्यावर मेरीनं तिच्या ऑफिसमधली स्टिरिओ सिस्टिम

कॉल सेंटरमध्ये आणून बसवली. इतक्या मोठ्या ऑफिसमध्ये सगळ्यांना ऐकू जावं म्हणून आवाजसुद्धा खूप मोठा ठेवावा लागला. सुरुवातीला एवढ्या मोठ्या आवाजामुळे स्टिरिओच्या आसपास बसायला कोणीच तयार नसायचं. पण लवकरच कॉल सेंटरचं चित्र पालटलं. कॉल्सच्या मधल्या वेळात किंवा कधी-कधी तर कॉल प्रोसेसिंग चालू असतानासुद्धा एजंट्स मधल्या मोकळ्या जागेत नाचाच्या दोन-चार स्टेप्स करायला सरसावू लागले. साऱ्या तरुणाईची पावलं थिरकू लागली.

जेम्स व्हाइट म्हणाला की, म्युझिक सिस्टिम लावण्याच्या अगोदर जेव्हा-जेव्हा आम्हाला वैताग आणणारा कॉल यायचा, तेव्हा-तेव्हा आमचा उरलेला दिवस अगदी वाईट जायचा. मन मोकळं करायला, मनातल्या भावनांना वाट करून द्यायला वावच नसायचा. पण जेव्हापासून आमचं सेंटर संगीतमय झालं आहे ना, तेव्हापासून हा प्रश्नच सुटला. मन स्वाभाविकपणे संगीतात रमतं. आधीच्या कॉलचा ताण विसरणं सोपं होतं. अशा वेळेस तुम्ही जेव्हा पुढचा कॉल घेता, तेव्हा वैतागाचा मागमूसदेखील उरत नाही. नव्यानेच सुरुवात केल्यासारखं वाटतं.'

म्युझिक सिस्टिम लावल्यावर मेरी आणि तिच्या टीमनं सुरुवातीचे काही दिवस सगळ्या कॉल्सकडे बारकाईने, जातीने लक्ष दिलं. 'संगीताच्या पार्श्वभूमीवर कॉल स्वीकारल्यामुळे कस्टमर्सची प्रतिक्रिया काय असू शकते, याची आम्हाला जरा काळजीच वाटत होती. पण गंमत म्हणजे या टोकाला चाललेल्या सुरावटींमुळे आमचे एजंट्स उत्साहात, आनंदात होते. हाच उत्साह त्यांच्या स्वरात जाणवत होता आणि पलीकडच्या टोकाला असणाऱ्या कस्टमर्सना सुखावत होता.' मेरीच्या स्वरात एजंट्सबद्दलचा अभिमान जाणवत होता.

लेनेक्सा सेंटरकडे त्या दरम्यान फक्त एक तक्रार आली. एका रात्री उशिरा एका महिलेचा फोन आला. कॉलच्या दरम्यान मध्येच काहीतरी शंका येऊन तिनं विचारलं की, 'तुमच्या सेंटरवर काय पार्टी वगैरे चालली आहे का? मला तुमच्या सुपरवायझरशी बोलायचं आहे.'

सुपरवायझरनं फोन घेतला. त्या स्त्रीनी पुन्हा विचारलं, 'काय चाललं आहे तिथे? मला तर वाटतंय की, पार्टी चालली आहे की काय!' तिच्या स्वरात आशंका होती.

सुपरवायझरनं शांतपणे उत्तर दिलं, 'मॅडम तुम्हाला वाटतंय ते खरं आहे. शुक्रवारी आणि शनिवारी रात्री जेव्हा सगळं जग धमाल करत असतं, तेव्हाही तुमच्यासारख्या असंख्य कस्टमर्सना सेवा पुरवणारे लोक लेनेक्सा कॉल सेंटरमध्ये काम करत असतात. त्यांचा ताण कमी व्हावा, त्यांना काम करताना मजा

वाटावी यासाठी आम्ही इथे या कॉलसेंटरमध्ये संगीताची बहार उडवून दिली आहे. मॅडम, तुम्हाला या संगीतामुळे त्रास झाला असेल, तर त्याबद्दल मी दिलगिरी व्यक्त करते. पण खरं सांगायचं तर आमच्या कर्मचाऱ्यांबद्दल आम्हाला प्रेम वाटतं. त्यांची कदर करणं हे आमचं कर्तव्यच आहे. म्हणूनच आम्ही त्यांच्यासाठी या प्रकारे संगीत चालू ठेवतो.'

'काय सांगताय काय? तुम्ही तुमच्या कर्मचाऱ्यांकरता हे असं काही तरी करताय?' ती स्त्री म्हणाली. त्यानंतर दोन-चार क्षण फोन अगदी शांत होता. मग फोन बंद करायच्या आधी ती म्हणाली, 'मला तुमच्या विचारांचं कौतुक वाटतंय.'

त्याचा उपयोग झाला नाही तर?

मेरी म्हणाली, 'हेच जर दोन वर्षांपूर्वी घडलं असतं तर? सगळ्यांची माफी मागत आम्ही म्युझिक सिस्टिम बंदच करून टाकली असती. समजा आमच्या एजंट्सनी त्याबद्दल तक्रार केली असती, तर कुणी सांगावं हा सगळा प्रकारच आम्ही थांबवला असता.

परंतु स्प्रिंटमध्ये आज वेगळंच वातावरण आहे. 'अनुभवातून शिका आणि अनुभव घ्यायला कचरू नका.' पूर्वी आम्ही जेव्हा-जेव्हा काही नवीन करून पाहायचं ठरवायचो, तेव्हा सगळे म्हणायचे 'नको, नको! नाही जमलं तर आपल्याच माथी खापर फुटेल आणि कायमची टीका ऐकून घ्यावी लागेल.' हा दोष स्वीकारण्यापेक्षा काही न केलेलं बरं, अशीच आमची मनोवृत्ती झाली होती. त्यामुळे मळलेल्या पायवाटांपेक्षा इतर कुठेही पाऊल न पडू द्यायची जबाबदारी आम्ही घेत होतो. म्हणजे खरंतर काहीच करत नव्हतो.

पण आज आमची मानसिकता बदलली आहे. त्यामुळेच आम्ही म्हणतो, 'करून तर पाहू या!' फार फार तर काय होईल की, अपेक्षित परिणाम साधला जाणार नाही, कदाचित जे करतो आहोत त्यात थोडा बदल करावा लागेल. पण त्यातून काहीतरी चांगलं साध्य होणार असेल तर काय हरकत आहे?

मग एक दिवस मेरीनं मोठ्ठं खोकं भरून खेळणी आणली. त्यात काही बॉल्स होते, काही डिस्क होत्या, काही प्राणी होते. अगदी मऊ-मऊ, हलके, स्पंजपासून बनवलेले आकर्षक रंगाचे. ते सॉफ्ट-टॉईज पाहून सगळे खूष झाले. अर्थात, मेरीच्या मनात धाकधूक होतीच, 'मी हे खेळ आणले तर आहेत, पण... कुणाला लागलं, काही नुकसान झालं तर...? कर्मचारी संघटनेनी पराचा कावळा केला तर? पण मग आम्ही म्हटलं की, आज आपण आपल्या सेंटरचं वातावरण

बदललं आहे. सगळ्यांनाच आपल्या जबाबदारीची जाणीव आहे, त्याचं भान आलं आहे. त्यांच्यावर विश्वास ठेवायलाच हवा ना! आणि समजा, अगदी काही झालंच तर या सॉफ्ट टॉईजची रवानगी सेंटरच्या बाहेर करता येईल की! त्यात काय एवढं मोठं?

त्यामुळे आता झालं आहे असं की, इथे काम करणारे सगळे जण क्षणोक्षणी लहान मुलांसारखे वागतात. एकमेकांच्या अंगावर सॉफ्टटाईज फेकतात, खोड्या काढतात. तरुण पोरांना तर फुटबॉल म्हणजे पर्वणीच वाटते, विशेषकरून उत्तररात्री... डोळ्यावरची झापड उडवणं सोपं झालंय. गेल्या तीन वर्षांत या सॉफ्ट टॉईजमुळे कधीच कुठली तक्रार आली नाहीए. हां, आता कधीतरी खोड्यांचा, फेकाफेकीचा अतिरेक होतो म्हणा... पण सावरतातदेखील लगेचच.'

मग मेरीनं लेनेक्सा सेंटरमध्ये टीव्हीचा भलामोठा स्क्रीन बसवला. 'फुटबॉल सीझन सुरू झाला की, टीव्ही खऱ्या अर्थानं उपयोगी पडतो. शिवाय बेसबॉलदेखील असतोच. शुक्रवार-शनिवार कॉलसेंटर सांभाळणाऱ्या एजंट्सच्या दृष्टीनं ही तर पर्वणीच आहे. टीव्ही स्क्रीन लागल्यानंतरच्या दुसऱ्याच आठवड्यात एका एजंटनी एक व्हीडिओ फिल्म पाहायला-दाखवायला आणली.'

त्यानंतरच्या सोमवारी मेरी ऑफिसमध्ये पोहोचली आणि तिनं नेहमीप्रमाणे मेल बघायला सुरुवात केली. त्यातल्या एका मेलनं तिचं लक्ष वेधून घेतलं. शुक्रवार-शनिवार काम करणाऱ्या एजंट्सपैकी एकाची ती मेल होती. त्याने लिहिलं होतं, 'मेरी, आमच्या हातून एक चूक झाली आहे. आम्ही काल एक सिनेमा दाखवला, पण त्यामध्ये एक 'सीन' इथे दाखवण्यायोग्य नव्हता. बहुधा आता आमचं व्हीडिओ बघणं बंद होऊ शकतं.' ते वाचून मेरीला हसू आलं. 'बहुधा कॉल्सप्रमाणेच व्हीडिओजवरदेखील लक्ष ठेवावं लागणार आहे की काय?' एवढाच विचार तिच्या मनात आला.

'खरंच, सकारात्मक वातावरणामुळे किती फरक पडतो, नाही का? अन्यथा एरवी ज्या गोष्टींवर बंधनं घालावी लागली असती, नियमावल्या तयार कराव्या लागल्या असत्या, त्या आपसूकच बंद होतात. नित्य नवीन काहीतरी शिकणे, येणाऱ्या अडचणींवर मात करणे, उपाय शोधून काढणे या छोट्या-छोट्या वाटणाऱ्या गोष्टींमधूनच उत्साही वातावरण कायम राहतं, लोकांना समरसून योगदान द्यावंसं वाटतं.'

लेनेक्स सेंटरसाठी तर संगीत हा अविभाज्य भाग झाला आहे जणू. अर्थात, यामध्येही आवडीनिवडी असतातच म्हणा. सगळ्या लोकांना एकाच प्रकारचं संगीत कसं आवडणार बरं? त्यावर उपाय म्हणून सगळ्या प्रकारच्या संगीताच्या सीडीज आणल्या गेल्या आणि त्या आलटून-पालटून लावल्या जाऊ लागल्या. प्रत्येक

वेळेस कोणाच्यातरी आवडीचं संगीत लागलेलं असतंच. आणि गंमत म्हणजे, यामुळे इथल्या सगळ्यांना अनेक प्रकारचं संगीत ऐकायची संधी तर मिळते आहेच, शिवाय दुसऱ्याच्या आवडीला प्राधान्य देण्याची सवयही आपसूकच अंगवळणी पडते आहे. कधी-कधी विविधतेत एकता साधता येते ती अशी.

वावड्या उठवणं

'काय, कधी, कसं, कुठे करावं या जंजाळातून थोडीशी सुटका करण्यासाठी स्प्रिंटमध्ये पूर्वी एक मजा केली जात असे.' हे सांगताना लॉरीच्या आवाजातला उत्साह लपत नव्हता. 'आम्ही सगळ्यांना सूचना द्यायचो की, 'येत्या शुक्रवारी दुपारी ठीक एक वाजता धम्माल होणार आहे. अर्थात, हे असं सांगणं म्हणजे एकप्रकारे कबुलीजबाबच असे की, इतर वेळी धम्माल नसते किंवा करायची नसते.'

पण आता मात्र स्प्रिंट कॉल सेंटरमधलं चित्र पालटलं आहे. इथे कोणत्या क्षणी काय मजा अनुभवायला मिळू शकेल, हे सांगता येत नाही; विशेषत: शुक्रवार-शनिवारच्या रात्री. यामध्ये मुख्य पुढाकार असतो तो मॅनेजर्स आणि सुपरवायझर्सचा. ३१ डिसेंबरच्या संध्याकाळी मेरीनं तर कमालच केली.

ती ऑफिसमध्ये आली ती चक्क लहान बाळाच्या अवतारात. एरवीदेखील ती अनेकवेळा एजंट्सना त्यांच्या जागेवरून उठवून त्यांच्याबरोबर वेगवेगळे डान्स करते. 'कस्टमर्सचे फोन घेत असताना आम्ही ऑफिसमध्ये काय-काय धम्माल करतो आहोत, हे त्यांनी पाहिलं ना तर ते अगदी चकितच होतील. मला तर असं वाटतं की, बहुधा ते सगळेच आमच्या या वेगवेगळ्या उपक्रमांत सहभागी होतील. हं! आजकाल आम्ही डान्स करत नाही. त्याच-त्याच प्रकाराचा कंटाळा आलेला दिसतोय; पण हरकत नाही. आता नव्याने काहीतरी, निदान वेगळा डान्स करायला सुरुवात करावी म्हणते!' मेरीच्या स्वरातला मिश्किलपणा लपत नव्हता.

लॉरी म्हणाली, 'दर आठवड्याला आम्हीच एखादी नवीन वावडी उठवायचो, विशेष करून शुक्रवार-शनिवारबद्दल. आपसूकच एजंट्समध्ये चर्चा व्हायची, 'ए, काहीतरी खास आहे बरं का, यायला विसरू नकोस.' आपोआपच उपस्थिती अधिक नियमित होऊ लागली.

एका शुक्रवारी संध्याकाळी मेरीनं चक्क डिस्कोचे मोठे, झगझगीत, रंगीत बॉल कॉल सेंटरमध्ये टांगले. आणि मग काय विचारता! दोन दिवस-रात्री वेगवेगळ्या डिस्को म्युझिकची लयलूट होती. सगळ्यांना ते इतकं आवडलं होतं की, मेरीनं

अजून दोन मोठे डिस्को बॉल्स टांगले. 'हे बॉल्स काही सारा वेळ फिरत नाहीत. वातावरणात कंटाळा जाणवू लागला की, आम्ही ऑफिसमधले लाईट्स बंद करून डिस्कोलाईट्स चालू करतो आणि मग संगीताच्या तालावर तरुणाईला थिरकू देतो,' मेरीनं सांगितलं.

'कधी-कधी एजंट्स चक्क 'बिंगो' खेळतात. अशा वेळी त्यांचे सुपरवायझर्स नंबर दाखवायचं काम करतात. ज्या एजंटचं बिंगो पूर्ण होतं, त्याला चक्क १५ मिनिटांची सुट्टी मिळते. अशा वेळेस सुपरवायझर्स स्वत: त्याचे किंवा तिचे फोन कॉल्स सांभाळतात. याचा दुहेरी फायदा आहे. एक तर एजंटला हवाहवासा ब्रेक तर मिळतोच शिवाय सुपरवायझर्सदेखील नवीन तंत्रज्ञानाशी परिचित होतात,' मेरी पुढे म्हणाली.

फ्लोरिडा येथील जॅक्सन व्हिले येथील स्प्रिंट कॉल सेंटरमध्ये एका सुपरवायझरनं चक्क 'एक आनंदी दिवस' या नावाने नवीन उपक्रम सुरू केला. ती प्रत्येक कस्टमर-एजंट स्टेशनला महिन्यातून किमान एकदातरी भेट देऊ लागली. या प्रत्येक भेटीच्या वेळी ती रंगीबेरंगी, चित्रविचित्र कपडे घालून जायची आणि 'मी आऽऽऽऽले!' अशी आरोळी ठोकायची. चार जुलैला – अमेरिकेच्या स्वातंत्र्यदिनी – तर तिनं चक्क चमकत्या निळ्या टिकल्यांचा, लाल झालर लावलेला ड्रेस घातला होता. तिच्या हॅटमध्ये अनेक ठिकाणी अमेरिकेचे ध्वज लटकत होते.

अर्थात, या सगळ्या गमतीजमतीमुळे पुष्कळदा मॅनेजर्सना काळजी वाटू लागते. फिनिक्स सेंटरचंच पाहा ना! एका रात्री, साधारण दहाच्या सुमारास तिथल्या मॅनेजरला – डॉन फ्रीमनला वाटलं की, आपल्या सेंटरवरचा हल्लागुल्ला बहुतेक कस्टमर्सच्या कानावर पडतोय. मग त्याने अनेक एजंट्सचे अनेक कॉल्स ऐकायला सुरुवात केली. एक-एक कॉल ऐकता-ऐकता तो अगदी थक्क होऊ लागला.

'कॉल ऐकताना मला कुठेही गोंगाट, गदारोळ ऐकू येत नव्हता. एकसुरी *'स्प्रिंट नमस्कार मी आपली काय सेवा करू'* हे वाक्य ऐकू येत नव्हतं. त्याऐवजी अतिशय मन:पूर्वक, उत्साही स्वरात विचारलेलं, *'स्प्रिंट. नमस्कार! मी आपली काय सेवा करू?'* हे वाक्य ऐकू येत होतं. ते ऐकून माझ्या मनावरचा भार हलका झाला. मी ताबडतोब माझ्या ऑफिसमधून बाहेर पडलो आणि एजंट्सना भेटलो. त्यांच्यापर्यंत माझा आनंद, माझ्या भावना पोहोचवल्या. त्यांच्याबद्दल मला वाटणाऱ्या शाश्वतीची जाणीव त्यांना होऊ दिली.'

त्यानंतर डॉन वरचेवर एल्व्हिसच्या वेषात गिटार घेऊन कॉल सेंटरवर येऊ लागला. दिवसपाळी व रात्रपाळी अशा दोन्ही वेळेस तो कॉल सेंटरवर असायला

हवा, अशीच सगळ्यांची धारणा होऊ लागली. त्याने फिनिक्स सेंटरचा कायापालट केला. त्याला एखाद्या कॉफी हाउसचं रूप दिलं. ठिकठिकाणी बसायला कोच, खेळायला पूल टेबल्स अशी सोय केली. इंटरनेटची निवड करताना हायस्पीडला प्राधान्य दिलं. फिनिक्स सेंटरमध्ये कामाला येणाऱ्या एजंट्समध्ये अधिकतर विद्यार्थी होते, ॲरिझोनामधून येणारे. डॉननं केलेल्या कायापालटामुळे या सगळ्यांची गळती तर थांबलीच, पण आता ते सगळे जण बहुतेक वेळा त्यांच्या ठरलेल्या वेळेच्या आधीच येऊ लागले. सहजच! त्यांना आवडलेल्या त्या जागी थोडा अधिक वेळ घालवता यावा म्हणून.

विचार करा की, स्प्रिंट कॉल सेंटरमध्ये मॅनेजर्स आणि सुपरवायझर्सनी सगळ्यांना सांगितलं असतं की, 'हसत-खेळत एकत्र काम करा,' पण स्वत: मात्र सगळ्यातून अलिप्त राहिले असते, सक्रिय सहभाग दिला नसता, तर काय झालं असतं? यावर बोलताना ऱ्होंडा म्हणाली, 'आम्ही प्रयत्न तर नक्कीच केला असता, पण त्याचबरोबर आम्हाला सातत्याने वाटत राहिलं असतं की, अरे! आपली पुच्छप्रगती तर होत नाहीये ना? हल्ली तर अनेकदा असं होतं की, आम्ही सगळे इतके व्यस्त असतो की, खेळायचा, मजा करायचा विचार करायलाही फुरसत नसते. पण तरीही आमचं मन आश्वस्त असतं की, 'वेळ झाला की, आम्ही धम्माल करणारच आहोत.'

तुम्हीही माणसंच आहात की!

स्प्रिंट कॉल सेंटरमध्ये सुंदर वातावरणनिर्मिती केली गेली होती. मात्र, या मौजमस्तीमध्ये भाग घेण्याची जबरदस्ती कोणावरच नसायची. याबद्दल खुलासा करताना मेरी म्हणाली, 'कधी-कधी एखाद्याचं डोकं दुखत असतं, त्याला शांततेची गरज असते, कुठलाही आवाज नकोसा होतो, अगदी गाण्याचादेखील! काही-काही जण तर कॉल स्वीकारताना चक्क अभ्यासदेखील करत असतात. अशा लोकांसाठी आम्ही खास वेगळी व्यवस्था केली आहे. आमच्या मुख्य हॉलच्या समोरच्या बाजूला यासाठी काही खोल्यांची व्यवस्था आहे. ज्याला जितका वेळ वाटेल तितका वेळ या खोल्यांत बसून काम करता येतं.

लॉरीला काही वेगळं सांगायचं होतं – 'आमच्यापैकी काही जणांना वाटतं की, काम आणि धमाल यांचा मुळीच संबंध नसतो. काम करताना फक्त कामच करायचं असतं. हं, आता हा 'जनरेशन गॅप'चा परिणाम असू शकतो किंवा ती त्यांची मानसिकतादेखील असेल. पण असेही अनेक जण आहेत, ज्यांना हसत, मजा करत कामाचा आनंद घ्यायला आवडतं. आणि आनंद वाटण्याकरता

केवळ दंगा, मस्ती, गाणी, नाच, धमाल असंच काही असायला हवं असंही नाही. स्वत:च्या नातवंडांसाठी किंवा शेजारच्या बाळासाठी विणकाम केल्याने कुणाला आनंद मिळतो. आपल्या प्रिय व्यक्तीकरता एखादं चित्र रंगवायला कुणाला जास्त आवडू शकतं. शेवटी ही ज्याची त्याची आवड आहे. मुद्दा एवढाच आहे की, आपल्याला आनंद आणि समाधान वाटणे आणि या सुंदर भावना आपल्यामार्फत ग्राहकांपर्यंत पोहोचणे.'

अशा या उत्साहाने भारलेल्या वातावरणामध्ये जेव्हा एखादा कॉल अगदी 'परफेक्ट' साधला जातो, तेव्हा मग सुपरवायझर्सदेखील मोकळेपणी दाद देतात, शाबासकी देतात. अर्थात, हे करताना काहीतरी अभिनव पद्धत अंमलात आणतात. कौतुकाची ही देवाणघेवाण स्वाभाविकत: कॉलसेंटरमधील सगळ्यांच्या समोर होत असते. त्यामुळे आपल्या सहकाऱ्याच्या यशात सगळे जण सामील होतात. त्यांच्या चेहऱ्यावरदेखील कौतुक आणि आनंद दिसून येतो. एवढंच नाही, तर त्यांच्या स्वरातून हा आनंद ग्राहकापर्यंत झिरपतो.'

आपण जेव्हा आपली सेवा समोरच्यापर्यंत पोहोचवत असतो, तेव्हा जणू आपणच त्या सेवेतून प्रतिबिंबित होत असतो. आणि म्हणूनच प्रत्येक कॉल सेंटरमध्ये दर महिन्याला एजंट्सच्या कामकाजासंदर्भात सर्वेक्षण केलं जातं. आपापल्या कस्टमर्सशी त्यांची संवादाची देवाणघेवाण योग्यप्रकारे होत आहे किंवा नाही याचा अदमास घेतला जातो.

मेरीनं यासंदर्भात अगदी छान माहिती दिली. 'पूर्वी आमच्याकडे एक फॉर्म होता. एजंट्सनी कस्टमर्सशी बोलताना काही ठराविक वेळा 'सॉरी' आणि 'थँक यू' म्हणणं अपेक्षित असे. त्याबरहुकूम म्हटलं आहे की नाही, याची नोंद या फॉर्मवर होत असे. जर ठराविक संख्येपेक्षा कमी वेळा 'सॉरी-थँक यू'चा उच्चार झाला असेल, तर चक्क पॉइंट्स कापले जात. यामुळे आमचे एजंट्स किती वैतागत असतील याची कल्पना न केलेलीच बरी. आम्ही भयंकर किचकट आहोत असंच त्यांना वाटत असणार.'

त्यावर उपाय म्हणून स्प्रिंटने आपल्या सर्व एजंट्सकडून फीडबॅक फॉर्म भरून घेतला. चांगल्या, बऱ्या, सामान्य कॉल्सकरता निकष ठरवून घेतले.

'अर्थात याचा अर्थ एजंट्सना मनमानी करायला मोकळं रान मिळालं असा नक्कीच नाही. त्यांच्या वागण्यामध्ये नम्रता असायलाच हवी. मात्र त्यांचे कामाचे तास एकसुरी होणार नाहीत याकडे आम्ही लक्ष देतो. हे काम करत असताना त्यांचा शंभर टक्के सहभाग त्यामध्ये असावा, हाच आमचा प्रयत्न असतो. कळसुत्री बाहुल्यांप्रमाणे न वागता सजगपणे त्यांचा प्रतिसाद यावा, यावर आमचा भर असतो. अनेक वेळा ठराविक छापाची उत्तरं चपखलपणे लागू होतात असंही

नाही.' मेरी पुढे म्हणाली.

या सर्व प्रक्रियेमध्ये स्प्रिंटने छापील उत्तरांची उचलबांगडी केली. त्याऐवजी आत्मीयता आणि आपुलकीनी संवाद साधला जाऊ लागला. 'आता तर असं होतं की, मेरी काहीतरी गंमतशीर प्रकार करते. परवा तर ती चक्क चेहऱ्यावर डुकराचं नाक लावून आली होती. अशा वेळेस तिच्याकडे बघून आम्हाला अतिशय हसू येतं. आमच्या बोलण्यातून आमचं हसू कस्टमरपर्यंत पोहोचतं. म्हणूनच ते आम्हाला म्हणतात की, तुम्हीदेखील माणसंच आहात हे जाणून खूप छान वाटतं!' मार्शिया म्हणाली.

आई, तुला झालंय तरी काय?

स्प्रिंटच्या वार्षिक नेतृत्त्व सभेला लोरी लॉक्हार्ट मासा बनून आली होती. तिला खूप मजा वाटत होती, आनंद मिळत होता. एल्व्हिस आणि एल्व्हिस गर्ल्सबरोबर तिनं नाचदेखील केला. 'अरेच्चा! या सगळ्यामुळे मला किती छान वाटतं आहे. माझ्यातील अंगभूत नेतृत्त्व-गुणांबद्दल मला खातरी वाटू लागली आहे. मी जशी आहे तशी वागू शकते आहे आणि त्यामध्ये कोणाला काही वावगं वाटत नाहीये. उलट, माझ्या या पारदर्शीपणाचे फायदेच मला दिसत आहेत.' हा विचार लोरीच्या मनात रुंजी घालत असतानाच तिला साक्षात्कार झाला. 'म्हणजे मी माझ्या कामाची सांगड फिश! फिलॉसॉफीशी घातली आहे. हेच मी घरी केलं तर...?'

त्या रात्री ती घरी परतली तेव्हा तिच्या चेहऱ्यावर रोजच्या थकव्याचा, त्राग्याचा मागमूसदेखील नव्हता. 'मी दारात पाऊल ठेवताच माझ्या मुलींना माझ्यातील हा बदल तत्काळ जाणवला. त्या म्हणाल्या, 'आई, तुला झालंय तरी काय?' मी त्यांना म्हटलं की, आज जणू माझा पुनर्जन्म झाला आहे. इथून पुढे मी आई म्हणून अधिकाधिक चांगलं होण्याचा प्रयत्न करीन. तुमच्याबरोबर धमाल करीन. आपलं आयुष्य आपण छान, मजेत घालवू या. आता मुली म्हणतात की, आई, तू आधीसुद्धा छानच होतीस, पण आता मात्र अधिक छान झाली आहेस.' माझ्यातला बदल जाणवण्याइतका होता.'

त्यानंतर दुसऱ्या सकाळी कामावर निघण्याची तयारी करतानाच लोरीनं स्वत:मध्ये अधिक जाणीवपूर्वक बदल केला. खरंतर सकाळची ही वेळ तिच्याकरता विशेष ताणाची असे. घड्याळ्याच्या काट्याच्या तालावर नाचण्याची कसरत करताना तिचा जीव अगदी मेटाकुटीला येत असे. पण त्या सकाळी तिनं विनोदाचा, हास्याचा प्रसन्न शिडकावा केला. परिणामत: तिच्या मुली जेव्हा नेहमीप्रमाणे

तिला निरोप द्यायला तिच्या गाडीपर्यंत आल्या, तेव्हा त्यांच्या चेहऱ्यावरच्या वैतागाची जागा प्रसन्न हास्याने घेतली होती. ती निघताना त्या एकसुरात म्हणाल्या, 'आई, तुझ्यामुळे आज आमचा दिवसदेखील अगदी मस्तच जाणारे. कारण आमच्या दिवसाची सुरुवात तू खूप छान केली आहेस.'

'मुलींचे हे शब्द ऐकले आणि मला पण खूप छान वाटलं. आजवर न जाणवलेला संतोष अनुभवता आला. आता मात्र आम्ही साऱ्यांनी ठरवलंय की, लहानसहान खुसपटं काढून रोजच्या जगण्यातली मजा घालवायची नाही. माझा नवरा पॅट्रिक तर म्हणालाय की, 'सांगा कसं जगायचं'पेक्षा 'सांगतो कसं जगायचं' हे ठरवलं, तर जगणं सुखद होतं. आनंदाने जगण्याचा त्याचा जाणीवपूर्वक निर्णय फक्त त्यालाच नाही, तर आमच्या कुटुंबालाही सुखावून गेला आहे. हल्ली तर घराची साफसफाई करतानासुद्धा पॅट्रिक नाचत-गात असतो.'

आत्मीयता आणि सर्जनशीलता

स्प्रिंट कॉल सेंटरमध्ये साऱ्यांना आपली मतं मांडण्याचा अधिकार होता. त्याबद्दल बोलताना ऱ्होंडा लिंचला हसू फुटलं. आपल्या बोटांनी एक-दोन इंचाचं अंतर दाखवून ती म्हणाली, 'आमच्या कंपनीमध्ये मुक्तद्वार होतं, पण एका मर्यादेपर्यंतच. त्यामुळे त्या दाराचा बंदिस्तपणाच प्रकर्षाने जाणवत असे.'

आजच्या घडीला ही परिस्थिती पूर्णपणे पालटली आहे. कॉल सेंटरचे एजंट्स खऱ्या अर्थाने हे सेंटर चालवत आहेत. 'हल्ली कोणताही निर्णय घेताना, मोठा बदल घडवताना आम्ही चारही बाजूंचा सारासार विचार करतो आणि महत्त्वाचं म्हणजे आमचे एजंट्स आमच्या विचारप्रक्रियेचा भाग असतात,' मेरी म्हणाली.

प्रत्येक कॉल सेंटरमध्ये फीडबॅकसाठी स्वतंत्र प्रणाली असते. लोरीची तर स्वतःची फीडबॅक साईटही आहे. तिच्या कामाच्या स्वरूपाबद्दल इतरांची काय मतं आहेत, हे ती आवर्जून जाणून घेते. कधी-कधी तर ही मतं बोचरीसुद्धा असतात. परंतु अंधारात तीर मारून स्वतःच घायाळ होण्यापेक्षा डोळसपणे घाव झेलणं यात खरी समयसूचकता असते. त्यामुळे नुकसान न होता फायदाच होतो. शिवाय 'आपण नक्की काय आणि कसं करायला हवं आहे' हेदेखील तिला नीट समजून घेता येतं.

कॉल सेटरचं रोजचं काम अधिकाधिक चांगलं व्हावं, यासाठी तिथले एजंट्सदेखील प्रयत्नशील असतात. याबद्दल बोलताना लोरी म्हणाली, 'तीन वर्षांपूर्वी कुणीही एजंट नवीन कल्पना घेऊन समोर येत नसे. कामाची पद्धत

आणि दर्जा सुधारणं हे जणू त्यांच्या अखत्यारीत नव्हतंच. परंतु आज मात्र परिस्थिती पालटली आहे. एजंट्स गटागटाने आणि उत्स्फूर्तपणे भेटायला येतात, नवनवीन कल्पना मांडतात, उत्साहाने वावरतात, आनंदाने काम करतात. आजमितीला 'ग्राहकांचा संतोष आणि कामातून समाधान' हे आमच्या कॉल सेंटरचे परवलीचे शब्द बनले आहेत. आमच्या एजंट्सच्या अनेक कल्पनांमुळे आमचे लाखो डॉलर्स वाचले आहेत.'

फिनिक्समध्ये डॉन फ्रीमन आपल्या एजंट्ससमवेत वरचेवर सल्ला-मसलत करतो, त्यांची मतं जाणून घेतो. अशा वेळेस हे एजंट्स चक्क स्प्रिंटचे बोर्ड मेंबर्स असतात. यामुळे कॉलसेंटरची कामाची पद्धत जाचक न वाटता उत्साहवर्धक आणि पोषक अशी बनते.

नेतृत्त्वाचा विचार केला तर व्यवस्थापकीय तंत्रामध्येदेखील आमूलाग्र बदल झालेला दिसून येतो. म्हणूनच लोरी तिच्या सेंटरमधल्या एजंट्सबरोबर अंदाजपत्रक, स्पर्धा, अधिकतम-न्यूनतम किमती, नफा-तोटा अशा सर्व विषयांवर चर्चा करते. तिला भेडसावणाऱ्या, तिची झोप उडवणाऱ्या समस्यांबद्दलदेखील ती त्यांच्याशी मोकळेपणाने बोलू शकते.

काही वर्षांपूर्वी अशी परिस्थिती होती की, कॉलसेंटरमध्ये येणाऱ्या अडचणी, जबाबदाऱ्यांबद्दल तिथल्या एजंट्सना ना खंत होती ना खेद. ते स्वतःच्या अंगाला काहीही लावून घेत नसत. परंतु आता तशी परिस्थिती नक्कीच नाही. लोरी विश्वासाने म्हणते, 'अलीकडे सेंटरच्या प्रत्येक विभागामध्ये एक प्रकारची जागृती आली आहे. आर्थिक बाब असो की ग्राहकसंबंधात निर्णय असो, त्यात एजंट्सचा सक्रिय सहभाग असतो. इतकंच नाही, तर आता स्वतःच्या कार्यशैलीमध्ये अनुकूल बदल करण्याची तयारी एजंट्स दर्शवतात आणि अंगीकारतात. आपण या सेंटरमध्ये जे योगदान देतो त्याचा सेंटरच्या व्यावसायिक यशापयशावर कसा परिणाम होतो, हे एजंट्सना योग्य प्रकारे उमगलं आहे.'

स्प्रिंटने आपल्या एजंट्सना निर्णय-प्रक्रियेत सामील करून घेतल्यामुळे त्यांच्यामधील सर्जनशीलतेला नित्य नवे धुमारे फुटू लागले. मेरी म्हणाली, 'यांच्यातील अनेकांना तर आपल्या ठायी काही विशेष क्षमता आहे, याची जाणीवदेखील नव्हती. पण जेव्हा त्यांना लक्षात आलं की, त्यांच्या कल्पनाशक्तीला आमच्याकडून कुठलाही लगाम घातला जात नाही, तेव्हा ते आपसूकच विचार करू लागले. त्यांच्या नकळत त्यांच्या मनातील एक कप्पा उघडला. नवनवीन कल्पना आकार घेऊ लागल्या. वैचारिक मंथनाला सुरुवात झाली. परिणामतः अतिशय अनोखे, सुंदर, आचरण्याजोगे उपाय समोर आले. ते प्रभावीपणे राबवले जाऊ लागले. प्रत्येकाच्या ठायी असलेल्या सुप्त जाणिवा सजग झाल्या – अगदी नवल वाटावं

अशा पद्धतीने.'

व्यवस्थापन आणि कर्मचाऱ्यांमधलं अंतर मिटत गेलं. वातावरण अधिकाधिक उल्हसित होत गेलं. स्वाभाविकच आहे हे, नाही का?

लोरी म्हणते, 'आज आमच्या सेंटरमध्ये सगळ्यांनाच हा विश्वास वाटतो की, लोरी काय किंवा मेरी काय किंवा दुसरा कोणी सुपरवायझर काय, आपल्या कल्पनांना बाहेरची वाट नाही दाखवणार. उलटपक्षी, आपले विचार ऐकले जातात, अमलात आणले जातात. आणि तसं करणं शक्य नसेल तर त्याची कारणं आपल्याला दिली जातात.'

डोना जेन्किन्स तिथे सुपरवायझर म्हणून काम करते. ती म्हणते की, 'या भूमिकेत वावरताना आमच्या प्रत्येक कर्मचाऱ्याप्रती शंभर टक्के सजगता राखणं, हे आम्हा साऱ्यांचं आद्य कर्तव्यच आहे.'

मार्शिया लीबोल्ड ही स्प्रिंटमध्ये एजंटचं काम करते. तिचं म्हणणं तर आहे की, 'स्प्रिंट हे आम्हाला आमचं कुटुंब वाटतं. इथल्या व्यवस्थापनाशी आम्ही आता जोडले गेलो आहोत.' तिचं हे विधान प्रातिनिधिक तर आहेच, शिवाय अतिशय खरंदेखील.

हा विश्वासच आता भविष्यकाळाची गुरुकिल्ली बनला आहे. मेरी म्हणते, 'आजकाल तर आमच्याकडे चुटकीसरशी बदल घडून येतो. ते पाहून आम्हीच अचंबित होतो. कारण आत्ता-आत्तापर्यंत बदल करणं ही आमच्यासाठी एक प्रचंड तापदायक बाब होती. बदलाला सामोरं जाण्याची कुणाचीच तयारी नसायची. बदल म्हणजे उलथापालथ हे जणू समीकरणच झालं होतं.

आजच्या युगात या उलथापालथीमध्ये वेळ घालवणंदेखील शक्य नाहीये. मात्र, कर्मचाऱ्यांच्या मनात विश्वासाची भावना जितकी अधिक मूळ धरेल, तितकी त्यांना कंपनीची खातरी वाटू लागेल. आणि मग आम्हाला बदल करण्याचे निर्णय चटकन घ्यावे लागले तरी त्याची अंमलबजावणी विनासायास करता येईल. हे अनुभवाचे बोल आहेत.'

ऑक्टोबर १९९९मध्ये स्प्रिंट आणि एनसीआय वर्ल्डकॉम या दोन्हींच्या एकत्रीकरणाचा प्रस्ताव पुढे आला. 'त्यासंदर्भात आम्ही आमच्या एजंट्सशी सातत्याने संवाद साधत होतो. त्यामुळेच जेव्हा प्रत्यक्ष घोषणा करण्याची वेळ आली, तेव्हा कुठल्याही स्तरावर अनिश्चितता, धास्ती अशा प्रकारच्या नैराश्य दर्शवणाऱ्या भावना जाणवल्या नाहीत. उलट, आम्ही आमच्या कर्मचाऱ्यांबरोबर कंपनीच्या मोठ्या टीव्हीवर व्यापारविषयक बातम्यांमध्ये ही बातमी एकत्रित बघितली.' – इति मेरी.

काही कारणास्तव हे एकत्रीकरण होऊ शकलं नाही, ही गोष्ट अलाहिदा.

परंतु, त्या दरम्यानच्या आपल्या एजंट्सच्या क्रिया-प्रतिक्रियांचं मेरीला कौतुक वाटलं. ती म्हणते की, 'हीच बाब काही वर्षांपूर्वी घडली असती, तर कंपनीत नुसता गदारोळ झाला असता. शंका-कुशंकांनी साऱ्यांना घेरलं असतं. प्रचंड असुरक्षिततेचं वातावरण निर्माण झालं असतं. परंतु विश्वासाचं अनोखं नातं तयार झाल्याने अनिश्चिततेचा प्रश्नच उद्भवला नाही. माझ्या मनातदेखील प्रसन्न शांतता नांदत होती.'

'हुंकार' आणि मग...

स्प्रिंटच्या सर्व्हिस ऑपरेशनचे व्हाइस प्रेसिडेंट गॅरी ओवेन्स यांनी लेनेक्सा कॉलसेंटरला मेरीच्या सांगण्यावरून भेट दिली. त्यावेळेस मेरीनं कॉलसेंटरचा कायापालट केला होता. जिकडे तिकडे डिस्को बॉल्स दिसत होते. दणदणीत म्युझिक सिस्टिम बसवली होती. मोठा टीव्ही स्क्रीन लावला होता. सेंटरमध्ये प्रवेश करण्याआधी तिनं गॅरीला थांबवून म्हटलं, 'गॅरी, मी सेंटरमध्ये बरेच बदल केले आहेत हे लक्षात ठेव, नाहीतर उगाचच तुला हृदयविकाराचा एखादा झटका यायचा.' आत शिरल्यानंतर गॅरीनं बराचवेळ हुंकाराशिवाय कुठलीच प्रतिक्रिया व्यक्त केली नाही.

सगळीकडे फिरून झाल्यावर मेरीनं त्याच्यापुढे कामकाजाचे संख्यात्मक विश्लेषण मांडले. त्या सेंटरनं प्रत्येक विभागामध्ये उद्दिष्ट तर प्राप्त केले होतेच, पण अनेक ठिकाणी ओलांडलेदेखील होते. ग्राहकसेवा, उत्पादकता, ग्राहकांची संख्या या प्रत्येक ठिकाणी भरभराट दिसत होती. 'सेंटरमध्ये डिस्को बॉलसाठी परवानगी मागितली असतीस ना, तर मी ती तुला कधीच दिली नसती. परंतु तुझ्या या उपायांमुळे मिळालेलं यश इतकं झगझगीत आहे की, मला तक्रारीला वावच नाही' अशी कबुली गॅरीनं मेरीला दिली, अर्थात सेंटरला भेट दिल्यानंतर काही महिन्यांनी.

'याची देही याची डोळा' इतकं घवघवीत यश पाहिल्यानंतर आपसूकच गॅरीनं संपूर्ण संस्थेचा कायापालट केला. त्याकरता त्याने लॉरीच्या टीमची मदत घेतली. गॅरीनं संस्थेच्या घोषवाक्यामध्येदेखील बदल केला – *'ग्राहकांशी संवाद साधताना आम्ही त्यांना आदर्शवत अनुभव तर देतोच, परंतु त्याच वेळी आमच्या कामातून आनंददेखील मिळवतो.'*

स्प्रिंट ग्लोबल कनेक्शन सर्व्हिसेसमध्ये कामाचा संख्यात्मक दर्जा सातत्याने उंचावत होता. पहिल्या वर्षी तर ग्राहक गळतीचं प्रमाण २५ टक्क्यांनी कमी झालं होतं. नंतर ते अजून कमी होऊन स्थिरावलं आहे. आता त्यांचे ग्राहक

कमी होण्याचं प्रमाण अगदीच नगण्य आहे.

मेरी म्हणते, 'आमच्याकडे अनेक जण असे आहेत ज्यांना संस्थांतर्गत अधिक चांगला पगार मिळू शकतो. परंतु आमच्या युनिटचं वातावरण त्यांना इतकं आवडतं की, त्यांनी अधिक पगार मिळणारा विभागदेखील नाकारला.'

कॉल सेंटरची उत्पादनक्षमता तोवर खरंतर उत्तम होती. १९९७ ते २००१ या दरम्यान तिच्यामध्ये २० टक्क्यांनी वाढ झाली. स्प्रिंट कॉल सेंटरला अनेक 'ग्राहक संतोष बक्षिसं' मिळाली. आता त्यांचा गट दरवर्षी अधिकाधिक उच्च ध्येय ठरवतो आणि ते प्राप्तदेखील करतो.

आपल्या कॉलसेंटरला सातत्याने प्रगतीपथावर ठेवण्यासाठी मेरी आता अधिक दक्ष असते. ती आताही सगळीकडे हिंडून जातीने लक्ष देते. 'पूर्वी असं फिरत असताना अनेक नाराज चेहरे आणि तक्रारीचे सूर, कुजबुज कानी पडे. पण मी त्या सगळ्याला चक्क चाळण्या लावत असे. 'रोज मरे त्याला कोण रडे' अशी काहीशी ती अवस्था होती. परंतु आज मात्र परिस्थिती नेमकी विरुद्ध आहे. एखादा नाराज चेहरा, कपाळावरची आठी, हलकीशी कुजबुज मला विशेष सतर्क करते. कारण आज आमच्या कार्यशैलीमध्ये आमूलाग्र बदल झाला आहे. त्यामुळे या सर्व बाबींकडे मी यत्किंचितही दुलर्क्ष करत नाही. उलटपक्षी तत्काळ तिथल्या तिथे परामर्श घेते. आमचं सेंटर प्रगतीपथावर वेगाने पुढे जात आहे, याचीच ती खूण आहे. नाही का?' मेरी म्हणाली.

तत्त्वज्ञान आचरणात आणताना

पूर्वी मेरी हॉगनच्या पर्समध्ये वेगवेगळे रिपोर्ट्स असायचे. पण हल्ली त्यांची जागा वेगवेगळ्या वस्तूंनी घेतली आहे. तिच्या पर्समध्ये एखाद्या रंगकर्मीला आवश्यक अशा नाना गोष्टी असतात. दर दिवशी सेंटरच्या पायऱ्या चढताना ती जणू एखाद्या रंगभूमीच्या पायऱ्या चढत असते. मग एखाद्या दिवशी ती गमतीदार दिसणाऱ्या कुत्र्या-मांजराच्या डिझाइनच्या चपला घालून फिरते, तर कधी अचानक एखादं गाणं सुरू करते. कधी-कधी पटकन कोणाला उठवून नाच करायला सुरुवात करते.

मेरीच्या म्हणण्यानुसार, 'मी या कॉलसेंटरच्या कामात गेली ३७ वर्षं सेवा दिली आहे. आपली इच्छा असेल, तर आपला कसा कायापालट होऊ शकतो, याचं 'मी' चालतं-बोलतं उदाहरण आहे. अनेक वर्षांपूर्वीच्या माझ्या कामकाजाच्या पद्धतीचा अंशदेखील आता माझ्या ठायी नाही. माझ्या कार्यपद्धतीत संपूर्ण बदल झाला आहे. माझ्याकरता ही एक उल्लेखनीय बाब आहे. कारण त्यामुळेच

माझ्यामधील माणुसकीचं अस्तित्व इतरांच्या निदर्शनास आलं आहे. मी जशी आहे तसंच स्वत:ला आता व्यक्त करू शकते. त्यात काही लपवालपवीचा भाग उरलेला नाही. माझ्या अंतरात्म्याचा आवाज सहजच सर्वांना ऐकू येतो. कारण माझं खळखळून हसणं हाच माझा आतला आवाज आहे. आता मी नित्य हसत असते.'

खरंतर मेरीच्या कर्तृत्वामुळे तिला वरिष्ठ पद सहजच मिळत होतं. परंतु ते तिनं नाकारलं. 'गेली काही वर्षं या जागेतून इतकी भरभरून ऊर्जा मिळाली आहे ना की, आता इथून कुठे वेगळीकडे जावंसं वाटतंच नाही. शिवाय, ज्या पद्धतीने आम्ही इथे काम करतो आहोत, त्याबद्दल मनात प्रचंड आवड उत्पन्न झाली आहे.

'ही प्रगती करत असताना आम्ही अनेक सीमारेषा नव्याने आखल्या आणि ओलांडल्यादेखील. आमचा व्यवसाय अधिकाधिक पूर्णत्वाकडे नेण्याकरता वाट्टेल त्या सीमारेषा ओलांडण्याची आमची तयारी आहे. तसंही तुम्ही जेव्हा एखाद्या साहसी मोहिमेवर निघता, तेव्हा सुरक्षिततेचं कवच झुगारल्याशिवाय पुढे पाऊलदेखील टाकता येत नाही. तिथे परवानगी घेण्याचा प्रश्नच उद्भवत नाही. तसं पाहिलं तर, कमी-अधिक प्रमाणात आपल्या प्रत्येकाचं एक प्रभावक्षेत्र असतं. प्रश्न असतो तो या क्षेत्रामध्ये आपण कितपत उंचावरून उडी मारायचं धारिष्ट्य करतो याचा.

'स्टार ट्रेक' सिरीयल आठवतेय ना? आजवर जिथे कुणीही गेलं नाहीये अशा ठिकाणी पोहोचण्याचा हा आमचा धीट प्रयत्न आहे.'

गोष्टी लहान खऱ्या!

आठवणी :

तुम्ही आनंदात, मजेत काम करू शकणार नाही अशी कुठलीच जागा नाही. तुम्ही म्हणाल की, मग 'फ्युनरल होम्स'चं काय? तर मग ही गोष्ट ऐकाच. एका फ्युनरल डायरेक्टरनं ती पाठवली आहे.

'ते कुटुंब स्वत:च्या दु:खात मग्न, विदीर्ण होऊन बसलं होतं. फ्युनरल डायरेक्टरनं त्या सगळ्यांना आपल्याभोवती गोळा केलं. त्याने सुचवलं की, गेलेल्या त्या व्यक्तीबद्दलच्या, म्हणजे त्यांच्या आईच्या सुखद आणि आनंददायी आठवणी त्या सर्वांनी सांगाव्यात. आणि खरंच त्या आठवणी सांगताना व ऐकताना त्या सगळ्यांनाच हसू फुटलं.

आईनं त्यांच्या आयुष्यात निर्माण केलेल्या आनंदाच्या व प्रेमाच्या आठवणी मनात साठवून, एका डोळ्यात हसू आणि दुसऱ्या डोळ्यात आसू घेऊन आणि तिचा मृत्यू स्वीकारून ते सगळे तिथून बाहेर पडले.'

मुलांचे सहज फर्राटे

सामान्यत: फ्लिप चार्ट म्हटलं की, चटकन डोळ्यांसमोर 'पांढऱ्यावर काळं' केलेला कागद येतो. एका महिलेनं ठरवलं की, आपल्या फ्लिप चार्ट्सना थोडे रंग बहाल करायचे. ही जबाबदारी तिनं आपल्या मुलांवर सोपवली.

क्रेयॉन्सच्या साहाय्याने मुलांनीदेखील रंगांची उधळण करून त्या फ्लिपचार्ट्सना आकर्षक केलं. तिच्या सहकाऱ्यांनी सप्तरंगी फ्लिप चार्ट्सचं जोरदार स्वागत

केलं. तिचं प्रेझेंटेशन साऱ्यांना अधिकच भावलं.

हा काय खट्याळपणा?

जॉन ख्रिस्टेन्सेन एकदा एका मोठ्या दुकानात खरेदी करायला गेले होते. खरेदी करून झाल्यावर चेकवर सही करण्यासाठी त्यांनी काउंटरवरचं पेन हातात घेतलं. परंतु हातात घेताक्षणीच त्या पेननं उडी मारली. पुन्हा त्यांनी पेन पकडलं, तर पुन्हा तोच अनुभव. काउंटरवरच्या कॅशियरचा हा मिश्किलपणा होता. पेनला बांधलेली दोरी तो हळूच ओढत होता. त्यामुळे पेन कधी नुसतंच वळवळ करायचं, तर कधी उड्या मारायचं. जॉनना खूप हसू आलं. कॅशियरदेखील हसण्यात सामील झाला. जेव्हा-जेव्हा जॉन या दुकानात जातात, तेव्हा या आठवणी त्यांच्या मनात जाग्या होतात. आपसूकच अशा प्रकारच्या अनुभवांची ते वाट पाहू लागतात. मात्र, हल्ली ते स्वतःचं पेनदेखील बाळगतात...

मजा हाच गाभा

आपल्या मासे-व्यापाऱ्यांमुळे प्रेरित होऊन एका हॉस्पिटलच्या व्यवस्थापनाने 'खेळ' हा आपल्या कार्यशैलीचा पाया सुनिश्चित केला. त्यांच्या घोषवाक्याचा काही भाग असा आहे की, 'आमच्या ग्राहकांच्या अपेक्षा वाढाव्यात याच दृष्टीनं आमचा प्रयत्न असेल. त्यास्तव आमच्याकडचं वातावरण मजेचं आणि अनुकंपेचं असेल.' दर्जा, अनुकंपा, एकता, सुसंघटन, सचोटी आणि मजा हीच तिथली मूलभूत मूल्य आहेत.

या हॉस्पिटलच्या प्रत्येक कार्यात मजा आणि उत्पादकतेची सांगड घातलेली आहे. म्हणूनच 'बीच पार्टी'च्या दिवशी अनेक पेशंट्स एकमेकांसमवेत बीच बॉलनं खेळतात. हा खेळ म्हणजे आपल्या थेरपीचा एक भाग आहे, हे त्यांच्या गावीदेखील नसतं. थेरपी रूममध्ये ते कधीच एवढा उत्साह दाखवत नाहीत. मजेची जोड दिली तर कंटाळवाण्या गोष्टीदेखील किती सहजसुंदर होतात ना?

काही चेहऱ्यांवर हास्य फुलवा

'हसत-खेळत सहभाग' हे ऐकायला छानच वाटतं. पण जर तुम्ही एखाद्या प्रचंड यंत्र बनविण्याच्या कारखान्यात कामाला असाल तर? सुरक्षा हा तेथील सर्वांत महत्त्वाचा भाग असेल तर? कारण मुळातच ज्या कृतीमुळे कुणाची सुरक्षा धोक्यात येऊ शकते, तिथे हसत-खेळत सहभाग ही चुकीची गोष्ट आहे.

एवढंच नाही, तर त्यातून बेफिकिरीही प्रकट होते. परंतु तरीही अतिशय धोकादायक अशा जागीदेखील वातावरणामध्ये आल्हाद आणणं शक्य आहे.

अशाच एका अवजारनिर्मितीच्या कारखान्यामध्ये डिसेंबर महिन्यात दिसणारं हे चित्र आहे. संपूर्ण कारखान्याभोवती असणाऱ्या कुंपणावर तिथले कर्मचारी चमचमणाऱ्या लहानशा दिव्यांच्या माळा सोडतात. मग मशीनचालक तिथे असलेले बेंच आणि नळ फुलांच्या माळांनी सजवतात.

म्हणूनच हे लक्षात घ्यायला हवं की, हसत-खेळत सहभागासाठी सतत काहीतरी कृती केली गेली पाहिजे असं नाही. खरंतर ती एक मनोवस्था आहे आणि आपण जी वातावरणनिर्मिती करतो, तिचा प्रभाव आपल्या मनोवस्थेवर पडणं अगदी स्वाभाविकच आहे, नाही का?

आज मी कोण आहे?

इंटरव्ह्यू म्हटला की, भल्याभल्यांनाही घाम फुटतो. अस्वस्थता शिगेला पोहोचते. तरीदेखील या इंटरव्ह्यूला सुसह्य करण्याचं काम करणारी एक जण आहे. एका प्रसिद्ध युनिव्हर्सिटीमध्ये ती एम्प्लॉयमेंट कन्सल्टन्ट म्हणून काम करते. उमेदवारानी कोणत्या पदासाठी अर्ज केला आहे हे लक्षात घेऊन ती त्यानुसार तयार होऊन येते.

बांधकामाच्या संदर्भातील इंटरव्ह्यू घ्यायला ती 'त्या' खास पिवळ्या हेल्मेटवजा टोपीसकट सर्व पोशाख करते. तिचा तो प्रसंगानुरूप – खरंतर पदानुरूप पोशाख पाहून मुलाखत द्यायला आलेल्या व्यक्तीची धाकधूक कमी होते. शिवाय हसत-खेळत सहभागाची जाणीवदेखील होते. लोक अशा ठिकाणी आकर्षिले तर जातातच, शिवाय त्यांची भरभराट व्हायलादेखील मदत होते.

सूत्रधार घटक

प्रत्येक कंपनी सर्वोत्तम कर्मचारी मिळवण्यासाठी प्रयत्न करत असते. पण उत्तम कर्मचारी कंपनीकडे कसे आकर्षिले जातात हे ऐकलं तर तुम्हालाही नवल वाटेल. कम्प्यूटरमध्ये विशेष प्रावीण्य असलेल्या एका तरुणाने एक कंपनी निवडली, कारण ज्या वेळी त्याने तिथे मुलाखत दिली, त्या वेळी एक 'खेळण्यातलं अवकाशयान' तिथे फिरत होतं.

तिथला पगार आणि इतर सुविधा फार आकर्षक होत्या असंही नाही. परंतु त्याला हे जाणवलं की, कंपनीमधील वातावरण खेळकर असल्याने तिथे काम करायला त्याला खूप मजा वाटणार होती.

☙ तुम्हाला जर 'क्वॅक-क्वॅक' ऐकायचं आहे, तर कृपया '७' बटण दाबा ☙

आपल्या कर्मचाऱ्यांना आकर्षित करायला तुम्ही काय-काय करू शकता? एका कंपनीमध्ये कर्मचारी वेगवेगळे फॉर्म्स वेगवेगळ्या रंगांत रंगवतात. एका कंपनीमध्ये तर टेलिफोनवरचे गमतीदार संवाद रेकॉर्ड करून ठेवले जातात. तिथे कामावर रुजू होऊ शकणाऱ्या संभाव्य उमेदवारांना हे संवाद ऐकवले जातात. त्यामुळे कंपनीमधील खेळकर वातावरणाची त्यांना कल्पना येते.

☙ अधिक मोकळं मैदान ☙

स्कीईंगकरता प्रसिद्ध असलेल्या एका मोठ्या रिसॉर्टची ही कथा. तिथल्या कर्मचाऱ्यांच्या मनात अनेक योजना होत्या. परंतु त्या कार्यान्वित करण्याआधी त्यांना जाणून घ्यायचं होतं की, त्यांना कितपत स्वातंत्र्य आहे. त्यांनी मुख्य कार्यकारी अधिकाऱ्याला आश्वासन दिलं की, जर त्यांनी मर्यादेचं उल्लंघन केलं तर ते खपवून घेऊ नये. पण त्यासाठी मुळात मर्यादा कोणत्या स्वरूपाच्या असणार आहेत हे ठरवणं अत्यावश्यक होतं. मुख्य कार्यकारी अधिकाऱ्याने सुरुवातीला जरा ताणूनच धरलं, परंतु कर्मचाऱ्यांनी त्याच्याकडे थोड्या अधिक विश्वासाची मागणी केली आणि ती मान्यदेखील झाली.

त्यानंतर मग परस्पर सहमतीने नियम बनवले गेले.

अर्थातच, स्कीईंग करायला येणाऱ्यांची सुरक्षितता हा सर्वांत महत्त्वाचा मुद्दा होता. आजमितीला त्या रिसॉर्टतर्फे नानाविध उपक्रम चालवले जातात. चक्क पर्वतावर काराओके स्पर्धा भरवल्या जातात.

मुलं मासे पकडण्यासाठी गळ टाकून बसतात. आपली मनपसंद जागा पकडायला मोठी माणसं चक्क नाचत जातात. तसं पाहिलं तर तो सर्व परिसर अतिशय नयनरम्य आहे आणि म्हणूनच त्या भागात मोठ्या प्रमाणावर स्कीईंग रिसॉर्ट्स आहेत. या सगळ्यामध्ये हे रिसॉर्ट उठून दिसतं आहे, ते केवळ ग्राहकांसाठी उपलब्ध करून दिलेल्या वैशिष्ट्यपूर्ण सोयींमुळे. त्यांच्या मनाला जखडणारे लगाम मोकळे सोडण्याचा हा एक प्रयत्न आहे.

तुमची मनं जखडलेली आहेत का?

त्यांनादेखील मोकळ्या मैदानाची गरज आहे का?

विभाग दोन-सौख्याची अनुभूती

दुसऱ्याला सेवा देण्याच्या उदात्त हेतूने तुम्ही कृती केलीत की, त्या क्षणाला हे जग अधिकाधिक उजळून निघेल.

जगप्रसिद्ध पाइक प्लेस फिश मार्केटमध्ये पहिल्यांदा पाऊल ठेवल्यावर तुम्हाला मनोरंजन-नगरीमध्ये प्रवेश केल्यासारखं वाटू शकतं. तुमच्या आजूबाजूने उडणारे मासे, आरडाओरडा, सुरात मिळवलेले सूर, ग्राहकांची थट्टा-मस्करी यामुळे वातावरण जणू भारल्यागत झालेलं असतं. मग तुमच्या लक्षात येतं की, हे मार्केट म्हणजे जणू एक रंगमंच आहे.

तुमच्या नकळत तुम्ही रंगमंचावरचं एक पात्र बनता. तिथले विक्रेते तुमचा अंदाज घेऊन तुम्हाला जोखत असतात, तुमच्याशी संवाद साधायला उत्सुक असतात. त्या मार्केटच्या संबंधात त्यांनी एक विशिष्ट ध्येय ठरवलेलं आहे. तिथून बाहेर पडताना तुम्ही जर सुखद आठवणी घेऊन बाहेर पडलात, तरच त्यांची ध्येयपूर्ती होईल. कदाचित तुम्ही तिथून काहीही न घेता रिक्त हस्तानी बाहेर पडाल, परंतु तुमच्या मनात मात्र तिथल्या स्मृती रुंजी घालत राहतील. या मधुर आठवणी इतरांना सांगायलादेखील तुम्हाला नक्कीच आवडेल. आपसूकच त्यांना मार्केटला भेट द्यावीशी वाटेल. अर्थातच, मार्केटमधून बाहेर पडताना ते नव्याने आठवणींची शिदोरी घेऊन बाहेर पडतील, इतरांना भेटतील, त्यांना सांगतील. आता हे इतर जण मार्केटला जातील... पाण्यावर तरंग पसरत जावेत तसंच काहीसं होईल. मार्केटचं नाव सगळीकडे होईल. अजून लोक, अजून स्मृती... याला अंतच नाही.

पाइक प्लेस फिश मार्केटने आज घवघवीत यश मिळवलेलं आहे. त्यांचं एक मर्मस्थान आहे. 'एका वेळेस एकच' मग भलेही पुनरुक्ती झाली तरी

चालेल. तिथे बसून मासे विकत राहणं हा मुळी त्यांचा उद्देशच नाहीये. एका वेळेस एकाकडे लक्ष पुरवून, हे जग त्याच्याकरता सुंदर बनवणं, हाच त्यांचा उद्देश आहे. आणि गंमत म्हणजे माशांची विक्रीदेखील तडाखेबंद होते.

माझा एक मित्र सीॲटलला भेट देणार होता. त्या निमित्ताने त्याला या मार्केटची ओळख करून देता येणार होती. अर्थात, तो त्याच्या व्यवसायासंदर्भात सीॲटलला येणार होता, परंतु मी त्याला सुचवलं की, इथे पोहोचल्यावर त्याने सर्वांत आधी या मार्केटमध्ये चक्कर टाकावी. त्याप्रमाणे गुरुवारी साधारण पावणेचारच्या सुमारास केन मार्केटमध्ये पोहोचला. तिथे गेल्यावर थोडा वेळ अंदाज घेत तो नुसताच उभा होता. तिथे जाणवणारी ऊर्जा आणि घडणाऱ्या घडामोडी या दोन्हींची अनुभूती त्याला येत होती. त्यामुळे त्याच्या मनात विचारांचे तरंग उठले, जे त्याच्या चेहऱ्यावर परावर्तित झाले आणि एक हलकंसं स्मित त्याच्या चेहऱ्यावर उमटलं. सॅमीच्या ते नजरेस पडलं आणि तो पुढे सरसावला.

'काय हवं आहे तुम्हाला?' अतिशय सौजन्यपूर्ण आवाजात सॅमीने विचारलं.

'या आठवड्याच्या शेवटी आमच्या संपूर्ण कुटुंबाचं गेट-टुगेदर आहे. मला वाटतं की, 'स्मोक्ड सालमन' सगळ्यांनाच आवडतील. तुमचं काय मत आहे?'

'तुम्ही अजून दोन-तीन प्रकारचे मासे घ्यावेत, असं मी म्हणेन.' सॅमीनी सुचवलं.

साधारण पाच-एक मिनिटांनी केनचा निर्णय झाला. त्याने तीन प्रकारचे सालमन निवडले. वजन आणि किंमत हे सोपस्कार पार पडले. केनने आपले क्रेडिट कार्ड सॅमीला दिले. ते कार्ड हातात घेऊन सॅमी क्रेडिट कार्ड मशीनपाशी स्वाइप करायला गेला. जाताना उत्साहात असलेला सॅमी क्षणार्धात गंभीर चेहरा करून परतला. हातामध्ये कार्ड तसंच धरलेलं होतं.

'अं... केन, म्हणजे दुसरं एखादं कार्ड आहे का?'

केनला लाजल्यासारखं झालं. क्षणभर तो भांबावला. कार्ड नाहीतर निदान पैसे तरी मिळतात का हे पाहण्यासाठी खिसे चाचपू लागला. सॅमी शांतपणे त्याच्या हालचाली न्याहाळत होता. खरंतर या साऱ्या कृतीला जेमतेम ५-१० सेकंदच लागले, परंतु केनला मात्र तो कालावधी प्रदीर्घ वाटला. मग सॅमी थोडासा पुढे होऊन म्हणाला, 'मला दुसरं कार्ड नको आहे, मी आपलं उत्सुकतेपोटी विचारत होतो.'

त्याचं हे स्पष्टीकरण ऐकून केन अवाक् झाला. तरीही, सॅमीचा मिश्किलपणा त्याच्या लक्षातच आला नव्हता.

सॅमी पुन्हा म्हणाला, 'केन, अरे मला दुसऱ्या क्रेडिट कार्डची गरज नाहीये. मला फक्त जाणून घ्यावंसं वाटलं की, तुझ्याकडे अजून एखादं कार्ड आहे का?'

आत्ता कुठे केनच्या लक्षात आलं की, सॅमी आपली चक्क 'खेचतो' आहे. क्षणभरापूर्वीच्या कासाविशीचा मागमूसदेखील त्याच्या चेहऱ्यावर उरला नाही. निखळ आणि प्रसन्न हसू त्याच्या चेहऱ्यावर दिसू लागलं. आपल्याला एक स्वच्छ, सुंदर, गमतीदार आणि अविस्मरणीय अनुभव आला आहे, हे त्याला जाणवलं. आजही केनला तो दिवस आठवला की, त्याच्या चेहऱ्यावर हसू पसरतं आणि हे ऐकणाऱ्यालाही हसायला येतं.

त्या क्षणी ऐकणारा ठरवतो की, या मार्केटला भेट द्यायलाच हवी. मग आठवणींची अजून एक शिदोरी तयार होते. इतरांच्यामध्ये वाटली जाते. पुन्हा काही पावलं मार्केटच्या दिशेनी वळतात. अधिक संपन्न अनुभव – आठवणी – वाटणी – भेटी हे चक्र पुढे-पुढे जातच राहतं. अनेक जण सौख्याच्या या लाटांवर सहजगत्या स्वार होतात.

त्या दिवशी केन त्या मार्केटमधून बाहेर पडल्यावर आम्ही तिथल्या लोकांना कल्पना दिली की, तो केन ब्लॅन्कार्ड होता – 'द वन मिनिट मॅनेजर'सारख्या कितीतरी पुस्तकांचा लेखक. 'कोण केन ब्लॅन्कार्ड?' ही त्यांची प्रतिक्रिया अतिशय बोलकी होती. आपल्या कुठल्याही ग्राहकाला त्यांनी ज्या आत्मीयतेनं वागवलं असतं, तीच आत्मीयता त्यांनी केनप्रती व्यक्त केली होती.

आपलं चित्त स्वतःमधून काढून घेण्याइतकं प्रभावी दुसरं काहीच नाही. स्वतःमध्ये रममाण होण्याऐवजी आपण इतर व्यक्तींशी कसे जोडले जाऊ, हा प्रश्न आपण स्वतःला विचारला पाहिजे. ही दुसरी व्यक्ती तुमच्या कुटुंबातील, ऑफिसातील, ग्राहकांपैकी कुणीतरी असू शकते.

खरंतर ती दुसरी 'कोणीतरी' असू शकते. ही व्यक्ती परिचित असणं महत्त्वाचं नसून, त्या व्यक्तीला सौख्याची अनुभूती देता येणं महत्त्वाचं आहे, हे लक्षात घ्या किंवा मग मार्केटमधला जस्टीन म्हणतो त्याप्रमाणे 'निदान त्यांचा एखादा क्षण तरी उजळावा.'

आता पुढे गाड्यांच्या डीलरशिपचे काम करणाऱ्या एकाची कथा तुम्हाला सांगणार आहे. आपल्या दुकानात येणाऱ्या प्रत्येक ग्राहकाची भेट अविस्मरणीय करण्याचं शिवधनुष्य त्याने लीलया पेललं आहे.

साधारणतः वाहनखरेदी म्हणजे प्रचंड झक्काझक्की असं एक समीकरण लोकांच्या मनात ठामपणे रुजले आहे. त्या पार्श्वभूमीवर दुकानात येणाऱ्या

प्रत्येकाची भेट सुकर करणं तसं जिकिरीचं काम आहे. परंतु रोचेस्टर फोर्ड टोयोटाच्या कर्मचाऱ्यांनी स्वत:च्या गरजांऐवजी ग्राहकांच्या गरजांकडे लक्ष द्यायचं ठरवलं आणि त्या अनुषंगाने आपसूकच त्यांची वागणूक बदलली. दुकानात येणाऱ्या प्रत्येकाकडे सुखद आठवणी जमा होऊ लागल्या.

सेवेसाठी कटिबद्ध: रोचेस्टर फोर्ड टोयोटा

रोचेस्टर फोर्ड टोयोटाच्या शोरूममध्ये कितीतरी प्रकारच्या गाड्या आहेत. परंतु रॉब ग्रेगरीचं लक्ष फक्त नॅस्कार (NASCAR – National Association for Stock Car Auto Racing) रेसिंग कारकडे आहे. जाहिरातीच्या दृष्टीनं ही गाडी त्याच्या शोरूममध्ये आलेली आहे. गाडी सुरू झाली की, तो म्हणतो, 'या गाडीचा आवाज तर ऐका!'

त्या आवाजांनी तो पार भूतकाळात, त्याच्या लहानपणीच्या रम्य आठवणींत पोहोचतो. उत्तर डाकोटा येथील ग्रँड फोर्क्समधला एक मुलगा ज्याला आपल्या वडिलांबरोबर गाड्या बघण्याची, निवडण्याची प्रचंड आवड होती. त्या वेळेस त्याच्या दृष्टीनं ती जगातील सर्वांत सुंदर गोष्ट होती.

जसजसा रॉब मोठा झाला तसतसं त्याच्या लक्षात आलं की, वेगवेगळ्या लोकांची वेगवेगळी मतं आहेत. सगळ्यांच्या दृष्टीनं 'गाडी खरेदी' ही सर्वांत सुंदर बाब नाहीये. उलटपक्षी दात काढून घेणं आणि गाडी विकत घेणं, यांपैकी एका गोष्टीची निवड करण्याची वेळ आली, तर बहुतांशी लोकं दातांच्या डॉक्टरकडे जाणं पसंत करतात.

१९८७ साली रॉबने ग्रँड फोर्क्समध्ये गाड्या विकणाऱ्याची नोकरी पत्करली. त्या वेळी त्याला वेस रिडेल भेटले. त्यांचे विचार तर वेगळे होतेच; परंतु त्यांचं राहणं, पोशाख हे सारं हॉलिवुडच्या काऊबॉयप्रमाणे होतं. वेस्टर्न जॅकेट्स आणि ठळक प्रिंटसचे टाय हा त्यांच्या पोशाखाचा अविभाज्य भाग होता. त्यांच्या कल्पना

भन्नाट होत्या. त्यामुळे त्यांचं वेगळेपण उठून दिसत असे. 'आपल्या या व्यवसायामध्ये प्रत्येक जण जे करत आहे, त्याच्या अगदी उलट आपण करायला हवं आहे, म्हणजे यश मिळेल,' हे त्यांचं वाक्य रॉबच्या आजही चांगलंच लक्षात आहे.

वेस रिडेलच्या मते, १० हा फार महत्त्वाचा आकडा होता. दहा वर्षांचं मूल उत्साहाने ओसंडून वाहत असतं. लोकांनादेखील दशकाचा ध्यास असतो. लग्नाचं दशक, नात्याचं दशक, कंपनीच्या भरभराटीचं दशक. पण व्यवसायाचा विचार करता या मार्गाची सुरुवात कशी करायची, हाच एक प्रश्न असतो. रिडेलच्या मते, प्रत्येक व्यवसायाच्या दृष्टीनं पाच महत्त्वाच्या बाबी आहेत – १) ग्राहकांचा उत्साह २) कर्मचाऱ्यांचं समाधान ३) नफा मिळवण्याची क्षमता ४) वाढती बाजारपेठ ५) सातत्याने सुधारणा. तसं बघायला गेलं तर ही प्रत्येक बाब अतिशय महत्त्वाची आहे. तरीदेखील व्यावसायिक यशाचा विचार करता प्रत्येकाने वैयक्तिकरीत्या ठरवायचे आहे की, यांतील कोणत्या बाबीला सर्वाधिक महत्त्व द्यायचं. व्यक्तिगणीक ही निवड वेगळी असू शकते.

बहुतांशी डीलर्सच्या दृष्टीनं 'नफा मिळवण्याचा' मुद्दा अधिक महत्त्वाचा असतो. परंतु रिडेलने पहिल्या मुद्द्याला सर्वाधिक प्राधान्य दिले. त्याबद्दल बोलताना रॉब म्हणाला की, "खरंतर या पाचही मुद्द्यांमध्ये कमी किंवा जास्त महत्त्वाचे असा फरक करताच येत नाही. पण तरीही आपण जेव्हा ठरवतो की, ग्राहकांवर सर्वाधिक लक्ष केंद्रित करायचं, तेव्हा आपसूकच आपल्या व्यवसायाला एक आयाम प्राप्त होतो. प्रतिक्षिप्त क्रिया म्हणून की काय, पण 'मला काय हवंय' यापेक्षा 'ज्या लोकांकरता मी हा व्यवसाय सुरू केला आहे, त्या लोकांना काय हवं आहे' यावर आपलं लक्ष केंद्रित होऊ लागतं."

रिडेल तर नेहमी म्हणायचे की, 'जेव्हा माझा एखादा मित्र माझ्या दुकानात येतो, तेव्हा मी त्याच्याकडे अधिक लक्ष पुरवतो. त्याचा अधिकाधिक फायदा करून द्यायचा प्रयत्न करतो. मग जेव्हा मित्रेतर व्यक्ती ग्राहक म्हणून येतात, तेव्हा त्यांनाही मित्राच्या चष्म्यातून बघितलं तर काय हरकत आहे बरं?'

हाच दृष्टिकोन डोळ्यांसमोर ठेवून रिडेलनं स्वत:च्या डीलरशिपच्या संदर्भात नव्याने उद्दिष्ट ठरवले. *'इतरांची मदत करता येईल इतक्या स्वत:च्या क्षमता विकसित करणे'* हे त्यांचे बोधवाक्य बनले. रॉबने त्यांना विचारलंदेखील की, "तुम्ही जर खरोखरंच याप्रकारे आपल्या प्रांतात सर्वोत्तम बनण्याचा ध्यास घेतलात आणि मग बनलात, तर तुमच्याकडे कोण येईल असं तुम्हाला वाटतंय?"

"मित्रा, अरे प्रत्येकाची पावलं आपल्याकडेच वळतील. आपण आपल्या ग्राहकांना मन:पूर्वक परिपूर्ण सेवा देत आहोत, यातून आपल्यालाही अतीव समाधान लाभेल." – वेस रिडेल.

"नफा कमावणं हा कोणत्याही व्यवसायाचा मुख्य उद्देश आहे, यात काही

वादच नाही. पण नफा हे कारण असावे की परिणाम ठरावा, हेदेखील लक्षात घेणे महत्त्वाचे आहे. तुम्ही लोकांना विचारा बरं की, लक्षाधीश व्हावं असं किती जणांना वाटतं. प्रत्येक जण हात वर करेल. त्यांना कारण विचारलं तर प्रत्येक जण म्हणेल की, 'अरे, शेवटी मला सुखी व्हायचं आहे ना!'

थोडा वेगळा विचार केला तर आपल्या लक्षात येईल की, आपल्याला आयुष्यात सुखी व्हायचं असेल, तर स्वत्वाच्या बाहेर पडून इतरांची सेवा करण्यासाठी झोकून द्यावं आणि मग बघावं कसं सौख्य मिळतं ते. अनोखी असली तरी हीच वाट तुम्हाला खऱ्या अर्थाने सौख्यप्राप्ती करून देईल. मी या मार्गावर जावं हाच तर वेस रिडेलचा प्रयत्न होता,'' रॉब उत्स्फूर्तपणे म्हणाला.

तुम्ही काय अर्पण करता आहात?

नोव्हेंबर, १९९९मध्ये रॉबने मिनेसोटामधील रोचेस्टर येथे असलेली युनिव्हर्सल फोर्ड टोयोटा विकत घेतली, तेव्हा अनेक कर्मचाऱ्यांना हा बदल मुळीच आवडला नव्हता.

त्याबद्दल बोलताना अल उटेश म्हणतो की, 'ही कंपनी कार डीलरशिप कशी असते, याचं उत्तम उदाहरण होती. लोक यायचे, वैतागायचे. खरंतर आम्ही सगळे जण ग्राहकांचं समाधान करण्याचा आमच्या परीनं संपूर्ण प्रयत्न करायचो, पण आमचे प्रयत्न हे सदैव 'अर्थकेंद्रित' असायचे. आमच्या या भागामध्ये 'ग्राहक समाधान' या निकषामध्ये आमची कंपनी एकदम तळागाळात होती. बरं, इतकं करून कर्मचाऱ्यांमध्ये संतोष होता का? तर यत्किंचितही नाही.' अल कित्येक वर्षं युनिव्हर्सलचा उपव्यवस्थापक म्हणून काम करत होता.

याबद्दल जॉन डेव्हिडसुद्धा म्हणतो, ''काही ग्राहक यायचे, सांगितलेली किंमत द्यायचे आणि गाडीत बसून चालू लागायचे. काही ग्राहक दाताच्या कण्या होईपर्यंत घासाघीस करत राहायचे.'' रॉबनी डीलरशिप विकत घेण्याआधी सहा महिनेच जॉन सेल्स मॅनेजर म्हणून युनिव्हर्सलमध्ये कामाला लागला होता.

डीलरशिपमधील उत्पन्नाचे आणि नफ्याचे आकडे अगदी फसवे होते. तसं पाहिलं, तर त्या दरम्यान सर्वत्र आर्थिक स्थिती उत्तम होती. रोचेस्टरमध्ये आबादीआबाद होती. शिवाय भरभराटीला वाव होता, कारण 'मायो क्लिनिक' हे जगातलं महत्त्वाचं मेडिकल सेंटर तिथेच होतं.

रॉब म्हणतो, ''आधीच्या व्यवस्थापनाने कंपनीला नफ्यासंदर्भात 'अ' दर्जा दिला असता. परंतु त्या सुमारास असलेली बाजाराची, व्यवसायाची स्थिती लक्षात घेता हा दर्जा 'क'सुद्धा नव्हता.''

अर्थात या परिस्थितीचं रॉबला काहीही नवल वाटलं नाही. परंतु त्याचबरोबर त्याने कुठलीही टीका-टिप्पणीदेखील केली नाही. ''पूर्वीच्या मालकाच्या दृष्टीनं तिसऱ्या क्रमांकावर असलेला नफा अधिक महत्त्वाचा होता. तितकं महत्त्व त्यांनी पहिल्या क्रमांकावर असलेल्या ग्राहकांना दिलं नाही. तो राहायचादेखील रोचेस्टरच्या बाहेरच्या भागात. त्याच्या दृष्टीनं डीलरशिप ही केवळ फायदेशीर गुंतवणूक होती. ते काही त्याचं एकमेव उद्दिष्ट नव्हतं. ज्या माणसाला व्यवसायाच्या मुख्य प्रवाहापासून दूर राहूनदेखील महिन्याच्या महिन्याला घरबसल्या ठराविक रक्कम मिळत होती, तो कशाला इतर कशात नाक खुपसून स्वत:चा मनस्ताप वाढवेल?'' रॉबचा प्रश्न मोठा मार्मिक होता.

मुळातच तुम्ही फक्त नफ्याच्या दृष्टीनं वातावरणनिर्मिती करता ना, तेव्हा आपसूकच तुम्ही इतरांच्या डोक्यातदेखील नफ्याचा किडा सोडता. नकळत त्यांच्या मनातील चांगले उद्देश रसातळाला जाऊ लागतात. अशा ठिकाणी जेव्हा ग्राहक येतात, तेव्हा स्वाभाविकत:च वाद घालण्याच्या, झगडण्याच्या तयारीनंच. विक्रेते अधिकाधिक नफा कमवायचा आटापिटा करतात. कारण 'आलेला ग्राहक पुन्हा कशाला येतोय आपल्याकडे' अशी शंका, खरंतर खातरीच असल्याने. व्यवस्थापन तर काय प्रत्येक ठिकाणातून कणाकणाने नफा गोळा करण्यात मग्न होते आणि कर्मचारी आपलं लक्ष केवळ 'प्राप्तीवर' केंद्रित करतात, 'सेवेवर' नाही.

पूर्वीच्या डीलरशिपमध्ये विक्री, सेवा आणि सुटे भाग या तिन्ही बाबींना वेगवेगळे आर्थिक निकष लावलेले होते. त्यामुळे झालं काय की, प्रत्येक विभागातील कर्मचारी इतर विभागातील कर्मचाऱ्यांकडे दूषित नजरेने पाहू लागले. सगळ्या स्तरावर विनाकारणच एक स्पर्धा होऊ लागली, ज्यात निकोपतेचा अंश नव्हता. ज्युली स्वेनिंगसेन म्हणते की, ''नफाधिष्ठित वातावरणामुळे इतर कशाचीच मातब्बरी वाटत नसे. आम्ही सतत एकमेकांवर ठपका ठेवण्यात मग्न होतो. गोष्टी इतक्या पराकोटीला गेल्या की, आम्ही आमच्या मित्रांना गाडी विकत घेण्यासाठी चक्क दुसऱ्या डीलरकडे पाठवू लागलो. कुणाला सुटे भाग हवे असले, तर दुसऱ्या दुकानाचा पत्ता सांगू लागलो. आमचा एकमेकांवर विश्वासच उरला नव्हता. उलटपक्षी, एकमेकांचे दोष जास्तीतजास्त उघडे पाडण्याची अहमहमिका आमच्यात निर्माण झाली होती.''

हे सगळं ज्या प्रकारे घडत होतं, ते ना कोणाच्या फायद्याचं होतं, ना कोणाला आवडण्याजोगं. मात्र बदल कसा घडवून आणावा, त्यासाठी काय करावं हे मात्र त्यांना कळत नव्हतं. एका दृष्टीनं पाहिलं तर नफ्याचं प्रमाण बऱ्यापैकी होतं. वेस रिडेलनं किती योग्य सांगितलं होतं ना? 'आपण आपल्या उद्दिष्टाच्या चष्म्यातून जगाकडे बघतो!'

रॉबच्या बरोबरच रोचेस्टर फोर्ड टोयोटामध्ये आलेला ब्रायन कोपेक हा तिथे सेल्स मॅनेजर म्हणून रुजू झाला. त्याला अगदी ठळकपणे आठवतंय, "आम्ही जेव्हा या कंपनीत प्रवेश केला ना, तेव्हा मी वैयक्तिकरीत्या प्रत्येकाशी बोललो होतो. प्रत्येकाच्या मनात असंतोष खदखदत होता. कुठल्याही क्षणी कुणीही हमरीतुमरीवर येत असे. प्रत्येकाला फक्त 'स्व'पुरती रुची होती. 'माझा फायदा' हे एकमेव उद्दिष्ट उरलं होतं."

डीलरशिप घेतल्यावर 'युनिव्हर्सल'ऐवजी 'रोचेस्टर फोर्ड टोयोटा' असं कंपनीचं नामकरण केलं. नावातील हा बदल संपूर्णपणे बाह्यस्तरावर होता. खरी गरज होती, ती अंतर्बाह्य बदलाची. रॉबनी हे सर्व आपल्या कर्मचाऱ्यांना जाणीवपूर्वक सांगितलं.

"आपण ज्या पद्धतीनं आपलं कामकाज करतो आहोत, त्या पद्धतीनं करत राहिलो, तर परिस्थिती आहे त्याहून चांगली होईल की वाईट?" रॉबच्या या प्रश्नावर सगळ्यांनीच 'वाईट' हे उत्तर एका सुरात दिलं.

"आणि तुमचं काय? वैयक्तिकरीत्या तुमचं काम तुम्हाला अपेक्षित समाधान देत आहे का?" रॉबच्या या प्रश्नावर तर साऱ्यांनी सोयिस्करपणे मौन धारण केलं.

"आपण आपली व्यावसायिक दिशा का बदलू नये?" रॉबनी साऱ्यांना आवाहन केलं. "आपल्या ग्राहकांच्या गरजांना आपण प्राधान्य दिलं तर? मुळात ग्राहकांना खरोखरच काय हवं असतं?"

"उगाचच प्रत्येकाशी किमतीबद्दल घासाघीस करून कमीतकमी किंमत पदरात पाडून घ्यायची त्यांना हौस असते का? त्यापेक्षा आपणच जर आपली वाजवी किंमत त्यांच्यासमोर मांडली तर? अगदी स्वच्छपणे पहिल्याच भेटीत त्यांना योग्य किंमत सांगितली, तर घासाघीस, विसंवाद, वैताग या गोष्टी उद्भवणारच नाहीत, नाही का? चला तर मग, इथून पुढे आपल्याकडच्या वाटाघाटी आणि घासाघीस बंद करू या. आपल्याकडच्या प्रत्येक वाहनावर आपण आपल्याला परवडणारी किंमत सुस्पष्टपणे लिहू या. जणूकाही सगळे पत्ते उघडे ठेवून आपण पोकर खेळत आहोत. मात्र, जे पत्ते आपण उघडे करणार आहोत, ते उत्तमच असतील याची काळजी आपणच घ्यायला हवी.

"मला सांगा, कुठल्याही ग्राहकाला सुस्थितीमध्ये नसलेलं वाहन घ्यायला आवडेल तरी का? नक्कीच नाही. तेव्हा आपण एक करू या. जे ग्राहक आपल्याकडून वापरलेली गाडी विकत घेतील, त्यांना तीस दिवसांच्या आत आपण पैसे परत करत जाऊ या. शिवाय जर त्यांनी ३० दिवसांच्या आत गाडी परत आणली, तर त्याच किमतीची किंवा त्याहून अधिक किमतीची पण वापरलेलीच गाडी त्यांना बदली करून घेता येईल."

"पुढचा प्रश्न असा होता की, जे विक्रेते विक्रीसाठी नोकरी करतात ते ग्राहकांना

आवडतात की सेवा देण्याच्या हेतूने विक्री करतात ते ग्राहकांना आवडतात? अर्थातच सेवा देणारे विक्रेते. तर मग इथून पुढे जो जितक्या गाड्या विकेल, तितकं कमिशन त्याला मिळेल. गाडीच्या किमतीवर कमिशन अवलंबून नसेल.''

अशा प्रकारे मुळात गाड्यांच्या किमती किमान पातळीवर आणून रॉब सुचवत होता की, पूर्वीइतके पैसे मिळवण्यासाठी आता दुप्पट गाड्या विकाव्या लागतील. ''एक तर तुम्ही छोट्या-छोट्या गोष्टींतून मोठा फायदा मिळवू शकता किंवा मोठ्या गोष्टीतून छोटासा फायदा. मला वाटतं सॅम वॉल्टन म्हणाला की, मोठ्या गोष्टीतून छोटासा असला तरी भरपूर फायदा होईल.''

पण रॉबच्या सांगण्याचा ध्वनितार्थ असा होता की, 'प्रत्येकाला दुप्पट मेहनत घ्यावी लागणार आहे, नाहीतर कंपनीचं काही खरं नव्हतं. असंही होईल की, आहे तेवढाच पगार मिळेल. पण कोणी सांगावं, मला तर वाटतंय की, जास्तीच कमवाल. शिवाय या वाटेने जाताना भरपूर आंतरिक समाधान लाभेल, ते वेगळंच!'

अर्थात, फारच थोड्या कर्मचाऱ्यांनी मोकळ्या मनानी या नवीन परिस्थितीचा स्वीकार केला. बदल साऱ्यांनाच हवा होता, पण तरीही बहुतांशी कर्मचारी धास्तावलेले होते. 'पुढे काय?' हा यक्षप्रश्न त्यांना भेडसावत होता. काहींनी तर चक्क कंपनीला राम-राम ठोकला.

साचेबद्ध कार्यक्रम नव्हे, तत्त्वज्ञान

रॉबनी सांगितलेल्या या मार्गावरून जाणारा व्यवसाय यशस्वी झाल्याचं एखादं तरी उदाहरण होतं का? साऱ्यांच्या मनात ही शंका होती. म्हणून रॉबनी पाइक प्लेस फिश मार्केटचं उदाहरण त्यांच्यासमोर ठेवलं.

पाइक प्लेस फिश मार्केटनी त्यांचं उद्दिष्टच मुळी ठरवलं होतं, ते जागतिक स्तरावर अव्वल बनण्याचं. 'माशांची तडाखेबंद विक्री' ही संकुचित भावना त्या उद्दिष्टामागे नक्कीच नव्हती. तिथल्या व्यापाऱ्यांचा उद्देश होता आनंद मिळवायचा. त्याकरता त्यांनी स्वत:ला विसरण्यापासून सुरुवात केली. आपल्या आजूबाजूला लक्ष दिलं. सभोवतालच्या लोकांना मदत केली. त्यातून त्यांना अतीव समाधान तर मिळालंच, पण निरतिशय आनंददेखील अनुभवता आला, ज्याची त्यांनी कल्पनाही केली नव्हती. अधिकाधिक लोकांपर्यंत ते त्यांची सेवा याच प्रकाराने देऊ लागले आणि त्यामुळे झालं असं की, अधिकाधिक लोक त्यांच्याकडे आपसूकच येऊ लागले. या प्रचंड प्रतिसादामुळे त्यांना कसं वाटलं असेल बरं? नक्की आनंदाच्या यशोशिखरावर विराजमान झाल्यासारखं वाटलं असणार, नाही का?'

हे सगळं ऐकून रोचेस्टर फोर्ड टोयोटामधील काही कर्मचाऱ्यांच्या मनात आलं

की, 'हेच तर आम्हालादेखील हवं आहे, अगदी अशाचप्रकारे.' काहींच्या मनात आलं, 'किती आश्चर्यकारक आहे हे सगळं!' काहींना असं वाटलं की, 'यात वेगळं असं ते काय झालं? अगदीच स्वाभाविक आहे असं होणं.' तर काही महाभागांनी मात्र 'बकवास' या सदरात हा अनुभव टाकून दिला.

रॉब म्हणतो, 'सद्य:स्थितीपेक्षा पाइक प्लेसमधील हा अनुभव खूपच चांगला होता. आता आम्हाला निवडीला वाव होता. स्वत:हून वेगळी जबाबदारी स्वीकारायचं धारिष्ट्य दाखवायचं आणि आता आहे त्यापेक्षा संपन्न वातावरणनिर्मिती करण्याचा प्रयत्न करायचा की, 'असेल माझा हरी तर देईल खाटल्यावरी' अशी अपेक्षा करत आहे त्याच मार्गावर निमूटपणे चालत राहायचं.

सुरुवातीच्या काळात त्यांना अनेकदा चाचपडत जावं लागलं. धमाल करण्यासाठी कधी एकमेकांवर काही ना काही वस्तू फेकणे, ग्राहकांना विनोदी चुटके सांगून हसवणे, शो-रूममध्ये चक्क 'बॅले' करणे, असे निरुपद्रवी प्रकार त्यांनी अमलात आणले. रोजच्या कंटाळवाण्या धबडग्याला रंजकतेचा साज चढवण्याचा प्रयत्न त्यांनी केला. याचाच अर्थ असा की, कुठेतरी साऱ्यांनाच बदल करण्याची गरज जाणवत होती आणि उपलब्ध पर्याय आवडतदेखील होता. शिवाय, तुम्ही मालक असलात की, हाताखालचे लोक इच्छा नसतानाही तुमचं ऐकून घेतात, हे एकप्रकारे माझ्या पथ्यावरच पडत होतं.'

डीलरशिप घेतल्यानंतर काही महिने गेले. ब्रायन म्हणतो की, या संपूर्ण काळात कर्मचाऱ्यांना एक प्रकारचा ताण जाणवत होता. अर्थात वरवर सारंकाही आलबेल वाटत होतं म्हणा. सकृतदर्शनी सारेच जण मालकाच्या 'हो'ला 'हो' म्हणत होते.'

त्यानंतर रॉबने कर्मचाऱ्यांसमवेत मीटिंग घेतली. 'माझ्या मते १-२-३-४-५ या निकषांवर काम करण्याचे फायदे आता दिसू लागले आहेत.' त्यानं आपलं मत व्यक्त केलं. साऱ्यांना ते मान्य होतं असं नाही. काही जणांनी तर सरळ-सरळ म्हटलंदेखील – 'इथे तर परिस्थिती जशी होती, तशीच दिसते आहे. बदल आहे तरी कुठे?'

'खूप मोठा प्रचंड बदल झाला आहे असं मी मुळीच म्हणत नाहीये, पण बदल होतो आहे हेदेखील खरं आहे. तो जर तुम्हाला जाणवतच नसेल ना, तर मग मी म्हणेन की, तुम्ही स्वत:मध्ये अजूनही बदल घडवून आणलेला नाहीये. तुमच्या मनात अजूनही हाच संभ्रम आहे की, 'रॉब, आम्हाला नेहमीइतका पगार मिळवायचा असेल, तर आम्ही नेहमीपेक्षा दुप्पट गाड्या विकायच्या हाच याचा अर्थ नाही का? आणि वर तू म्हणतो आहेस की, तरीही आम्हाला खूप छान वाटणार आहे. रॉब, आम्हाला असं काहीही छान-बीन वाटत नाहीये.' याचा अर्थ प्रयत्नांना अजूनही वाव होता. रॉबने अचूक शब्दांत त्यांच्या मनातली खळबळ व्यक्त केली.

या टप्प्यावर रॉबला प्रकर्षाने जाणवलं की, प्रवास नुकताच कुठे सुरू झाला होता. फिश! फिलॉसॉफी आणि १ ते ५चे निकष यांच्या आधारावर क्षणार्धात कायापालट होईल असं वाटणं, हा आपला भाबडेपणा होता. जोवर आपण स्वत: ठामपणे ठरवत नाही आणि प्रत्यक्ष कृती करत नाही, तोवर आपल्याला कुठलंही फळ मिळणार नाही, हेच खरं. स्वत:मध्ये बदल घडवण्याच्या दृष्टीनं त्यांनी आत्तापर्यंत नानाविध प्रयत्न केले होते. नव्याने काही सुरू व्हायचं आणि कालांतराने सारंकाही ठप्प व्हायचं. घवघवीत यश नजरेस पडत नव्हतं आणि त्यामुळेच मग या नवीन फिलॉसॉफीकडे पाहताना 'नेमेचि येतो मग पावसाळा' अशी काहीशी वृत्ती कर्मचाऱ्यांमध्ये निर्माण झाली होती.'

रॉबला जाणवलं की, १ ते ५ ही तत्त्वं कुठल्यातरी साचेबद्ध कार्यक्रमाचा भाग नक्कीच नव्हती. कुठलंही तत्त्वज्ञान म्हटलं की, ते कार्यक्रमाप्रमाणे राबवलं जात नाहीतर ते अंगीकारलं जातं, अभ्यासलं जातं; श्रद्धापूर्वक व प्रयत्नपूर्वक आचरणात आणलं जातं. डीलरशिपमधील काही कर्मचाऱ्यांनी तशी सुरुवातदेखील केली होती. उरलेल्यांना ती उपरती कधी होणार होती? कदाचित पुढच्या क्षणीसुद्धा होऊ शकली असती – कदाचित महिनोनमहिने, वर्षानुवर्षंसुद्धा लागू शकली असती.

'समजा काही लोकांचा तुमच्यावर मुळीचच विश्वास नाहीये. त्या लोकांना तुम्ही जर पिस्तुल दिलं – जे पाण्यानं भरलेलं आहे – आणि म्हटलं की, 'जा धम्माल करा' तर ते तसं करू धजणार नाहीत. त्यांना मनातून धाकधूक वाटत असेल की, तुमच्याकडे अशा पिस्तुलांचा साठा असणार आणि त्यांना चिंब भिजवण्याची संधी तुम्ही अजिबात दवडणार नाही. तेव्हा मुळात त्यांच्या मनात विश्वासार्हता निर्माण करणं अत्यावश्यक होतं. पठडीतल्या 'मासिक कार्यक्रमा'पेक्षा वेगळ्या स्तरावरचा उपक्रम आपण राबवतो आहोत, हे त्यांच्या पचनी पडायला थोडा वेळ तर द्यावाच लागेल ना!' त्यानंतर रॉबनी जाहिरातीच्या दृष्टीनं विचार केला. त्याच्यासमोर दोन पर्याय होते. अर्थात पठडीतल्या जाहिराती होत्या त्या. त्या दोन्हीपैकी कुठली जाहिरात त्यातल्या त्यात बरी आहे, हे तो ठरवत होता. अचानक त्याला अनोखे शब्द सुचले – 'आमच्याकडचा फिश! अनुभवला आहे का?' त्याच्या निवडप्रक्रियेमध्ये सहभागी असलेल्या इतर मॅनेजर्सनादेखील त्या दोन जाहिराती भावल्या नव्हत्याच. मग रॉबनी क्षणापूर्वी सुचलेले शब्द त्यांना लिहून दाखवले आणि त्यावर एकमताने शिक्कामोर्तब झालं.

खरोखरच मजा आली

मार्च, २०००मध्ये रोचेस्टर फोर्ड टोयोटाची नवीन जाहिरात दुकानाच्या समोरच्या हायवेवर मोक्याच्या जागी दिमाखात झळकू लागली. पहिल्याच दिवशी

एकीने फोन करून विचारलंदेखील, 'कुठल्या प्रकारचे मासे विकणार आहात?' ब्रायनच्या मनात मिश्कील विचार आला की, 'दुकानात आपण माशांचा एखादा छोटा क्रेट विकायला ठेवला तर काय हरकत आहे? विकले गेले तर ठीक, नाहीतर खाऊ की भाजून!'

'काही लोकांच्या मनात आशंका निर्माण झाल्या. ग्राहकांचेदेखील फोन येऊ लागले. नक्की काय भानगड आहे? आमच्याशी काही लपवाछपवी चालली आहे का? अशी विचारणा होऊ लागली.' सेल्स बघणारा सॅम ग्रोसो म्हणाला.

खरंतर विक्री करणाऱ्या गटांनी जाहिरातीकडे फारसं लक्षच दिलं नव्हतं, पण ग्राहकांकडून अचानक सुरू झालेल्या या चौकशीच्या भडिमारामुळे त्यांचं लक्ष जाहिरातीकडे वेधलं गेलं. 'आता या चौकशांना आपण काय उत्तर द्यावं बरं?' हाच प्रश्न त्यांना पडला.

मग त्यांनी विचार-विनिमय केला आणि त्यांच्या लक्षात आलं की, हे वाटतं तितकं तांत्रिक किंवा क्लिष्ट नाहीये. 'फिश! करता जी मनोभूमिका अंमलात आणली गेली आहे, तीच गाड्यांच्या व्यवसायात उपयुक्त ठरणार आहे. लोकांना सेवा द्या, धमाल करा, मनोवृत्ती प्रसन्न ठेवा आणि महत्त्वाचं म्हणजे शंभर टक्के सहभाग द्या. आम्हा साऱ्यांच्याच डोक्यात लख्ख प्रकाश पडला,' सॅम म्हणाला.

त्यातल्या त्यात सगळ्यात कठीण होतं, ते ग्राहकांना पटवणं. गाडीच्या दर्शनी भागात लावलेली किंमत हीच गाडीची खरी विक्री किंमत आहे, हे त्यांना चक्क खोटं वाटत होतं. काहींना खातरी होती की, काहीतरी छुप्या किमतीदेखील असणारच. सॅम म्हणाला की, 'लोक घासाघीस करण्याच्या तयारीनं यायचे, पण आता त्याची गरजच उरली नव्हती.'

एक-एक करत सगळ्याच विक्रेत्यांना या पद्धतीमध्ये स्वारस्य वाटू लागलं. त्यांची भीती नष्ट होऊ लागली. अर्थात, हे वाटतं तितकं सहज सोपं नव्हतं; परंतु निदान सुरुवात तर झाली होती. केवळ पैशांच्या विचारात आत्तापर्यंत अडकलेली मनं पहिल्यांदाच सहभावनांचा विचार करू लागली. इतरांच्या गरजांची जाणीव त्यांना स्पर्शू लागली. गाडी विकणं हे इतके दिवस जणू बुद्धिबळाचा खेळ बनलं होतं. शह कसा द्यायचा आणि मात कशी करायची यातच बुद्धी खर्च होत होती. परंतु आता मात्र या खरेदी-विक्रीला सुसंवादाचं रूप आलं.

हा बदल ग्राहकांच्या लक्षात न येता तरच नवल. शोरूममध्ये आलेल्या एका ग्राहकाने तसं बोलूनदेखील दाखवलं. "पूर्वी इथे आल्यावर आम्हाला पठडीतील वाक्यं ऐकवली जायची – मॅडम, तुम्हाला म्हणून मी किंमत कमी करतो आहे. वर्षभरात किमान ३० हजार ग्राहक या दुकानात येतात. परंतु त्या सगळ्यांमध्ये तुम्हीच काय त्या वेगळ्या वाटलात, म्हणून हा खास सवलतीचा दर फक्त

तुमच्यासाठी.' परंतु आता मात्र असे संवाद ऐकू येत नाहीयेत. उलट आता तर गाडी घेणं, हा एक सुरेख अनुभव बनला आहे. ही कंपनी युनिव्हर्सलच्या ताब्यात होती तेव्हादेखील मी इथे येत असे आणि आतादेखील येते. वातावरणातला फरक अगदी जाणवण्याजोगा आहे. आता आमच्यापुढे एक स्वच्छ चित्र ठेवलं जातं. फायद्यांबरोबर तोट्यांच्याही बाजू मोकळेपणाने मांडल्या जातात. त्यामुळे निर्णय घेणं ही एक अधिक पारदर्शक प्रक्रिया झाली आहे. शिवाय निर्णय कुठलाही असला, तरी तितक्याच तत्परतेनं सेवा मिळते, हे महत्त्वाचं!''

याच्यापेक्षा महत्त्वाचं म्हणजे ग्राहकांनी त्यांना आलेल्या चांगल्या अनुभवांबद्दल कंपनीला पत्रं पाठवायला सुरुवात केली.

गाडी खरेदी हा आमच्यासाठी आनंददायी अनुभव ठरला.

मित्रत्वाच्या भावनेने सेवा मिळाली.

एकटी असल्याने कसा अनुभव येईल याबद्दल मनात धाकधूक होती, पण मला खूप छान अनुभव आला. माझ्या भावनांचा आदर केला गेला.

गाडी खरेदीचा अनुभव याबद्दल नुकतीच मी माझ्या सहकाऱ्यांशी चर्चा केली होती. या व्यवहारात पारदर्शकता आणि मोकळेपणा हवा, असं माझं मत होतं. शिवाय पटकन आटोपलं पाहिजे सगळं आणि तरीही कटुता येऊ नये, असं मला वाटायचं. असा अनुभव स्वप्नातच येईल, असा माझा समज होता. परंतु कुठूनसं 'रोचेस्टर फोर्ड टोयोटा'चं नाव ऐकण्यात आलं आणि माझं स्वप्नच प्रत्यक्षात माझ्यासमोर आलं.

मी एक तरुणी आहे, परंतु मला एक सन्माननीय व्यक्ती म्हणूनच वागवलं गेलं.

माझ्या आजवरच्या आयुष्यात मी साधारण २५-३० गाड्या तरी घेतल्या असतील. पण इथल्या खरेदीमधील प्रसन्न अनुभवाची सर कशालाच येऊ शकत नाही.

काही महिन्यांपूर्वी जेव्हा रॉबने कमिशनच्या संदर्भात नवीन पॉलिसी राबवण्याचा निर्णय घेतला होता, तेव्हा सॅमसकट अनेकांनी विक्री-विभाग सोडण्याचा निर्णय घेतला होता. काहींनी तर तो अमलातदेखील आणला. पण जे त्या क्षणी सोडून गेले नव्हते, त्यांना रॉबनी केवळ सहा महिन्यांची मुदत मागितली होती. आणि खरंच त्या सहा महिन्यांत विक्रीनं चांगलंच बाळसं धरलं. म्हणूनच सॅम म्हणतो की, 'हा व्यवहार आपल्याला फायद्याचा ठरला की तोट्याचा हा विचार ग्राहक करत असतील का, हा प्रश्न आपल्याला भेडसावत नसला ना की, सारं कसं सुरळीतपणे चालतं. या विक्री विभागात मला आता निखळ आनंद मिळतो आहे. माझ्या पूर्वीच्या ग्राहकांना तर माझ्यातला बदल अगदी स्पष्टपणे जाणवतो.'

त्या दिवशी दुकानात एक धिप्पाड माणूस गाडी घ्यायला आला होता. हॉवर्ड हॉकच्या मध्यस्थीने तो गाडी खरेदी करत होता. तेवढ्यात रॉब तिथे पोहोचला. त्या माणसाने रॉबकडे हसून बघितलं आणि प्रांजळपणे सांगितलं, 'वैयक्तिकरीत्या मी कार डीलर्सचा तिरस्कार करतो. पण तुमचं हे दुकान असं हे पहिलंच दुकान आहे, जिथे कुठलीही गडबड न होता शांतपणे मी गाडी विकत घेऊ शकलो आहे.'

घेणाऱ्याला हवी आहे तशीच वस्तू विका

त्यानंतर काही दिवसांनी त्या सगळ्यांनी 'वैयक्तिक जबाबदारी' यासंदर्भात एक व्हिडीओ पाहिला. जॉन मिलर त्यात प्रमुख भूमिकेत होते. त्यांनी आपला एक अनुभव सांगितला. एकदा एका हॉटेलमध्ये त्यांनी लेमोनेड मागवलं. त्यांच्याकडे लेमोनेड नसल्याबद्दल तिथल्या एका तरुण वेटरनं दिलगिरी व्यक्त केली. तरीही पाच मिनिटांनी त्यांच्या टेबलवर लेमोनेडची बाटली विराजमान झाली होती.

मिलरना आश्चर्य वाटलं. "अरे, तुमच्याकडे तर लेमोनेड नव्हतं ना?"

"नव्हतं. पण तुमच्यासाठी आमच्या मॅनेजरनं कोपऱ्यावरच्या दुकानातून ते मागवून घेतलं."

ही फिल्म पाहिल्यावर थोडे दिवसांनी घडलेला हा किस्सा –

रोचेस्टर फोर्ड टोयोटामध्ये एक ग्राहक आला. "तुम्हाला प्यायला काही हवंय का?" सेल्समधल्या एकानं विचारलं.

"मस्तपैकी कापुचिनो प्यावीशी वाटतेय." त्यानंदेखील मजेत उत्तर दिलं.

रॉब म्हणाला, "आमच्या दुकानात तर काही कापुचिनो नसते. मग तो सेल्सवाला म्हणाला, 'चला, परवाच्या प्रसंगाची प्रचिती घेऊ या.' तो त्या ग्राहकाला दुकानातील गाड्या दाखवू लागला. तोवर त्याचा दुसरा एक सहकारी पटकन जवळच्या दुकानात गेला आणि तिथून त्यानं कापुचिनो विकत आणून त्या ग्राहकाला दिली. त्या ग्राहकाचा खरंतर विश्वासच बसेना. त्यानं गाडी खरेदी केली, यात नवल ते काय! परंतु त्याच्या चेहऱ्यावरचा आनंदी भाव तो गेल्यावरही सगळ्यांना दिवसभर आठवत राहिला, हे महत्त्वाचं आहे."

मुरलेल्या सेल्समनना ग्राहकाची नाडी अचूक ओळखता येते. मात्र त्याबरोबरच ग्राहकांना खरेदीचा अनुभव सुखकारक कसा वाटेल, याकडेही ते लक्ष पुरवतात. याबद्दल बोलताना सेल्सचा डॉन कोसर म्हणतो, 'जोवर ग्राहक खरेदी करण्यातली मजा अनुभवत नाही, तोवर आम्ही तरी फायद्याची अपेक्षा कशी ठेवायची? विक्रीप्रमाणेच खरेदीही मनापासून करता आली, तरच मग त्यातील मजा अनुभवता येते.'

पण कुठेतरी बदलाला सुरुवात झाली होती, हे खरं! डॉन म्हणाला, 'आता

जेव्हा आम्ही एखाद्या ग्राहकाबरोबर बोलतो, तेव्हा 'या व्यवहारात माझा फायदा किती?' हा प्रश्न पूर्वीप्रमाणे ताबडतोब फणा काढत नाही. उलटपक्षी मिळणारे पैसे आणि त्याला फुटणाऱ्या वाटा यांच्या पलीकडे जाऊन मनात एक विचार येतो की, या व्यवहारातून काहीतरी प्राप्ती नक्कीच होणार आहे. भलेही आयुष्यभराचं नातं नसेल जोडलं जाणार, पण निदान काही क्षण तरी नक्कीच सुंदरपणे जातील. आपण इतरांना चांगल्याप्रकारे वागवू शकतो आहोत, हा दिलासादेखील खूप महत्त्वाचा आहे.'

हे असं वागणं हळूहळू साऱ्यांमध्ये झिरपू लागलं. मदत करणं, तत्परता हा त्यांचा स्थायिभाव बनला. एखादं डिपार्टमेंट कुठे आहे असं विचारलं, तर पूर्वी चक्क बोटाने रस्ता दाखवायचे; पण आता ते चौकशी करणाऱ्या ग्राहकाला संबंधित ठिकाणी स्वत: घेऊन जातात, यातच सारं आलं. आपली गाडी विकायला घेऊन आलेल्या व्यक्तीला एकट्याला सोडून देण्याऐवजी त्या गाडीत त्यालाही बसवून आपल्या बरोबर नेऊ लागले. एकदा तर एक महिला तिच्या बाळाला घेऊन आली होती. बाळ सांभाळत असताना तिची त्रेधा उडत होती. त्यामुळे तिनं न विचारतादेखील कंपनीच्या लोकांनी तिला कुठलीही तोशीस लागू न देता तिच्या गाडीचं ऑइल बदलण्याची जबाबदारी हसतमुखाने पार पाडली.

जॉन डेव्हिडने स्वत:पुरतं तरी ठरवलंच आहे की, आपल्याकडून अपेक्षित नसलेल्या सेवादेखील लोकांना देता यायला हव्या. म्हणूनच गिऱ्हाईक जेव्हा गाडी घ्यायला येतं, तेव्हा आवश्यक त्या ॲक्सेसरीज तो अगदी जय्यत तयार ठेवतो. 'तेवढाच लोकांचा वेळ वाचतो ना! शिवाय, या सगळ्याच्या मागे मनोवृत्तीचाही फार मोठा सहभाग आहे. मुळात ज्या लोकांचा स्वभाव सेवाभावी आणि मदतीस तत्पर असा आहे, त्यांनीसुद्धा अधूनमधून स्वत:च्या मनोवृत्तीचा आढावा घेतला पाहिजे. कारण पैशाची चिंता आणि चिंतन हे आपल्या नकळत आपण करत असतो. इथे येताना 'आज मी इतरांच्या कसा उपयोगी पडेन' हा विचार करूनच यायला हवं. हल्ली तर आम्ही आमच्या ग्राहकांशीसुद्धा मैत्रीच्या नात्यानं बांधले जात आहोत. परवाच माझ्या एका परगावच्या ग्राहकानी मला चक्क जेवायला नेलं होतं. आता बोला!'

ब्रायन कोपेक म्हणाला, 'आजकाल जेव्हा कोणी नवीन गाडी विकत घेऊन इथून जातात, तेव्हा आम्ही सगळे जण हातातलं काम सोडून पुढे येतो. टाळ्या, फुलं आणि शुभेच्छांच्या वर्षावात गाडीची किल्ली मोठ्या समारंभपूर्वक रीतीने ग्राहकाच्या हातात सोपवली जाते. शिवाय, सेवेची संधी दिल्याबद्दल आम्ही मनापासून ग्राहकाचे आभार मानतो. आमच्या निखळ भावना जाणवून त्यांच्या डोळ्यांत अश्रू उभे राहतात. त्या क्षणी आम्हाला जाणवणाऱ्या समाधानाचं मोजमाप करताच येणार नाही!

तसं पाहिलं तर आम्ही वर्षानुवर्षं गाड्या विकण्याचं काम करतो आहोत. आपल्या श्वासाप्रमाणेच ते आमच्या अंगवळणी पडलं आहे. पण तरीदेखील आताशा आमच्या मनात येतं की, आम्ही त्यांना विकत असलेली गाडी हा मशीनरीचा एक नमुना नसून त्यांच्या दृष्टीनं जीवनावश्यक सोय आहे. या गाडीतून कुणी दवाखान्यात सहज पोहोचू शकणारे, कोणी कुटुंबीयांबरोबर सहलीचे चार-दोन दिवस आनंदात घालवणारे तर कुणी आपल्या मुलांना शाळेतून घेऊन येणारे!'

आणि खरं सांगू? आमचे ग्राहक जेव्हा असे भावनातुर होतात ना, तेव्हा रॉबला ते पाहावत नाही. त्याचा कंठ चक्क दाटून येतो. 'अरे, तिकडे काय काम पडलं आहे ते जरा पाहून येतो' असं कारण देऊन तो हळूच निघून जातो.

दुय्यम बाबी

'शांत' या शब्दाचा अर्थ बघण्यासाठी डिक्शनरी उघडण्याची गरज नाही. बस्स, लॉईड हायबर्गरकडे एक नजर टाकली की झालं. 'मुळात मी अतिशय शांत प्रवृत्तीचा आहे. कुठल्याच गोष्टीमुळे मी खूप हरखून जात नाही किंवा हेलावूनदेखील जात नाही.'

लॉईडच्या या स्वभावामुळे तो रोचेस्टर फोर्ड टोयोटामध्ये लोकप्रिय असावा. तो तिथे सेल्स असोसिएट म्हणून काम पाहतो. गाडी दुरुस्तीला टाकल्यामुळे ग्राहकांची अडचण होते. अशा वेळेस लॉईड खुशाल त्यांना आपली गाडी वापरायला देतो. दुरुस्त झालेली गाडी न्यायला ग्राहक परत येतात, तेव्हा लॉईडला त्याची गाडी परत करतात. 'बरं त्या दरम्यान गाडीला काही झालंच, तर इन्शुरन्स असतो ना!'

'मुळात मी स्वत: आरामशीर जीवन जगतो. लोकांनीही त्याचा अनुभव घ्यावा अशीच माझी धारणा आहे. माझ्या स्वत:च्या ऑफिसमध्ये एक छोटासा पंखा आहे. घामाघूम होऊन कुणी आलं की, त्यानं म्हणायच्या आधी मीच तो पंखा त्यांच्या दिशेने फिरवतो.'

अशाच एका गारठलेल्या रात्री लॉईडला शोरूममध्ये फोन आला. त्याच्या लक्षात राहण्याचं कारण म्हणजे मिनेसोटामध्ये त्या रात्री प्रचंड गारठा वाढला होता. आयोवा प्रांतातील डुबक येथे राहणाऱ्या एका महिलेने फोन केला होता. परंतु त्या वेळेस ती मायो क्लिनिकपासून काही किलोमीटर अंतरावर असलेल्या एका हॉटेलमध्ये होती. तिचा नवरा मायो क्लिनिकमध्ये ल्युकेमियावर उपचार घेत होता.

तिची गाडी रोचेस्टर फोर्ड टोयोटामध्ये दुरुस्तीसाठी आलेली होती. आधीच नवऱ्याच्या आजारपणाचा प्रचंड ताण तिला आला होता. त्यामध्ये या बिघडलेल्या

गाडीमुळे भरच पडत होती. म्हणूनच तिनं लॉईडला फोन करून सांगितलं, 'मला नवीन गाडी घ्यायची आहे.'

'तुम्ही आता टॅक्सी करून शोरूमला या. मी तुमचं टॅक्सीचं बिल भरतो.' लॉईडनी सांगितलं. ती तिथे पोहोचेपर्यंत त्यानं दुसऱ्या एका गाडीचा हीटर चालू करून ठेवला. ती आल्यावर त्या प्रचंड थंडीच्या रात्री त्या उबदार गाडीतून त्यानं तिला सर्व शोरूममध्ये हिंडवलं. तिच्या मनास उतरेल, खिशाला परवडेल आणि सोयीची ठरेल अशी गाडी मिळेपर्यंत त्यानं तिला शोरूममध्ये हिंडवलं.

तोवर बाकीच्या टीमनं तिच्या दुरुस्तीला आलेल्या गाडीचं योग्य ते मूल्यमापन करून ठेवलं. तिनं दुसरी गाडी पसंत केल्यावर लगेचच तिच्या जुन्या गाडीतून तिचं सर्व सामान काढून नवीन गाडीत भरलं गेलं. नवीन गाडीदेखील चकाचक करण्यात आली. शोरूमपासून हॉटेलपर्यंतचा रस्ता तिला माहीत नव्हता, तर लॉईडने तिला चक्क नकाशा काढून दिला आणि मग ती रवाना झाली. 'हे सर्व करता-करता आमची रोजची घरी जायची वेळ उलटून चांगला तास दीड तास झाला होता. परंतु आम्हाला तिच्या उपयोगी पडता आलं, हे आमच्या दृष्टीनं अधिक महत्त्वाचं होतं.' त्या प्रसंगाचा शेवट करत लॉईड म्हणाला.

ती महिला तिच्या नवऱ्याला घेऊन दुसऱ्या दिवशी दुकानात परतली. इतकी सहृदयता दाखवणाऱ्या लोकांना भेटायला तिचा नवरा हॉस्पिटलची खास परवानगी घेऊन आला होता. त्यानं लॉईडचे विशेषत्वाने आभार मानले.

अनेक आठवड्यांनंतर लॉईडला तिचं पत्र आलं. तिनं लिहिलं होतं, 'त्या रात्री माझा नवरा मोठ्या धैर्याने त्याच्या आजाराचा सामना करत होता. तुम्ही सगळ्यांनी मला त्या वेळेस अतिशय प्रामाणिकपणे सेवा दिली. माझ्याबद्दल अनुकंपा व्यक्त केली. म्हणूनच अंथरुणाला खिळलेला माझा नवरा तुम्हाला भेटायला आला होता. तुमच्याशी भेट झाल्यावर जेमतेम एका आठवड्यात त्यानं इहलोकीची यात्रा संपवली.'

स्वत:कडे कुठल्याही प्रकारचा मोठेपणा न घेता लॉईड म्हणतो, 'या परिस्थितीत कुणीही जे अगदी स्वभाविकपणे केलं असतं, तेच आम्हीदेखील केलं. पण मला त्यातून खूप मानसिक स्वास्थ्य लाभलं, हे खरंय. तो प्रसंग माझ्या मनावर कायमचा कोरला गेलाय.' हे बोलताना त्याचा स्वर कातर होतो.

स्वत:ला बदला

अशा प्रकारे रोचेस्टर फोर्ड टोयोटा येथील वातावरण बदलू लागलं होतं. पण कधी-कधी रॉबला वाटायचं की, क्षणार्धात सगळं बदललं गेलं पाहिजे. 'मुळातच, 'झटपट' हा माझा पिंड आहे. कदाचित तो माझा स्वभावदोष आहे असंही म्हणता

येईल. मला जे जेव्हा हवं असतं, ते तेव्हा हवंच असतं. पण विनोदाचा भाग असा की, या दोषालाच मी माझा गुण समजतो. दुसऱ्याचं काय चुकतं आहे, हे मला लगेचच कळून येतं.'

'तुम्हाला खरोखरच जग बदलायचं असेल ना, तर मुळात तुम्हाला स्वत:ला बदलावं लागतं. आता इथेही माझ्यामधील नम्रतेचा कसच लागणार आहे, कारण या संस्थेमधील प्रत्येक दहा समस्यांपैकी ९ समस्यांचं मूळ मी स्वत:च असतो, हे माझ्या लक्षात आलं. मग मी स्वत:मध्ये जाणीवपूर्वक बदल करायला सुरुवात केली. त्यामुळे झालं असं की, इतरांमध्ये बदल करण्याने जो परिणाम साधला जात होता, त्याहून कैक पटींनी अधिक परिणाम माझ्यामधील बदलाने साधला जाऊ लागला.'

रॉबने स्वत:मध्ये जाणीवपूर्वक बदल करायला सुरुवात केली. सर्वांत महत्त्वाचं म्हणजे दुसऱ्याचं म्हणणं ऐकून घ्यायला त्यानं सुरुवात केली. त्यासंदर्भात बोलताना ॲल उटेश म्हणाला की, 'अनेकदा असं होतं की, रॉबने एखादी परिस्थिती कशी हाताळली आहे किंवा एखाद्या प्रसंगात तो कसं बोलला आहे, याबद्दल आम्ही केलेली टीका किंवा समीक्षा म्हणा हवं तर – त्याला आवडत नाही. पण तरीही आता तो त्यावर विचार करतो आणि नंतर आमच्याशी त्याबद्दल बोलतो. प्रसंगी स्वत:ची चूकदेखील मान्य करतो.'

पुढची पायरी म्हणजे रॉबनी त्याच्या कर्मचाऱ्यांना मोकळीक दिली. त्यांच्यावर विश्वास टाकला. 'मी जर पुरेसा प्रामाणिकपणा दाखवला, तर मला हे कबूल करावं लागेल की, पैशाचं महत्त्व माझ्यालेखी तरी निर्विवाद आहे. त्यामुळेच कर्मचाऱ्यांच्या एखाद्या निर्णयाने माझं आर्थिक नुकसान झालं, तर माझा पारा चढू न देणं ही माझ्यासाठी कसरतच असते. अशा वेळेस समोरच्याला उचलून भिरकावून देण्यासाठी माझे हात नुसते शिवशिवत असतात. परंतु पैशाच्या पलीकडे जाऊन विचार केला तर आमच्यालेखी सर्वांत महत्त्वाची आहेत ती माणसं. याचाच गर्भितार्थ असा आहे की, तुम्ही हे मूल्य कितपत जपता हे कर्मचारी जोखत असताना तुम्ही शांत राहणं अपेक्षित आहे आणि तसं राहण्याचा मी पुरेपूर प्रयत्न करतो.'

यातूनच हळूहळू रॉब शिकत गेला की, चुटकीसरशी मिळणारे पण कापरासारखे उडून जाणारे फायदे नाही झाले तरी चालेल. खरं महत्त्व आहे, ते प्रदीर्घ काळासाठी कंपनीने ठरवलेल्या ध्येयांचं. त्या संदर्भात आठवण सांगताना तो म्हणतो, 'एक दिवस लॉईडच्या एका ग्राहकानी फोन केला. तो इडाहोला जायला निघाला होता. त्यानं आमच्याकडून विकत घेतलेला ट्रक नीट चालत नव्हता, त्यामुळे तो साऊथ डाकोटामध्ये अडकून पडला होता. मग तो तिथल्या डीलरकडे ट्रक घेऊन पोहोचला. पण त्यांच्याकडून तो ट्रक दुरुस्त होईना. म्हणून मग त्यानं लॉईडला फोन लावला.

त्याला मी सांगितलं, 'ठीक आहे. त्यांच्याकडून तो ट्रक दुरुस्त होत नसेल, तर तू त्यांच्याकडे उपलब्ध असलेली कोणतीही गाडी घे, त्यात तुझं सामान भर, तुझं काम पूर्ण कर आणि इथे ये. मग ती गाडी मी तुझ्याकडून विकत घेईन.' माझा हा निरोप ऐकून मात्र तिथल्या लोकांनी त्याचा ट्रक ताबडतोब दुरुस्त करून दिला. कदाचित आमच्या प्रांजळपणाची त्यांना कल्पना आली असावी आणि मग त्यांचा अहंकारदेखील जागृत झाला असावा.

आमच्या ग्राहकांनी आमच्याकडून केवळ वाहन विकत घेतलं नव्हतं, त्यात आमच्या लौकिकाचादेखील प्रश्न होता.'

झोकून देणे

रॉबने स्वत:मध्ये जाणीवपूर्वक बदल घडवायला सुरुवात केली. हे पटल्यावर त्याच्या अनेक सहकाऱ्यांनी त्याला साथ द्यायचा निर्णय घेतला. ॲल उटेश हा त्यातलाच एक. तो पार्ट्स मॅनेजर म्हणून काम बघत होता. २९ वर्षांपूर्वी तो युनिव्हर्सलमध्ये लागला होता तेव्हा गाड्या धुण्याचं काम करत होता. त्यानं चक्क नोकरी सोडायचा विचार केला होता. पण तरीही रॉबनी जेव्हा सगळ्यांना 'स्व'च्या पलीकडे पाहण्याचं आवाहन केलं, तेव्हा ॲलला त्यामध्ये काहीतरी तथ्य जाणवलं. शिवाय त्याच्या आईवडिलांनी त्याला वाढवताना हाच विचार जोपासला होता, जो ॲल आता त्याच्या मुलांपर्यंत पोहोचवत होता. त्याच दरम्यान डीलरशिपमध्ये सर्व्हिस मॅनेजरचे काम करणाऱ्याने राजीनामा दिला. त्या पदासाठी ॲल सर्वोत्तम आहे, असं रॉबला वाटलं. ॲलसकट इतर कुणालाच तसं वाटत नव्हतं ही गोष्ट वेगळी. 'मुळात, २९ वर्षं सुटे भाग हाताळून मला तेच छान वाटू लागलं होतं. नवीन काहीही करण्याची इच्छा नव्हती. आणि अगदी खरं सांगायचं तर जबरदस्त भीतीदेखील वाटत होती. पहिले दोन महिने मी रात्रीमागून रात्री तळमळत काढल्या होत्या.' ॲल त्या आठवणींनी आजही स्तिमित होतो.

'पण एकदा 'हो' म्हटल्यावर ॲलने सर्वस्व झोकून देऊन काम केलं. आपल्याला काय अडचणी येतील, पगार किती मिळेल अशा कुठल्याच गोष्टींचा त्यानं विचार केला नाही.' रॉबच्या स्वरात ॲलचं कौतुक होतं.

ॲलच्या मते, 'आमच्या विभागाकडून ग्राहकांना दिली जाणारी सेवा तर चेष्टेचा विषय बनली होती. आम्ही अनेकदा त्याबद्दल चर्चा करत असू, उपाय शोधायचा प्रयत्न करत असू. काहींचे हात इतके पोळले गेले होते की, त्यांनी तर नोकरी सोडायचा विचार केला होता. पण तरीही ही नवीन संधी स्वीकारून पाहायची असंच सर्वांनी ठरवलं.'

परंतु सर्व विभागांची भावना त्यांच्यासारखी नक्कीच नव्हती. त्या कालावधीवर प्रकाश टाकताना रॅब म्हणाला की, 'काही जणांचा जबरदस्त प्रभाव होता. आम्ही आमच्या विकासाकरता जो मार्ग निवडला होता, त्या मार्गावरून जाण्याची त्यांची फारशी तयारी नव्हती. त्यांना नामानिराळंच राहायचं होतं. तरीही मला त्यांच्याबद्दल खातरी होती. म्हणूनच एका मालकाच्या भूमिकेतून मी ॲलला विचारलं की, 'तुला खातरी आहे ना?' त्या वेळी ॲलनं आमच्या तत्त्वज्ञानाकडे, ध्येयाकडे आणि मूल्यांकडे इशारा करत खातरी दिली होती. मग मीही त्याला अडवून धरलं नाही. पुढे जाऊ दिलं.'

अनेक जण सोडून गेल्यामुळे पुष्कळ जागा रिक्त होत्या. मग ॲलनं त्या जागेवर वेगवेगळे लोक घेतले. कित्येकांना तर या क्षेत्राचा काहीही पूर्वानुभव नव्हता. पण ॲलनं निकष लावला होता तो ऊर्जेचा, सकारात्मकतेचा. ग्राहककेंद्रित व्यक्तिमत्त्वावर त्यानं विशेष भर दिला. त्यानंतर या निवडलेल्या लोकांना त्यांनी आवश्यक कौशल्यांकरता प्रशिक्षित केलं. त्यानं सेवा-विभागाची पुनर्रचना केली.

'सकाळी पावणेसात वाजता आम्ही सेंटरची दारं उघडायचो. त्यानंतर दुहेरी रांगांतून, एकमेकांवर आपटत सगळे आत घुसायचे. प्रचंड गोंधळ व्हायचा. कुठलीच शिस्त नव्हती. मी या पद्धतीमध्ये बदल केला. एकेरी रांग आणि १५-१५ मिनिटांचे रिझर्वेशन स्लॉट्स अशी नवी पद्धत अमलात आणली. त्यामुळे झालं काय की, प्रत्येकाला नीट वेळ देता येऊ लागली आणि लोकांचा वेळदेखील वाचू लागला. शिवाय नक्की काय बिघाड झाला याचा अधिकाधिक अचूक अंदाज येऊ लागला.' ॲलने माहिती दिली.

ही पद्धत किती परिणामकारक होती हे अवघ्या काही महिन्यांतच लक्षात आलं. सेवाविभागाचा ग्राहक संतुष्टतेचा आलेख वेगाने चढत गेला. त्यामुळे नफा आणि मार्केट शेअर्स यांच्यातही भरघोस वाढ झाली. याच्या बरोबरीनं कर्मचाऱ्यांमध्येही संतोषाचं वातावरण पसरलं. इतकी प्रसन्नता रॅबनी त्या आधी कधीच अनुभवली नव्हती. 'पूर्वी आम्ही फक्त गाड्यांची दुरुस्ती करत होतो. आता मात्र आम्ही लोकांचीदेखील काळजी घेऊ लागलो आहोत, हे आम्हाला जाणवलं.' रॅबने उत्साहाने सांगितलं. 'कधी-कधी मी स्वत:देखील नैराश्याच्या गर्तेत बुडू लागतो. अशा वेळेस ॲल पुढे होतो आणि मला हात देतो, आशावाद दाखवतो आणि मग मला नव्याने जाणीव होते की, आम्ही जे काही करत आहोत त्यानं नक्कीच फरक पडतो!'

परिपूर्णता : मि. परफेक्ट

बॉडी शॉपचा मॅनेजर चक डेरीला ज्या वेळेस डीलरशिपच्या नवीन तत्त्वज्ञानाबद्दल माहिती मिळाली, त्या वेळेस त्यानं रॅबला सरळ-सरळ सांगितलं की, 'हे सगळं

बकवास आहे.' तो पुढे असंही म्हणाला की, 'कुणीही येईल आणि मला FISH!बद्दल सांगेल की, असं केलं की तसं होतं, तर मी मुळीच ऐकून घेणार नाही.' पण मग नंतर मला वाटू लागलं की, करून तर पाहावं म्हणजे रॉबचं सांगणं किती चुकीचं आहे, हे तरी आपल्याला दाखवून देता येईल. बस्स, एवढ्या विचाराने मी हा मार्ग स्वीकारला खरा; परंतु बाजी माझ्यावरच उलटली. उलटपक्षी, त्या मार्गाने चालल्याचे अधिकाधिक चांगले परिणाम दिसून येऊ लागले.'

तिथूनच पुढे चकच्या आयुष्याला कलाटणी मिळाली. त्यानं परिपूर्णतेचा आणि काटेकोरपणाचा ध्यास घेतला. लोक येऊन मला विचारत, 'काय? कसं काय?' मी उत्तर द्यायचो, 'परफेक्ट!' मग ते म्हणायचे की, 'तू नाही होऊ शकत परफेक्ट.' 'का बरं नाही होऊ शकत मी?' हा माझा प्रतिप्रश्न असायचा.

'जर एखाद्या दिवशी माझा मूड खराब झाला, तर त्याची परिणती विभागातील दुसऱ्या कोणावर वैतागण्यात आणि त्याचाही दिवस खराब करण्यात होणार, हे माझ्या लक्षात आलं. मी घरून येताना चिडून आलो, बायकोशी भांडून आलो, तर त्याचे पडसाद माझ्या मनात उमटणारच. अशा वेळेस माझ्या कामाचा दर्जा खालावणार. त्यापेक्षा, त्या दिवशी कुठलंही काम न करणंच बरं, नाही का? कारण या कामाची सारी जबाबदारी माझ्यावर असते.

आमच्या कामाच्या दर्जामध्ये काही फरक पडला नाहीये. आधीही तो आजच्याप्रमाणेच उत्तम होता. फरक पडला आहे तो मनोवृत्तीमध्ये. लोकांना एखादी गोष्ट माहिती नसेल, तर मी त्यांना समजावून सांगतो. प्रत्येक वेळेस परिस्थिती वेगवेगळी असते. कधी-कधी तर एखाद्याचा बायकोशी वाद होतो आणि मग मी इथे त्याच्याशी संवाद साधतो. अशा वेळी मी चक्क विवाह-समुपदेशकाच्या भूमिकेत असतो. त्यांच्या प्रत्येक क्षणामध्ये मी त्यांच्या सोबत असतो आणि मला १०० नाहीतर १२० टक्के परतावा मिळतो.'

'तुम्हाला फोनवर बोलत असताना समोरच्याने विचारलं की, तुम्ही कसे आहात, तर उत्तर द्या 'परफेक्ट'. मी तुम्हाला खातरीनं सांगतो की, लोक तुम्हालासुद्धा 'परफेक्ट' या नावाने हाक मारू लागतील. जर कुणी म्हटलं की, तुम्ही परफेक्ट नाही होऊ शकत, तर मी म्हणतो की, प्रत्येक दिवस परफेक्ट आहे. तुम्ही म्हणून तर पाहा किती छान वाटतं ते. माझं ऐकून इतर १०-१२ सहकारीही म्हणू लागलेत 'परफेक्ट'. त्यांना आता दुसरं काही म्हणावंसंच वाटत नाही.'

आपली भूमिका निभावा

ज्युली स्वेनिंग्सन ही तिथे सुट्या भागांच्या विभागाची मॅनेजर आहे. ती नेहमी दोन सर्व्हिस-तंत्रज्ञांसमवेत दुपारचं जेवण घेत असे. 'खरंतर जेवण कमी आणि

इतरांबद्दल तक्रारी जास्त असंच आमचं चालायचं.'

एक दिवस त्या दोघांपैकी एकाने तिला विचारलं, 'काय गं, माझ्याबद्दल सगळे काय बोलतात?' त्यावर तिनं उत्तर द्यायला नकार दिला. पण त्यानं खूपच आग्रह केला. 'अगं सांग की, मला त्याचं काही वाटणार नाही.' त्याच्या आग्रहाला बळी पडून तिनं त्याला सांगितलं. मात्र त्याला ते सत्य पेललं नाही. त्यानंतर तो कधीही त्यांच्याबरोबर जेवला नाही.

तसंही ऑटोपार्ट्स विभागात काम करणं महाकठीण आहे. कुणीही तुम्हाला चांगलं म्हणत नाही, नावाजत नाही. वाट्याला येतात फक्त तक्रारी. एखादा पार्ट पुन्हा बदलावा लागला, तर ग्राहक लक्षातच घेत नाहीत की, आम्हाला किती कसरत करावी लागते ते. त्यांना फक्त स्वत:चीच गैरसोय दिसते. तो पार्ट मिळवण्याकरता आम्ही किती स्तरांवर, किती प्रकारे प्रयत्न करतो हे कायम पडद्याआड राहतं.' ज्युलीने तिच्या भावना व्यक्त केल्या.

तरीही ज्युलीने तिला स्वत:ला काय वाटतं, काय मिळतं याच्या पलीकडे जाण्याचा प्रयत्न केला. आपण दुसऱ्याला काय देऊ शकतो आणि काय देत आहोत यावर लक्ष केंद्रित करायला तिनं सुरुवात केली. 'पूर्वी असं व्हायचं की, ग्राहकांना एखादा पार्ट हवा असायचा. आमच्याकडे तो नसला की, आम्ही बाहेरून मागवायचो. अशा वेळेस अनेकदा आम्ही ग्राहकांना त्या पार्टची जी किंमत सांगितलेली असायची, त्यापेक्षा अधिक किंमत लागणार असेल, तर आम्ही चक्क ग्राहकांना ताटकळत ठेवायचो. आता मात्र हे चित्र बदललं आहे. आम्ही अंदाजाने वर्तवलेल्या किमतीपेक्षाही एखादा पार्ट महाग असेल, तरीही आम्ही तो घेतो, ग्राहकाला देतो व त्याची गैरसोय दूर करतो. भले मग आम्हाला ती फरकाची रक्कम का भरावी लागे ना! अशा व्यवहारात फायदा तर काडीचाही होत नाही, पण ग्राहकाला संतोष मिळतो याचंच आम्हाला समाधाना वाटतंय. आर्थिक झळ ही किंचितशी आणि अल्पकालीन असते, पण ग्राहक मात्र कायमस्वरूपी टिकून राहतो, हे महत्त्वाचं नाही का?'

आता हे गणित फायद्याचं कसं याची उकल मी नाही करू शकणार, परंतु फायदा नाकारूही शकणार नाही. खरंतर आता आम्हाला पूर्वीपेक्षा जास्त काम करावं लागत आहे. आम्ही पूर्वीहून अधिक व्यस्त असतो. तसं पाहाल, तर आमच्या कुरकुरणाऱ्या ग्राहकांची संख्या तेवढीच आहे. तरीही आम्ही आमच्या कामाचा आनंद खऱ्या अर्थाने घेत आहोत.

माझ्यात प्रचंड बदल घडला आहे, परंतु तरीही कधी-कधी मी मूळ पदावर जाते; सतत स्वत:चा बचाव करण्याच्या पवित्र्यात. पण त्याला आता आधीसारखी धार राहिलेली नाही. मी खूप शांत आणि स्थिर झाले आहे. याचं श्रेय रॉबला द्यायला हवं. आम्ही आज जे काही आहोत, त्यात त्याचा सिंहाचा वाटा आहे, कारण तो

आम्हाला सतत त्याच्या कल्पनांमध्ये सहभागी करत गेला. त्याउलट जर त्यानं मला पगारवाढ दिली असती, तरी माझी मनोवृत्ती जशीच्या तशीच राहिली असती. तो अनुभव मी घेतलेला आहे. एखाद्याला पगारवाढ दिली म्हणजे मनोवृत्ती बदलतेच असं नाही. त्याउलट, आमच्याकडे मनोवृत्ती बदलण्याची जाणीवपूर्वक संधी प्रत्येकाला दिली जाते आहे. त्यामुळेच अपेक्षित बदल घडून येणार आहे.'

थोडासा बदल, चांगल्यासाठी

वेन ब्रुएस्केच्या वडिलांचं रोचेस्टरमध्ये स्वत:चं सर्व्हिस स्टेशन होतं. परंतु त्यांनी कधीही जाहिरातीचा आधार घेतला नाही. ते म्हणायचे, 'सांगोवांगी नाव होणं महत्त्वाचं. जाहिरात करून मग काम मिळणार असेल, तर मग मी हा व्यवसाय करणंदेखील अयोग्य आहे.'

वेनचं लहानपण गाड्यांच्या गराड्यातच गेलं. गाडी दुरुस्त करणं हा त्याचा सहजस्वभाव बनला. १९८०मध्ये त्यांनी युनिव्हर्सल फोर्डमध्ये कामाला सुरुवात केली. आपल्या वडिलांप्रमाणेच त्यालाही ग्राहकांबद्दल आत्मीयता होती. परंतु नोकरीचा अनुभव वेगळाच होता. १९८०-१९९० या दहा वर्षांत कंपनीची मालकी पाच वेगवेगळ्या लोकांकडे आली होती. मात्र या पाचपैकी एकालाही आपल्या ग्राहकांप्रती आत्मीयता नव्हती. त्या प्रत्येकासाठी फक्त अर्थप्राप्ती महत्त्वाची होती.

वेनला तर असं जाणवलं की, युनिव्हर्सलला आपल्या कर्मचाऱ्यांप्रतीदेखील आस्था वाटत नाहीये. अनेकदा मेकॅनिक्सना अत्याधुनिक हत्यारं, सामग्री हवी असायची. जुन्या साधनसामग्रीच्या साहाय्याने गाड्या दुरुस्त करता-करता त्यांची मान-पाठ एक व्हायची. पण व्यवस्थापनाकडून त्याबाबत काहीही हालचाल होत नसे. केवळ वादावादी होत असे.

सततच्या या वादावादीचा परिणाम वेनच्या मनोवृत्तीवर होऊ लागला. वैतागून एक दिवस त्यानं शर्टवरच्या आपल्या नावावर स्वत:चा कर्मचारी नंबर चिकटवला. 'ते पाहून सर्व्हिस मॅनेजर अतिशय वैतागला होता, पण आमचं अस्तित्व हे त्यांच्या लेखी केवळ एक नंबर होता, अशी माझी खातरी पटू लागली होती.'

आपल्या मनोवृत्तीचा परिणाम आपल्या कामावर होऊ न देण्याचा वेनने आटोकाट प्रयत्न केला. तरीही त्याच्या वागण्याबोलण्यात फार फरक पडला होता. ज्युली स्वेनिंगसनबरोबर तो दुपारचं जेवण घ्यायचा, तेव्हा तक्रारींव्यतिरिक्त त्याच्याकडे काहीही नसायचं. तो सतत मान खाली घालून वावरायचा. 'मी माझ्याच विचारात, त्राग्यात खोल-खोल बुडत चाललो होतो. मला कुठूनही प्रकाशाची साधी तिरीपसुद्धा दिसत नव्हती. मग त्या प्रकाशाला स्पर्श करणं तर दूरच राहिलं. प्रश्न एवढाच होता

की, नवीन नोकरी बघायची की, नसती दुखणी मागे लावून घ्यायची!'

रॉबने जेव्हा डीलरशिप घेतली तेव्हा वेनला एक-दोन ठिकाणी नोकरी मिळायची शक्यता होती. सुरुवातीला त्यानं रॉबचे विचार ऐकले तेव्हा त्याला वाटलं की, हा जे बोलतो आहे त्याच्या निम्म्याने जरी आचरणात आणलं तरी खूप फरक पडेल. 'ग्राहककेंद्रित आचरण' हे माझं आवडतं मूल्य होतं, नाही का? आणि तसंही, समजा मी आत्ता जरी दुसरी नोकरी घेतली, तरी माझ्यामध्ये त्यामुळे काही फरक पडणार आहे का? मी आत्ताची माझी मनोवृत्ती दुसऱ्या नोकरीतही प्रकट करणार नाही का?'

असा विचार करून वेनने तीच नोकरी राहू दिली. अर्थात, एका रात्रीतून त्याची मनोवृत्ती बदलण्याचा चमत्कार नक्कीच झाला नाही. उलट, जेव्हा तो एकदा रॉबकडे युनिफॉर्म पुरवणारी कंपनी बदलण्याबाबत कुरकुर करत होता, तेव्हा रॉबने त्याला सुनावलं होतं, 'इथे तुझ्या दृष्टीनं परिस्थिती इतकी खराब असेल, तर तू इथून बाहेर पडणंच चांगलं.'

खरंतर तसं करणं सोपं होतं आणि त्यामुळे वादाचा मुद्दादेखील निकालात निघाला असता. मात्र वेनने तसं केलं नाही. रॉबनेदेखील वेन आणि इतर तंत्रज्ञांना दर आठवड्यात एकदा वेळ देण्याची तयारी दाखवली. आजवरच्या एकाही मालकाने असा काही विचार केला नव्हता.

रॉबच्या या तयारीमुळे वेनलाही वाटलं, 'चला, वर्कशॉपमधल्या काही ना काही अडचणी मार्गी लागू शकतात. परंतु माझ्या मनात त्याबद्दल जे चित्र उभं राहिलं होतं त्याप्रमाणे खरंतर काही घडलं नाही. तरीही जे काही झालं त्यातून चांगलंच चित्र उभं राहिलं. मला त्याचा वैयक्तिक फायदा जाणवतो आहे. एक तर रॉब मुख्यत्वे आमची मूल्य काय व कशी असावीत याबद्दलच बोलला. शिवाय आम्ही 'स्वकेंद्रित न राहता इतरांचा विचार करावा, असं त्याचं म्हणणं होतं.'

रॉबलासुद्धा पुष्कळ काही शिकता आलं. 'मुख्य म्हणजे त्यांचे विचार काय आहेत हे मी जसं जाणलं, तसंच माझी मनोभूमिका त्यांना कळली. एकमेकांच्या अडचणी लक्षात आल्या. त्यामुळे दोन्ही बाजूंच्या अडचणी पार करून त्यातून उपयुक्त असा मार्ग काढता आला.' रॉब म्हणाला.

यानंतर वेनच्या लक्षात आलं की, 'मला जे काही वाटायचं, ते बोलायची भीती मला पूर्वी वाटायची. मी मनातले विचार बोलू धजायचो नाही. कारण व्यवस्थापनाला पटलं नाही, तर नोकरी गमावण्याची धास्ती होती ना! पण रॉबबरोबर बसून चर्चा केल्यावर मला जाणवलं की, एकमेकांविरुद्ध मनात कुठल्याही प्रकारचा किंतू न बाळगता आम्ही कोणत्याही विषयावर चर्चा करू शकतो.'

यामुळेच की काय पण वेनच्या दडपून टाकलेल्या काही भावना पुन्हा उफाळून

आल्या. 'मी मुळात जसा होतो तसं वागू लागलो. इतरांना मदत करायला मला नेहमीच आवडायचं. माझ्यासाठी कुणी काही विशेष काम केलं असेल, मग ते किती का लहान असेना, त्याबद्दल करणाऱ्याचे आभार मानणं, माझ्या त्यांच्याप्रती असलेल्या भावना व्यक्त करणं मला आवडायचं. मग मी तेही करू लागलो. वरवर लहानशा वाटणाऱ्या अशा गोष्टींनी माझं आयुष्य अधिक आनंददायी, सरळ आणि मजेशीर होत होतं.' त्यानं मग कर्मचारी सांस्कृतिक मंडळामध्ये भाग घ्यायला सुरुवात केली. इतर कर्मचाऱ्यांना जाणून घ्यायला सुरुवात केली. त्या सगळ्यांनी मिळून कृतज्ञता कार्ड तयार केली.

त्यांच्या शोरूमच्या बाजूला काही झुडपं वेडीवाकडी वाढली होती. त्यामुळे शोरूमची ती बाजू कशीतरीच दिसत होती. त्या दिवशी प्रकर्षाने उकाडा जाणवत होता. हवेत दमटपणा भरला होता. अशात ॲलनं मनावर घेऊन त्या झुडपांची व्यवस्थित कापणी केली, त्यांना छानसा आकार दिला. त्याच्या या कृतीने सगळेच खूश झाले. ॲल त्याच्या ऑफिसमध्ये पोहोचला, तेव्हा त्याच्या टेबलवर एक 'कृतज्ञता कार्ड' ठेवलेलं होतं – 'ॲल, तुझ्या आजच्या या कृतीने तू एका छानशा बदलाला सुरुवात केली आहेस.'

वेननं ॲलला ते कार्ड पाठवलं होतं. त्यावर ॲलची प्रतिक्रिया खूप बोलकी होती. 'गॅरेजमधले लोक एकमेकांना तिथल्या तिथे असं कार्ड देताहेत हे त्रयस्थाच्या नजरेला विचित्र वाटेल कदाचित, परंतु मला वैयक्तिकरीत्या त्यामुळे खरोखरच खूप छान वाटलं.'

वेनला ठाऊक होतं की, रोजचा दिवस नेहमीच विनातक्रार जाणार नाही. कधीतरी, काहीतरी विसंवाद निर्माण होऊ शकतो. त्याची सुरुवात कधी इतरांकडून तर कधी वेनकडूनदेखील होऊ शकते. परंतु यापलीकडे जाऊनही आपली कामाची जागा आपल्याला कशी हवी आहे याचा विचार तर तो करू शकत होताच, शिवाय पुढे जाऊन त्याची प्रभावी, यशस्वी अंमलबजावणीसुद्धा करू शकणार होता.

आपल्या फावल्या वेळेचा सदुपयोग करण्याच्या दृष्टीनं वेनने स्वेच्छेने 'ओल्मस्टेड काउंटी शेरीफ्स डाईव्ह टीम'मध्ये नाव नोंदवलं आहे. पोहताना गायब झालेल्या किंवा इतर काही कारणांनी पाण्याशी जवळीक साधलेल्यांचा शोध घेण्यासाठी ही टीम तलाव, डबकी, नद्या अशा ठिकाणांचा तळ गाठते. एका आठवड्यात तर त्यांना १३ वर्षांच्या एका मुलाचा शोध घ्यावा लागला. सर्वांत शेवटी तो तलावात पोहोताना दिसला होता.

'त्या मुलाचा शोध घेताना तलावाचा तळच नाही तर माझं मनदेखील ढवळून निघालं. शनिवारचा पूर्ण दिवस आम्ही शोध शोध शोधलं, पण पाणीसुद्धा खूप

गढूळ झालं होतं त्यामुळे शोध लागणं कठीण होतं. मध्यरात्रीनंतर नाईलाजाने आम्हाला आमचं शोधकार्य बंद करावं लागलं. माझी अस्वस्थता पार शिगेला पोहोचली होती. तो मुलगा सापडत नव्हता, दुसरं काही करता येत नव्हतं. रविवार सकाळपर्यंत आम्ही कसाबसा धीर धरला. उजाडताच जोमाने शोधायला सुरुवात केली, परंतु पुन्हा एकदा रिकाम्या हातांनी परतावं लागलं. शेवटी सोमवारी त्या मुलाचा मृतदेह हाती लागला. त्या क्षणी प्रकर्षाने जाणवलं की, देवाने आपल्याला भरभरून सगळं दिलं आहे. त्याबद्दल त्याचे आभार मानायलाच हवेत. त्या रात्रीनंतर प्रत्येक वेळेस माझ्या मुलाच्या अंगावर पांघरूण घालताना मला स्वत:च्या भाग्याची प्रचिती येते आहे.' हे बोलताना वेन हेलावला होता.

त्यानंतरच्या आठवड्यात रॉबनी सर्व्हिस टीमबरोबर जी मीटिंग घेतली त्यामध्ये त्यानं या डाइव्ह टीमचा आवर्जून उल्लेख केला. 'आपणही रोज आपल्या आयुष्यात, कार्यालयीन कामात सूर मारत असतो. तळ गाठायचा आटोकाट प्रयत्न करत असतो. परंतु कधी-कधी सारंच इतकं गढूळ होतं की, मग नाइलाजाने थांबावंच लागतं. काहीच दिसू न शकणाऱ्या त्या वातावरणात कुठेतरी जाऊन धडकण्यापेक्षा सारं निवळण्याची वाट बघणंच श्रेयस्कर असतं. शिवाय या धडकण्यातून काय हाती लागेल, हेदेखील सांगता येत नाही. पण मुळात सूर मारला जातो तोच मुळी 'प्रयत्नांति परमेश्वर' यावर आपला दृढ विश्वास असतो म्हणून. नाही का? शेवटी चांगल्यासाठी बदल करावा लागत असेल, तर ते अधिक चांगलं!

एका वेळेस एक दिवस

२००१चा वसंत फुलला तरी रोचेस्टर फोर्ड टोयोटा संस्कृती संक्रमणाच्या लाटेवर स्वार झालेली होती. त्याबद्दल सांगताना ब्रायन कोपेक म्हणतो, 'आमच्यापैकी बहुतांशी लोक प्रयत्न करताहेत हा बदल आत्मसात करायचा. परंतु हा प्रवास वाटतो तितका सुकर नक्कीच नाही. अनेकदा तर लोक आम्हाला फोनवरसुद्धा सांगतात, 'तुम्ही जसे होतात ना, तसेच आहात. अगदी काहीसुद्धा फरक पडलेला नाही.' पण मग माणसाच्या अंतरंगातील बदल हा काही झटकन होण्यासारखा नसतो. त्यासाठी आवश्यकता असते प्रचंड संयमाची, विशाल मनाची आणि समजूतदारपणाची.

या पार्श्वभूमीवर रोचेस्टर फोर्ड टोयोटामध्ये काम करणाऱ्यांनी नक्कीच काही भरीव बदल केला आहे. ग्राहकांचा उत्साह, कर्मचाऱ्यांचे समाधान, नफा मिळवण्याची क्षमता, वाढती बाजारपेठ आणि सातत्यानं सुधारणा ही त्यांची पंचमूल्य संहिता त्यांनी नव्याने विकसित केली.

त्यानंतर वर्षभर तरी 'आमच्याकडचा फिश! अनुभवला आहे का?' ही जाहिरात दिमाखाने मिरवत राहिली. आता ती बदलावी असा विचार रॉबच्या मनात येऊ लागला. पण म्हणजे तो सेवेची ती अभिनव कल्पनाच सोडणार होता असं नाही. 'माझ्याकरता फिश! ही जणू माझी ओळख बनली होती, संजीवनी ठरली होती. शिवाय आता माझ्या हाताखालच्या लोकांना ते करत असलेल्या वाटचालीचं भानदेखील आलं होतं. फिश! फिलॉसॉफीची खूप योग्य प्रकारे अंमलबजावणी होत होती. एक पाऊल पुढे जाण्याची वेळ आली होती.'

जेव्हा त्यानं नवीन जाहिरातीचा प्रस्ताव मांडला, तेव्हा त्याच्या सर्व मॅनेजर्सनी त्याला चक्क खडसावलंच.

'रॉब, तुला असं वाटतंय का की, 'आपली मनोवृत्ती निवडणे' याची ताकद आपल्याला पूर्णत: उमगली आहे?आपल्यात ती रुजली आहे?'

'नाही, अजून पूर्णपणे उमगलेली नाहीये!'

'आपण सगळे जण आहे तो क्षण मन:पूर्वक जगायला शिकलो आहोत का?'

'खरं म्हणजे, अजूनही आपल्याला ते तितकंसं जमत नाहीये!'

'स्व'मधून बाहेर पडून लोकांना मदत करण्यासाठी स्वत:ला झोकून देण्यातून खरी ऊर्जा मिळते, हे आपल्यात भिनलं आहे का?'

'अं... खरंतर याचं उत्तरही 'नाही' असंच द्यावं लागेल!'

'आणि तुला असं वाटतंय की, आपल्या इथलं वातावरण आता 'हसतखेळत' काम करण्याजोगं झालं आहे, विश्वास आणि जबाबदारी या भावनांनी उच्च पातळी गाठली आहे, नव्हे; तीच आपली संस्कृती बनली आहे?'

'तसं काही म्हणता नाही येणार!'

'तरीही तुला असं वाटतंय की, पुढचं पाऊल टाकायची वेळ आली आहे?'

'आता तुमच्याशी बोलल्यावर नाही वाटत तसं.' रॉबनी प्रांजळपणे कबूल केलं. 'उलट आता मी असं म्हणेन की, जर आपण पुढे पाऊल टाकायचा विचार...'

त्यानंतर रोचेस्टर फोर्ड टोयोटाने फिश!ची जाहिरात नव्या स्वरूपात झळकवली. त्यांनी लिहिलं होतं – 'फिश! गायब' त्याच्यापुढे त्यांनी लिहिलं – १) हसत-खेळत गंमत अनुभवा. २) सौख्याची अनुभूती द्या – बदल घडवा. ३) चैतन्यपूर्ण सहभाग द्या – 'या क्षणी या इथे'. ४) आपली मनोवृत्ती ठरवा – निवड तुमच्या हाती आहे.

रॉब म्हणतो की, 'मी आयुष्यात शिस्तीचा भोक्ता कधीच नव्हतो, परंतु माझ्या टीमनं मला ठरवलेल्या मार्गावर ठामपणे वाटचाल करायला उद्युक्त केलं. आमचं ध्येय होतं फिश! फिलॉसॉफीची जोपासना. आम्ही ते अक्षरश: जगलो. त्याकरता गरज होती ती शिस्तीची. माझा या मूल्यांवर विश्वास तर आहेच, पण त्याचबरोबर ती मानणाऱ्या व्यक्तींवरदेखील आहे. मला खातरी आहे की, आम्हाला गरजेहून

अधिक मिळत राहील. परंतु मानवाच्या मूळ संशयी स्वभावाला अनुसरून मी असंही म्हणतो की, 'चला, इथवर तर आलो आहोत; परंतु असंच टिकून राहायला आणखी काय बरं करायला हवं आहे?'

आणि अगदी प्रामाणिकपणे सांगायचं तर दुसरं काहीही करण्यासारखं नाही. आमच्या स्वप्नपूर्तीच्या दिशेने, आमच्या मूल्यांच्या साथीने वाटचाल करणं, बस्स एवढंच!'

गोष्टी लहान खऱ्या!

उत्सवमूर्ती : कोण, मी?

एका कार्यालयामधला 'माहिती प्रणाली विभाग' अगदी इतर विभागांसारखाच आहे. परंतु त्यांनी एक 'प्ले कमिटी' स्थापन केली आहे. या कमिटीद्वारे विविध उपक्रम राबवले जातात. साऱ्यांना सहज सहभागी करून घेतलं जातं. त्यातलाच एक प्रकार म्हणजे भिंतीवर चिकटवलेले कोरे कागद. त्या कागदांवर कुणीही चारोळ्या लिहू शकतं, चित्र काढू शकतं. मात्र एक अट आहे, ती म्हणजे, कुणाचीही निंदानालस्ती करायची नाही. मग कधी 'इस्टर एग' सजवण्याची स्पर्धा असते, तर कधी बाळाला छानसं नाव सुचवण्याची. पण त्यांची सर्वांत अनोखी भेट असते, ती दर काही आठवड्यांनंतरच्या एखाद्या सकाळी. कुठल्याही एका कर्मचाऱ्याचं टेबल आणि खोली, सारंकाही आकर्षकरीत्या सजवलेलं दिसतं. त्या कर्मचाऱ्याकरता तो आनंदाचा धक्काच असतो. त्या दिवशी ती व्यक्ती 'उत्सवमूर्ती' असते. अर्थात हा मान कोणाला मिळणार आहे, हे मात्र गुलदस्त्यात असतं. कमिटीच्या सदस्यांशिवाय कोणालाच माहीत नसतं की, 'पुढच्या वेळी कोण?'

आपल्या सहकाऱ्यांनी अशा प्रकारे आपल्याला सौख्याची अशी अवीट अनुभूती दिली की, आपसूकच आपणदेखील इतरांना तशी अनुभूती देण्यास स्वयंप्रेरित होतो, नाही का?

टॅक्स भरणे आणि १५ एप्रिल

टॅक्सच्या संदर्भात काम पाहणारं एक ऑफिस चक्क मोफत ॲस्पिरीन वाटतं.

तुमचीही पावलं तिकडे आपसूकच वळतील, नाही का? टॅक्स भरायची लगबग सुरू झाली की, या ऑफिसमध्ये गडबड सुरू होते. ज्यांनी अजूनही टॅक्स भरला नसेल, त्यांचं स्वागतसुद्धा हसून केलं जातं. ते २-३ आठवडे कर्मचारी मुद्दामच फॉर्मल कपडे घालण्याचं टाळतात. जास्तीतजास्त अनौपचारिकता जोपासली जाते. ऑफिसमध्ये येणाऱ्या लहान मुलांना लॉलीपॉप आणि खेळणी दिली जातात. चक्क पाळीव कुत्र्यांना आत येऊ दिलं जातं. इतकंच नाही, तर टॅक्स भरणाऱ्यांना 'बिअर हवी का? वाईन हवी का?' असं देखील विचारलं जातं. अर्थात, प्रत्यक्षात वाईन किंवा बिअर दिली जात नाही, पण या प्रश्नानी येणाऱ्याच्या मनावरचा ताण हलका व्हायला नक्कीच हातभार लागतो. या छोट्याशा ऑफिसमध्ये टॅक्सचं काम करायला केवळ तीन कर्मचारी आहेत, परंतु प्रत्येक वर्षी वसंत ऋतूतील केवळ १० आठवड्यांपेक्षा कमी कालावधीत २००० केसेस हातावेगळ्या केल्या जातात.

✂ मंगलगाणी-दंगलगाणी ✂

तुम्ही शाळेत स्कूलबसमधून जायचात ते आठवतंय ना? बहुतांशी ड्रायव्हरचं तुमच्याकडे लक्षच नसायचं. बसमधल्या दादागिरी करणाऱ्या मुलांनीदेखील आपल्याकडे ड्रायव्हरप्रमाणेच दुर्लक्ष करावं, असं तुम्हाला वाटत असायचं. त्या पार्श्वभूमीवर तुम्हाला कोलोरॅडोमधील या ड्रायव्हरची गोष्ट ऐकायला नक्कीच आवडेल. तो सुरक्षा प्रशिक्षणाचा सुपरवायझरदेखील आहे. त्याच्या बसमधून जाणाऱ्या मुलांकरता बस-प्रवास नेहमीच आनंददायी बनतो. मुळातच बसमध्ये चढणाऱ्या प्रत्येकाचं तो स्वागत करतो. त्यांची दखल घेतो. अचानक एखाद्याला विचारतो की, 'पास कुठे आहे?' त्यांच्या जिल्ह्यामध्ये बस-पासची पद्धतच नाही. पण प्रश्न ऐकून मुलं चपापतात. एखादा मुलगा म्हणतो की, 'नाही बुवा, पास तर नाही माझ्याकडे!' 'बरं, काही हरकत नाही. बसमध्ये बस आणि चल आमच्याबरोबर,' असंच तो म्हणतो.

बस जेव्हा जवळजवळ पूर्ण भरते तेव्हा 'पुढचा मुलगा/मुलगी बसमध्ये चढल्याबरोबर 'बर्थ डे'चं गाणं म्हणायला सुरुवात करा रे,' अशी प्रेमळ जबरदस्ती करतो. आपला वाढदिवस नसताना आपलं असं स्वागत होतं आहे हे पाहून बसमध्ये चढणारं मूल अवाकच होतं. कुणाचे शूज मस्त असले की, आपले हे ड्रायव्हर महाशय त्याची किंमत तर विचारतातच, शिवाय 'दिवसभर वापरायला देतो का रे?' असंदेखील विचारतात.

बसमधून प्रवास करणाऱ्या या सगळ्या मुलांना अशा प्रकारचा विनोद खूप आवडतो, असं ड्रायव्हरचं म्हणणं आहे. 'माझं तुमच्याकडे लक्ष आहे, तुमची दखल घेतली जात आहे' ही जाणीव मुलांना सुखावते. त्यामुळे होतं काय की, शिस्तीचा

बडगा उगारायची वेळच या ड्रायव्हरवर येत नाही. उलटपक्षी, मुलं आनंदाने त्या ७७ आसनी पिवळ्या बसमधून शिस्तीने प्रवास करतात.

❦ स्कूलबस ड्रायव्हर – अजून एक ❦

१४० कर्मचारी असलेली एक कंपनी आहे. अनेक शाळांकरता त्या कंपनीकडून बस-सेवा पुरवली जाते. उमेदवार निवडीच्या वेळी मुलाखतीला येताना आपल्या मुलांना सोबत न नेण्याची पद्धत त्यांच्याकडे होती. परंतु अशाच एका इंटरव्ह्यूच्या वेळेस त्यांना एका महिलेने विनंती केली की, तिला तिच्या दोन मुलांना बरोबर आणण्याची परवानगी मिळावी.

नेहमीच्या नियमाला अपवाद म्हणून तिला परवानगी देण्यात आली. कर्मचारी भरती करणाऱ्या एका डायरेक्टरनं तिला म्हटलं की, 'मला मुलं खूप आवडतात. तू खुशाल घेऊन ये त्यांना.' इंटरव्ह्यू छानच झाला, शिवाय त्या महिलेचं कंपनीबद्दलचं मतही चांगलं झालं. 'इतरांच्या मुलांवर प्रेम करणारी कंपनी नक्कीच छान असणार. तिथे काम करणं हा आनंददायी अनुभव असणार, नाही का?' ती महिला म्हणाली. आजमितीला बस चालवण्याच्या या व्यवसायात भरती करणं आणि मिळालेले कर्मचारी टिकवून ठेवणं, हे एक महाकठीण काम बनलं आहे. ते व्यवस्थित पार पाडण्याकरता गरज आहे ती अशाच कर्मचारी-भरती डायरेक्टर्सची, जे प्रसंगोचित निर्णय घेऊ शकतील.

❦ माझ्याकडून तुम्हाला ❦

एखादी अवचित घडून आलेली लहानशी घटनादेखील एखाद्याचा दिवस सुरेख करून टाकते, नाही का!

एका चष्म्याच्या दुकानात एक जोडपं पोहोचतं. नवरा आपले डोळे तपासून घेत होता, तेव्हा तिथली एक कर्मचारी त्याच्या बायकोशी बोलायला आली. बोलता-बोलता या महिला कर्मचाऱ्याला कळलं की, या महिलेला शिवणकामाची खूप आवड तर आहेच, शिवाय ती आपल्या नातवंडांकरता सतत काहीतरी शिवत असते. हे ऐकून कर्मचारी पटकन म्हणाली की, 'मी पूर्वी खूप मोठ्या प्रमाणात शिवण करत होते. परंतु आता काही होत नाही.

माझ्याकडे खूप सुंदर रेशीम आहे. तुम्हाला वापरायला आवडेल का?' अर्थातच आपल्या ग्राहक स्त्रीला ही कल्पना आवडली, परंतु असं कोणी आपली वस्तू खरोखरच देईल असं मात्र नक्कीच वाटलं नाही. आश्चर्याची गोष्ट म्हणजे काही दिवसांनी खरोखरच त्या महिला कर्मचाऱ्यानं पार्सलनं ते रेशीम पाठवून दिलं.

✂ छोटीशी लाल रिबीन ✂

११ सप्टेंबर २००१ची दुर्घटना घडल्यानंतरच्या काळात सगळीकडे प्रचंड अस्वस्थता जाणवत होती. बहुतेक सर्वच कार्यालयांमध्ये गंभीर शांतता असायची. न्यूयॉर्क आणि वॉशिंग्टन डी.सी.पासून दूर राहणाऱ्या आमच्यासारख्यांना प्रश्न पडायचा की, आपण या दुर्घटनेतील लोकांकरता काय करू शकतो बरं? मग आम्ही रक्तदान केलं, पैसे गोळा करून पाठवले.

त्या हल्ल्यानंतर आमची एक सहकारी पी.जे. एका फास्टफूड रेस्टॉरंटमध्ये गेली. तिथली मॅनेजर हातामध्ये एक ट्रे घेऊन उभी होती. या ट्रेमध्ये लाल रिबिनीचे तुकडे ठेवलेले होते. 'तुमची हरकत नसेल तर मी तुमच्या ड्रेसवर हा एक तुकडा अडकवू का?' असं तिनं पी.जे.ला विचारलं. अर्थातच पी.जे.ने होकार दिला. त्यानंतर त्या मॅनेजरनं तिथे येणाऱ्या प्रत्येकाच्या कपड्यावर रिबिनचा एक-एक तुकडा अडकवला. या लोकांमध्ये कार्यालयीन कर्मचाऱ्यांच्या बरोबरीनं कॉलेजमधली मुलं तर होतीच, शिवाय बांधकाम करणारे लोकदेखील होते. एरवी या वेगवेगळ्या स्तरावरच्या आणि क्षेत्रातील लोकांनी एकमेकांची किंचितही दखल घेतली नसती, परंतु लाल रिबिनच्या त्या छोट्याशा तुकड्याने सारे जण काही काळासाठी का होईना, पण एकमेकांशी बांधले गेले होते.

✂ कोड 'स्विम' ✂

'मजा' हेदेखील एक मूल्य असलेलं ते हॉस्पिटल आठवतंय का तुम्हाला? जेव्हा एखाद्या रुग्णाला डिस्चार्ज मिळतो, तेव्हा त्याला 'कोड स्विम' असं म्हटलं जातं कारण रुग्ण आता जणू झपाट्याने पोहत खोल सागरात सामील होणार असतो. त्या हॉस्पिटलचा स्टाफ एकत्र येऊन रुग्णाला निरोप देतो. टाळ्या आणि मिठ्या तर असतातच, पण सोबतीला अश्रूदेखील असतात.

✂ चला, त्यांना केक खाऊ द्या ✂

हॅरी पॉलचा मुलगा बेसबॉल खेळतो. प्रत्येक सीझनच्या शेवटी सर्व टीमला पार्टी द्यायची पद्धत आहे. त्यानुसार मेरीनं त्यांच्या मुलासाठी मस्तपैकी चॉकलेट केक केला. त्याच्यावर झकासपैकी चॉकलेट आइसिंग केलं. केक, पेपर प्लेट्स, चमचे, टिश्यूज असा सरंजाम घेऊन हॅरी ग्राउंडवर पोहोचला.

गेम संपल्यावर दमलेले-घामेजलेले खेळगडी केकवर ताव मारायला जमा झाले. हॅरीनं एकदा त्यांच्यावर नजर फिरवली आणि मग आपण आणलेल्या पेपर-

प्लेट्‌सवर. अचानक त्याला एक कल्पना सुचली. 'आपण एकतर या केकचे छान, चौकोनी तुकडे करून पेपर प्लेट्‌सवर घेऊन शिस्तीत खाऊ शकतो किंवा या केकवर आडवा हात मारू शकतो. बोला, काय करायचंय?'

एका सुरात त्या बारा जणांनी म्हटलं, 'पॉल काका, आम्हाला छान तुकडे करून प्लेट्‌समध्ये केक नको आहे...'

त्यानंतर केकचा वाटा मिळवण्यासाठी एकच हल्ला झाला. हॅरीचं केक वाटणं बाजूलाच राहिलं, त्यांच्या कोचनी तो केकच पळवला. त्याच्या मागे ११ मुलं आणि एक मुलगी पळत सुटले, केकमधला आपला वाटा मिळवण्यासाठी!

विभाग तीन-तन्मयता

तुम्ही एका वेळेस अनेक कामं सहजच उरकू शकता, परंतु व्यक्तीसंदर्भात विचार केला तर तुम्ही त्या-त्या क्षणी तिथे १०० टक्के उपस्थित असणं आवश्यक आहे.

पाइक प्लेस फिश मार्केटमधल्या व्यापाऱ्यांच्या चांगलंच लक्षात आलं आहे की, प्रत्येक ग्राहकाला त्याच्या बोलण्याकडे पूर्ण लक्ष दिलेलं आवडतं. हा तन्मयतेचा भाग आहे. आपलं अवधान केंद्रित करणं आहे. हे त्या व्यापाऱ्यांना साधलं आहे. हेच त्यांच्या यशाचं गमक आहे.

आता बघा ना, तुम्ही एक काम करत असताना, दुसऱ्या कामाचा विचार तीव्रपणे तुमच्या मनात घोळत असेल, तर तुम्ही करत असलेलं काम नीट होईल का? मग त्यापेक्षा हातात घेतलेलं काम नीट केलं तर? म्हणजेच, आपल्यासमोर असलेल्या क्षणाचा नीट आस्वाद घेतला तर आयुष्य खुलेल. गेलेल्या क्षणाचा आणि येणाऱ्या काळाचा विचार करता-करता, आत्ता या घडीला समोर उभ्या ठाकलेल्या क्षणाकडे दुर्लक्ष झालं, तर संधी हातची गेलीच समजा. तो क्षण पूर्णांशाने जगलात तर मात्र संधी हातची जाणार नाही. शिवाय, ज्या ग्राहकाकडे तुम्ही मनापासून, तन्मयतेनं लक्ष देत आहात, तो कायमचा तुमच्यासोबत जोडला जाईल. इतरांच्या मनात तुमच्याबद्दल भरवसा निर्माण होईल. प्रतिक्षिप्त क्रिया म्हणून की काय, पण तुमचं चित्त अधिकाधिक एकवटणार तर आहेच, शिवाय तुमच्यातील सर्जनशीलतेला नित्य नवीन धुमारेदेखील फुटणार आहेत.

'तन्मयता' या गुणाची सर्वाधिक गरज कुठे असेल, तर आरोग्याशी संबंधित कामात! आलेल्या रुग्णाला सर्वोत्तम सेवा देऊन त्याचा त्रास कमी करणं, हे आपलं आद्य कर्तव्यं असतं. त्याचबरोबर नित्य नवीन बदलांची आणि वाढत जाणाऱ्या किमतींची सांगड घालायची असते. या साऱ्याचा ताण येणं अगदी स्वाभाविक असतं. 'हेल्थ केअर' म्हटलं की, काळजी घेणं, जाणीवपूर्वक योजना करणं आणि

आवश्यक ती सेवा वाजवी दरात पुरवणं हे सगळं एकवटतं. आणि म्हणूनच साऱ्या संस्थांना वेगवेगळी परिस्थिती यशस्वीपणे हाताळण्याकरता 'हेल्थ केअर' या क्षेत्रातील कार्यपद्धती उपयुक्त ठरेल.

'तन्मयता' या शब्दाच्या उच्चाराबरोबरच लय जाणवते, परिपूर्णता येते. आपण जेव्हा एखाद्या व्यक्तीबरोबर काही काम करत असतो, तेव्हा तर आपण आवर्जून तन्मयता अंगीकारली पाहिजे. ती व्यक्ती जर तरल मनाची असेल, तर तुमच्या तन्मयतेमुळे त्या व्यक्तीवर सकारात्मक परिणाम होतो, हे लक्षात घेतलं पाहिजे. ही तरलता खास करून बघायला मिळते, ती हॉस्पिटल आणि क्लिनिकमध्ये दाखल असलेल्या रुग्णात, ज्यांना नर्सिंग होममध्येच वास्तव्य करावं लागतं अशा लोकांत, अपंगनिवासात वास्तव्य करायला लागणाऱ्या अपंगांत तसंच लहान मुलांमध्ये. या साऱ्यांची काळजी घेणाऱ्या व्यक्तींमध्ये ममत्त्व आणि ऋजुता तर हवीच, पण त्या जोडीला तन्मयता असली ना तर मग 'काळजी घेणं' हे एक बोजड काम होत नाही. त्याची जागा घेते, ती अनुकंपा. तरल मनांसाठी सर्वाधिक गरज असते, ती याचीच. खरं नाही वाटत का? मग आठवून बघा बरं ती वेळ, जेव्हा तुमचं म्हणणं कुणीतरी अगदी तन्मयतेनं ऐकून घेतलं होतं! कसं वाटलं होतं त्या वेळी तुम्हाला?

बाबा

काही वर्षांपूर्वी माझ्या वडिलांना हृदयविकाराचा जबरदस्त झटका आला. तेव्हापासून ते नर्सिंग होममध्येच वास्तव्याला आहेत. सतत कुणीतरी त्यांच्यावर लक्ष ठेवावं लागतं. शिवाय, ते काय बोलत आहेत, हे समजणंदेखील आता कठीण जातं. मात्र, त्यांच्या आजूबाजूला काय चाललं आहे, कोण काय बोलत आहे याचं त्यांना पूर्ण भान असतं.

नर्सिंग होममध्ये काम करायला उत्सुक असणारी मंडळी दुर्मीळच. कारण तिथे आल्हाददायक वातावरण तर नसतंच, उलटपक्षी नैराश्य हा जणू तिथला स्थायीभाव बनलेला असतो. बरं, इतकं करून पगार चांगला मिळतो का? तर त्या आघाडीवरदेखील फारसं सुखद चित्र दिसत नाही, हेच खरं! म्हणूनच की काय, मिनिआपोलिस भागातील नर्सिंग होममध्ये काम करण्यास शहरात नव्याने दाखल झालेले तरुणच काय ते उत्सुकता दाखवतात. निदान माझे वडील ज्या नर्सिंग होममध्ये राहतात, तिथे तरी हीच परिस्थिती आहे. असंच एक दिवस नव्यानं भरती झालेली मदतनीस बाबांच्या दिमतीला आली. तिनं त्यांना प्रातर्विधी आटोपण्यास मदत केली. त्यानंतर स्वच्छ करून कपडे बदलून दिले. हे सारं करत असताना ती त्यांच्याशी सतत संवाद साधत होती. त्या क्षणी तिच्यालेखी माझ्या वडिलांशिवाय कुठलाही विचार नव्हता.

त्यांचं बोलणं समजण्याजोगं नव्हतं, तरीही तिला त्यामुळे काहीही फरक पडत नव्हता. ती त्यांच्याशी संवाद साधत राहिली. त्यांना त्यामुळे अगदी मनापासून छान वाटत होतं आणि ते त्यांच्या चेहऱ्यावर दिसून येत होतं.

माझ्या बाबांकडे लक्ष द्यायला येणारी, त्यांची काळजी घेणारी ती पहिली नक्कीच नव्हती. आजवर मी त्यांपैकी अनेक जणींना पाहिलं आहे. कडक इस्त्रीच्या पांढऱ्याशुभ्र युनिफॉर्ममध्ये येणाऱ्या त्या सगळ्याच बाबांची सेवा करण्यात कसूर करत नसत, परंतु बाबांशी संवाद मात्र साधत नसत, हे तितकंच खरं आहे. त्या एकमेकींशी बोलण्यात गुंग झालेल्या असत. बाबांची काळजी घेणं, हे त्यांच्या लेखी एक 'काम' होतं. या दरम्यान बाबांच्या देहबोलीतून मला जाणवायचं की, त्यांनाही ते लक्षात येत होतं. बाबा स्वतःचं अंग आक्रसून घ्यायचे. अशा वेळी त्यांच्या तोंडातून बाहेर पडणारे शब्द बऱ्यापैकी समजायचे.

स्वच्छता, प्रातर्विधीसारख्या बाबांच्या शारीरिक गरजांपुरताच विचार या मदतनीस करत असत. बाबा एक व्यक्ती आहेत, त्यांची काही मानसिक गरज असेल, हे त्या कोणीच लक्षात घेत नसत. किती हे दुर्दैव! त्यांचं काम त्या व्यवस्थित करत, पण त्यामध्ये त्यांची तन्मयता मात्र नसे. त्याउलट ही नवीन आलेली, कमी पैशांत काम करणारी मदतनीस मात्र बाबांना केंद्रस्थानी ठेवून त्यांची सेवा करत असे. बाबांच्या मनाची दखल घेत असे. 'काया, वाचा, मने' ती बाबांची सेवा करत असे, खऱ्या तन्मयतेनं.

मला नाही वेळ!

कार हॅगरमन हे चार्टहाउस लर्निंगमध्ये काम करणारे एक उत्तम वक्ते आहेत. ते जेव्हा मदतनिसांबरोबर संवाद साधत होते, तेव्हा त्यांच्यातील एकीनं अगदी स्पष्टपणे म्हटलं, 'मला नाही वेळ या सगळ्यासाठी! आधीच मी किती व्यस्त आहे!' परंतु त्या वेळेस दुसरीनं लगेच म्हटलं की, 'आपण काही जास्तीचं काम करावं असं कोणाचंच म्हणणं नाहीये. सध्या आपण जे आणि जितकं काम करत आहोत, ते आणि तितकंच करायचंय, परंतु ते करत असताना आपली केवळ शारीरिक उपस्थिती न ठवता मनानेदेखील तिथे त्या रुग्णाबरोबर असणं आवश्यक आहे. आपली अशी मानसिक उपस्थिती रुग्णाला लगेचच जाणवते आणि त्यामुळे त्याला प्रचंड फरक पडतो, हे आपण लक्षात घेतलं पाहिजे. तसं बघितलं, तर आपल्या मानसिक अनुपस्थितीमुळे आपण काही जास्तीची कामं साध्य करतोय का? मुळीच नाही! तर मग मनापासून उपस्थित राहून त्या रुग्णाची सेवा केली तर त्याला त्यामुळे किती बरं वाटेल, हा विचार आपण

केला तर? रुग्णसेवा तर आपण करणार आहोतच, नाही का? फक्त मन:पूर्वक केली की झालं.'

तिनं बोलणं संपवलं आणि सगळ्याच जणी स्तब्ध झाल्या, अंतर्मुख झाल्या. 'खरंच हा असा विचार आपण केलाच नव्हता' हे त्यांना जाणवलं. मनाची मरगळ झटकून टाकून त्या ताज्यातवान्या झाल्या. एका आंतरिक ऊर्मीनं उजळून निघाल्या. 'काया, वाचा, मने' रुग्णाची सेवा करण्यासाठी कटिबद्ध झाल्या. सेवा करणं हा त्यांचा परमधर्म होता ना!

त्या दिवशी जणू त्या साऱ्यांचा कायापालट झाला आणि तिथूनच मुहूर्तमेढ रोवली गेली, त्यांच्या हेल्थ केअर युनिटच्या प्रगतीची, उत्तम सेवेची. आपल्या सेवेची गरज असणाऱ्या साऱ्यांकडे त्या आता पूर्ण लक्ष देतात. एका मोठ्या हॉस्पिटलचा भाग असलेलं हे 'हेल्थ केअर युनिट' आता ठळकपणे लक्षात येतं, ते वैशिष्ट्यपूर्ण आणि परिपूर्ण अशा सेवेमुळे.

त्या क्षणी तिथेच :
मिसोरी बॅप्टिस्ट मेडिकल सेंटर

रजिस्टर्ड नर्स असलेली शारी बोमॅरिटोनं नर्सिंग स्वीकारलं तेच मुळी रुग्णांना भावनिक आधार देता यावा, या भावनेतून. कॅन्सरच्या शेवटच्या टप्प्यात असलेल्या एका रुग्णाची ती देखभाल करत होती. त्याला व्हेंटिलेटरवर ठेवलेलं होतं. त्याच्या बायकोला त्याची ती अवस्था अजिबात बघवत नव्हती. त्याचा व्हेंटिलेटर आता काढला तर बरं, असं तिला वाटत होतं. पण मग आपला हा विचार त्याला कळला, तर त्याला कसं वाटेल, ही जाणीव तिला छळत होती. खरंतर त्यालाही आता हे असं जिणं नको होतं. परंतु बायकोसाठी म्हणून ही लढाई तो व्हेंटिलेटरच्या साहाय्याने लढत होता. त्याबद्दल शारी आपली आठवण सांगते.

"त्या दरम्यान मला थोडा निवांतपणा मिळत होता. मग मी त्या वेळात त्या दोघांशी संवाद साधत गेले. त्यातूनच माझ्या लक्षात आलं की, दोघांनाही एकच गोष्ट हवी आहे. मग मी दोघांशी एकत्र बोलले. आणि म्हटलं की, 'आता मोकळेपणी एकमेकांना आपापल्या भावना समजावून सांगा. काहीही संकोच करू नका.' त्या खोलीतून बाहेर पडताना मी पडदादेखील ओढून घेतला. त्या वेळेस ते दोघं हातात हात गुंफून बसले होते. थोड्या वेळानं ती आली आणि म्हणाली, 'त्याची मानसिक तयारी झाली आहे.''

खरंच नर्सिंग, देखभाल हे म्हटलं तर औषधं, इंजेक्शन्स, बेडपॅन इतक्यापुरतं मर्यादित नाहीच मुळी. त्याला फार गहन अर्थ आहे. रुग्णाला जेव्हा गरज असते तेव्हा तुम्ही तिथे काया-वाचा-मने उपस्थित असणं अपेक्षित आहे.

पण असं होतं का? टेक्निकल गोष्टींच्या दृष्टीनं विचार केला, तर वैद्यकीय सेवेमध्ये आमूलाग्र बदल घडला आहे. नर्सेसचं प्रशिक्षण अधिक दर्जेदार झालं आहे. परंतु हे करत असताना रुग्णांच्या भावनिक गरजांकडे लक्ष द्यायला वेळ मिळेनासा झाला आहे. वेगवेगळे 'मॉनिटर्स' सांभाळणं हे रुग्णाकडे बघत बसण्यापेक्षा अधिक महत्त्वाचं झालं आहे. हॉस्पिटलमध्ये राहण्याचा कालावधी कमी झाला आहे, परंतु तिथे दाखल झाल्यानंतर 'करायलाच हव्यात' अशा गोष्टींची यादी लांबली आहे.

थोड्याशा उद्वेगानेच शारी म्हणते, ''हातात हात घेणं हे सरतेशेवटी उरलं आहे. आणि तेही जमलं तर ठीकच, नाहीतर....''

वैताग आला आहे मला!

१९९९च्या उन्हाळ्यातला एक तप्त दिवस. घामानं अंगाची अगदी लाही-लाही होत होती. तशातच शारी रोजच्यासारखीच ट्रॅफिकमध्ये अडकली होती. ताणामुळे तिची बोटं पांढरी पडली होती. डोकं प्रचंड ठणकत होतं. नुकताच तिचा घटस्फोट झाला होता. त्यानंतर तिच्या एका मुलाला अस्थमा असल्याचं निदान झालं होतं. त्यातच तिला आता कामावर पूर्णवेळ उपस्थित राहणं गरजेचं झालं होतं. मुलांना सोडून नोकरीला जायच्या कल्पनेनी एका तासाचं ड्रायव्हिंग तिला अतीव त्रासदायक वाटू लागलं होतं. त्यामुळेच त्या दिवशी तिच्या तोंडून निघालं, ''वैताग आला आहे मला!'' आणि त्याच क्षणी 'मिसोरी बॅप्टिस्ट' हे नाव तिच्या मनात आलं.

त्या दरम्यान शारी मिसोरी येथील सेंट लुई येथे बार्नेस-ज्युईश हॉस्पिटलमध्ये क्लिनिकल नर्सेसना शिकवण्याचं काम करत होती. देशातल्या उत्तम हॉस्पिटल्सपैकी एक असलेल्या बार्नेस-ज्युईशचा 'यु. एस. न्यूज आणि वर्ल्ड रिपोर्ट'च्या पाहणीनुसार सातवा क्रमांक होता. त्या संपूर्ण भागात सर्वदूर पसरलेल्या बीजेसी हेल्थ केअरची सुरुवातच मुळी बार्नेस-ज्युईशमुळे झाली होती. ''इतर कुठल्याही हॉस्पिटलमध्ये बार्नेस-ज्युईशप्रमाणे काम चालताना तुम्हाला दिसणारच नाही. तिथे अतिशय प्रगत टेक्नॉलॉजी वापरली जाते आणि सगळ्या गोष्टी कशा चुटकीसरशी घडतात,'' शारी त्या हॉस्पिटलबद्दल बोलताना म्हणाली.

पूर्व सेंट लुई काउंटीमध्ये असलेल्या मिसोरी बॅप्टिस्ट मेडिकल सेंटरमध्ये नुकतीच बीजेसी हेल्थ केअरची सुरुवात झाली होती. बार्नेस-ज्युईशपेक्षा मिसोरी बॅप्टिस्ट नक्कीच लहान होतं. परंतु कॅन्सर, हार्ट आणि ऑर्थोपिडिकसाठी तिथे उत्तम उपचार उपलब्ध होते. तिथला प्रसुतीकक्ष तर सदैव गजबजलेला असे. शारीच्या घरापासून मिसोरी बॅप्टिस्ट केवळ पाच मिनिटांच्या अंतरावर होतं.

बार्नेस-ज्युईश सोडण्याबाबत ती साशंकच होती. तरीसुद्धा सारासार विचार

करून ती मिसोरी बॅप्टिस्टमध्ये इंटरव्ह्यू देऊन आली. तिथेही तिला क्लिनिकल नर्सेसना शिकवण्याचं काम मिळालं. तिथल्या नर्सेसना अपेक्षित ती सेवा देण्यासाठी आवश्यक साधनसामग्री उपलब्ध आहे ना, याची खातरजमा करणं हे तिचं काम होतं.

ती पहिल्या दिवशी कामावर आली तेव्हा तिच्या पोटात चक्क खड्डा पडला होता. परंतु तरीही तिनं हॉस्पिटलमध्ये एक चक्कर मारली. समोरून येणारी प्रत्येक व्यक्ती तिला अभिवादन करत होती, तिच्या नजरेमध्ये नजर मिळवत होती. सुरुवातीला तिला सगळंच विचित्र वाटलं, कारण बार्नेस-ज्युईशच्या त्या लांबलचक हॉलमधून जाता-येता कुणी कुणाची दखलसुद्धा घेत नसे.

''अरे! इथले सगळे जण खूपच छान आहेत!'' ती हसत-हसत आपल्या गाईडला म्हणाली.

''हा प्रतिसाद अपेक्षित आहे. चुकलेल्यांना वाट दाखवणं, स्मितहास्य, मैत्रीपूर्वक कटाक्ष हे सर्व इथे होतं.''

खरंच की, मला पण हे करता येईल! शारीच्या मनात आलं.

एका नर्सनी तिला जेवताना विचारलं, ''कोणत्या विभागामध्ये काम करणार आहेस?''

''मी ना? पाचव्या मजल्यावर न्युरो-रीनल विभागात?''

''बाप रे! तिथे?'' नर्सची उत्स्फूर्त प्रतिक्रिया आली.

'का? काय झालं?' शारीच्या मनात आलं. कोणाच्या कामाच्या पहिल्याच दिवशी अशी प्रतिक्रिया कशी काय देऊ शकतं कोणी? माझ्यापुढे नक्की कोणतं ताट वाढून ठेवलेलं आहे? तिचा जीव धास्तावला.

जेवण संपवून शारी पाचव्या मजल्यावर पोहोचली. तिथली मुख्य नर्स होती, हिल्डा वॅन नाट्टा. तिनं शारीचा हात मायेनं हातात घेतला. ''बरं झालं, तू इथे आली आहेस ते!'' असं म्हणून तिनं शारीचं स्वागत केलं.

'हिल्डा किती थकलेली दिसते आहे!' शारीच्या मनात आलं.

ताण जाणवू लागला

मिसोरी बॅप्टिस्टमधले नर्सिंगचे सगळे जण अतिशय मायाळू म्हणून ओळखले जात होते. हिल्डा म्हणाली, ''या मजल्यावर आवर्जून अशा लोकांना घेतो आम्ही. एका थँक्स गिव्हिंगला, इथली एक रुग्ण महिला एकटीच होती. तिच्या घरचं कोणीच नाही. अशा वेळेस आमच्यापैकी दोघींनी त्यांची ड्यूटी संपल्यावरदेखील खास तिच्याकरता झकास जेवण दिलं. तिच्याबरोबर संध्याकाळ व्यतीत केली.''

पण काळजी वाहणाऱ्यांनाही ताण तर जाणवतच असणार ना! न्युरो-रीनलच्या

त्या मजल्यावर हे प्रकर्षानं जाणवायचं. ''इथे दाखल होणाऱ्या रुग्णांना अनेक आजारांचा आणि बिघाडांचा सामना करावा लागतो. त्यात अगदी हृदयापासून ते मेंदूपर्यंत सारे अवयव आलटून-पालटून असहकार्य पुकारतात. शस्त्रक्रिया कराव्या लागतात. किडनीच्या समस्या असल्या की, अधिकाधिक गुंतागुंत होत जाते. अनेक रुग्णांना दर सहा आठवड्यांनी डायलिसिस करून घ्यायला इथे यावंच लागतं. त्यांना आम्ही 'वारकरी' म्हणतो.

काही वर्षांपूर्वी अशी परिस्थिती होती की, यातल्या अनेक रुग्णांना अतिसुरक्षा कक्षात ठेवावं लागलं असतं. परंतु आज आमच्या कर्मचाऱ्यांनी इतकी उत्तम टेक्निकल कौशल्य आत्मसात केली आहेत ना की तशी वेळ येत नाही.'' न्युरो-रीनलची क्लिनिकल नर्स मॅनेजर कॅथी फ्लोरा म्हणाली.

न्युरो-रीनलच्या मजल्यावरच्या बहुतांशी रुग्णांची अवस्था बिकट असते. साधी ऊठ-बस करायला त्यांना मदत घ्यावी लागते आणि हे काम एकटी-दुकटी नर्स करू शकत नाही. रुग्णाला उठवायला, वळवायला, जेवू घालायला, अंघोळीला दोन किंवा तीन नर्सेसना एकत्र काम करावं लागतं. ''बरं त्यातल्या काही रुग्णांना संसर्गाच्या धास्तीनं वेगळं ठेवलं जातं. त्यांच्या खोलीत जायचं म्हणजे तर प्रत्येक वेळी मास्क आणि गाउन घालावा लागतो. सगळा जामानिमा करून त्या खोलीत जा आणि मग बाहेरून काही हवं असेल तर ते उतरवा, बाहेर या, काय हवं ते घ्या, पुन्हा सारंकाही अंगावर चढवा आणि मग रुग्णाकडे लक्ष द्या, असा द्राविडी प्राणायाम करावा लागतो. नाहीतर मग हवी असलेली वस्तू कोणाकडून तरी मागवावी लागते. त्यामुळे होतं काय की, या विभागामध्ये काम करताना एकमेकांवर खूप अवलंबून राहावं लागतं.'' शारीनं माहिती दिली.

अशातच १९९९चा हिवाळा आला. कामं वाढू लागली आणि दिवस लहान-लहान होऊ लागला. चला, इतरांना मदत करण्याआधी माझं काम संपवलं पाहिजे, अशी मनोवृत्ती आपसूकच वाढीला लागली. मग असं व्हायला लागलं की, मास्क आणि गाउनमधल्या नर्सेस कुणीतरी मदतीला येण्याची वाट पाहताहेत आणि बाकीच्या आपली कामं संपवायच्या मागे धावताहेत, असं चित्र दिसू लागलं. बरं, मदत मिळाली तरी त्याबद्दल ना कृतज्ञता ना आभार! 'केली मदत तर त्यात काय एवढं' असाच काहीसा रोख दिसू लागला होता, असं शारीच्या लक्षात आलं होतं.

नुकतीच तिथे आलेली शेरॉन सॉंडर्स ही पण रजिस्टर्ड नर्स होती. ती म्हणाली, ''खरंतर इथल्या सगळ्यांनाच एकमेकांबद्दल आपुलकी वाटत होती. पण तरीही असं लक्षात आलंय की, ते एकमेकांना मदत करायला, आधार द्यायला नेहमीच तत्पर असतात असं नाही. बरेचदा तर असं होतं की, लोक एकमेकांच्या नकारात्मक बाजूवर लक्ष केंद्रित करत आहेत. म्हणजे अगदी प्रत्येक वेळी तसं होतं असं नाही.

पण अनेकदा तर या मजल्यावर यायचं म्हटलं की, माझ्या पोटात खड्डाच पडतो. पण मी हल्लीच हे काम करू लागले आहे ना, त्यामुळे मला वाटतंय की, बहुधा जग हे असंच असतं! असो.''

अगत्याचं आमंत्रण : पुन्हा एकदा फिश !

आपल्या सर्व कर्मचाऱ्यांनी समूह म्हणून काम करणं गरजेचं आहे, हे हिल्डा आणि कॅथी या दोघींनाही पटलं. प्रशिक्षणाला सुरुवात करण्याआधी शारी बोमॅरिटोनं सगळ्यांपुढे सहा गट मांडले. ते म्हणजे टीमवर्क, सकारात्मक मनोवृत्ती, संवाद, एकमेकींना पाठिंबा, टीममध्ये काम करण्यातून आंतरिक समाधान आणि टीममध्ये आपलं म्हणणं ऐकून घेतलं जातंय की नाही, या प्रत्येक भागाबद्दल प्रत्येकानं वैयक्तिक मत नोंदवायचं होतं.

जेमतेम ३० टक्के लोकांनी टीमवर्क चांगलं आहे असं म्हटलं. टीममधील सदस्यांमध्ये चांगला संवाद आहे असं केवळ एक-तृतीयांश जणांना वाटत होतं. तर फक्त २५ टक्के लोकांनी पाठिंबा, सकारात्मक दृष्टिकोन आणि आंतरिक समाधानाला होकार दर्शवला.

याचाच मतितार्थ असा होता की, अगदी १५ ते ३० टक्के लोकांना आपली ही नोकरी आवडत होती. हिल्डाच्या दृष्टीनं यावर उपाय आवश्यक होता. शारीनं मस्त उपाय सुचवला – फिश! फिलॉसॉफी. बार्नेस-ज्युईश हॉस्पिटलमध्ये तिनं त्याबद्दल जाणलं होतं. ''इथे टीमवर्कची जबरदस्त आवश्यकता होती आणि त्यावर फिश! फिलॉसॉफी हा प्रभावी उपाय होता,'' शारी म्हणाली.

मग शारीनं स्वत:च पोस्टर्स तयार केले. त्यामध्ये तिनं जोकरासारखे मासे, कोलांट्या मारणारे स्टारफिश, शिंपले आणि खेकडे रंगवले. 'काहीतरी घडतंय इथे' अशी वाक्यं लिहिली. जागोजागी अशी पोस्टर्स तिनं चिकटवली. त्यावर कुठलीच मल्लिनाथी केली नाही. काही दिवस जाऊ दिले. सगळ्यांची उत्सुकता शिगेला पोहोचू दिली आणि नंतरच साऱ्यांना एकत्र बोलावलं. त्या मजल्यावरच्या नर्सेस, नर्स असिस्टंट्स, डॉक्टर्स, हाउसकीपर्स सगळे जमले. फिश!फिलॉसॉफी म्हणजे काय हे जाणून घेण्याची उत्सुकता साऱ्यांनाच होती. शिवाय, 'मी सगळ्यांसाठी घरून चीजकेक करून आणणार आहे' असं शारीनं सांगितलं होतं.

बहुतेक सर्व जण शिफ्ट सुरू व्हायच्या आधी किंवा संपल्यावर १०-१०च्या गटांनी आले. मग शारीनं प्रत्येक गटाला मासे विक्रेत्यांवरची फिल्म दाखवली. त्यांच्या कामाचं स्वरूप आणि ते करायची त्यांची पद्धत समजावून सांगितली. त्यांच्या 'तन्मयते'वर तिनं भर दिला. इतरांचा सहभाग चैतन्यपूर्ण व्हावा म्हणून ते

करत असलेले प्रयत्न सांगितले. अगदी परीक्षा पाहणारा दिवस असला तरी आपली मनोवृत्ती निवडणं, ती तशीच टिकवून ठेवणं, त्याची जबाबदारी घेऊन ती निभावणं, उल्हसित राहणं, आपल्या कामाचा आनंद घेणं... नर्स तरी वेगळं काय करतात?

मग तिनं फिल्ममधल्या तरुण जस्टिनकडे लक्ष वेधलं. ''तू सकारात्मक दृष्टिकोन कसा निवडतोस?'' असं विचारल्यावर हा नवजात मासे-व्यापारी म्हणाला, ''सरळ, सोप्पी निवड होती ती!''

''ऐकलंत का तो काय म्हणाला! जेमतेम २४ वर्षांचा तरुण आहे हा. पण तरीही 'माझ्याकडे मासे विकत घ्यायला येणाऱ्यांच्या आयुष्यात चांगला बदल घडवून आणावा अशी माझी इच्छा आहे' हे समजून उमजून तो वागतो आहे. तो जर हे जाणीवपूर्वक करू शकतो, तेदेखील धट्ट्याकट्ट्या लोकांसाठी; तर मग आपण आपल्याकडे येणाऱ्या, काही वेळेस तर मृत्युपंथाला लागलेल्या रुग्णांसाठी नाही का करू शकणार असाच विचार?''

मग शारीनं त्यांना सांगितलं, ''मी घरून इथे येते तेव्हा काय किंवा इथून घरी जाते तेव्हा काय, रस्त्यावर तुफान गर्दी असतेच. गाडी चालवणं कठीण होऊन जातं. अशा वेळेस मी चक्क पंपावर थांबते. माझ्या मागून येणाऱ्यांना माझ्या पुढे जायची संधी देते, अगदी जाणूनबुजून. म्हणायला किती छोटीशी बाब, पण त्यामुळे अनेकांच्या चेहऱ्यावर हसू उमलतं. लहान मुलं तर मला फ्लाइंग किससुद्धा देतात. वाट पाहणं किती जिकिरीचं आहे हे मीसुद्धा जाणते आणि म्हणूनच गाडी पटकन पुढे काढता येण्यामागचा त्यांचा आनंद माझ्यापर्यंत पोहोचतो.

हेच तर मर्म आहे साऱ्याचं. मुळात तुम्ही इतरांची जाणीव ठेवा, त्यांच्यासाठी वेळ द्या. छोटीशी का होईना, पण त्यांना आवडेल, रुचेल अशी कृती करा. त्यांच्या चेहऱ्यावर उमललेलं हसू, मानलेले आभार तुम्हाला खूप सुखावून जाईल. ते समाधान अवीट असेल. तुम्ही आपसूकच अधिक समाधान मिळवायचा प्रयत्न कराल.''

शारीच्या बोलण्याचा प्रत्येकावरच अनुकूल परिणाम झाला असं नाही. कर्मचाऱ्यांनी अधिक काम करण्यासाठी उद्युक्त व्हावं या 'उदात्त' हेतूने मांडलेला हा प्रपंच आहे, अशी दाट शक्यता एका नर्सला वाटली. म्हणूनच तिनं विचारलं, ''त्यांना आमच्याकडून हवंय तरी काय?''

''त्यांना तुमच्याकडून काहीच नकोय. मात्र तुम्ही इतरांकरता करत असलेल्या कृतीचा आनंद तुम्ही घ्यावा, असं 'त्यांना' वाटतंय. तुमच्या कामात तुम्हाला मजा वाटावी असं 'त्यांना' वाटतंय. तुम्ही इथेच टिकून राहावं असं 'त्यांना' वाटतंय. पण 'तुम्हाला' काय हवं आहे?'' शारीनं प्रतिप्रश्न केला.

थोडावेळ ती नर्स काहीच बोलली नाही. परंतु मग मात्र म्हणाली, ''मलाही तेच तर हवं आहे!''

बक्षीस आणि फिश!

प्रत्येक गटाशी संवाद साधल्यानंतर शारीनं प्रत्येकाला एक छोटा प्लास्टिकचा मासा दिला. एका लहानशा दुकानात तिला ते मासे मिळाले होते. तिनं प्रत्येक माशाच्या शेपटीत एक छेद दिला होता जेणेकरून कर्मचाऱ्यांच्या बॅजमध्ये तो मासा छान बसवता येईल. मासा देताना तिनं सगळ्यांना सांगितलं, ''जेव्हा कोणी तुमच्यासाठी काहीतरी चांगली गोष्ट करेल, तेव्हा त्या व्यक्तीला तुमच्या जवळचा मासा द्या. तुम्हाला वेळोवेळी लागतील तसे मासे पुरवण्यात येतील. त्याची काळजीच नको.''

आणि मग अल्पावधीतच त्या मजल्यावर माशांचा सुळसुळाट झाला. जिकडे पाहावं तिकडे मासेच मासे! सुळ्ळ... सुळ्ळ... या खिशावरून त्या खिशावर डौलात मिरवणारे मासे. एखादी नर्स प्रचंड कामाने थकल्यासारखी झाली की, दुसरी पटकन पुढे येऊन म्हणायची, 'दे, मी करते तुझं काम!' मदतीला कुणी नसेल तर चक्क हाउसकीपर नर्सेसला मदत करायचे, रुग्णांना घास भरवायला. कामामधल्या 'ब्रेक'च्या दरम्यानसुद्धा उत्स्फूर्तपणे एकमेकांना मदत केली जायची. कॅथी तर म्हणालीच, ''इतके दिवस आम्ही फक्त आमच्यापुरतं काम करत होतो, पण आता कसा अगदी एकसंध संघ निर्माण झाला आहे!''

एकदा शारी कॅफेटेरियामध्ये गेली तेव्हा तिला कॅशियरच्या बॅजवर मासा विराजमान झालेला दिसला. साहजिकच तिला उत्सुकता वाटली. ''खरंतर मला त्यामागचा अर्थ नाही कळला, पण एक नर्स म्हणाली की, मी खूप छान वागते आहे,'' कॅशियरनं उत्तर दिलं.

''आता तुला जेव्हा कोणाचा असाच सुखद अनुभव येईल, तेव्हा तू हा मासा त्या आनंदाच्या निर्मात्याला देऊ शकतेस.'' शारीनं सांगितलं.

''हो का!'' कॅशियर म्हणाली.

शेरॉन सँडर्स म्हणते की, 'आम्हाला फक्त निमित्त हवं होतं, जे माशाच्या माध्यमातून मिळालं. कारण खूपदा असं होतं की, वयाने मोठं झाल्यावर आभारांची औपचारिकता पाळणं कठीण होऊन बसतं. 'तू माझ्यासाठी जे केलंस त्याचं मला कौतुक वाटतंय' किंवा 'किती छान काम केलंस हे तू' इतक्या साध्या गोष्टीही आम्ही व्यक्त करून दाखवू शकत नाही. परंतु आता या माशाच्या माध्यमातून आम्ही एकमेकांपर्यंत पोहोचायला सुरुवात झाली आहे.

या फिश! च्या निमित्ताने सगळ्यांच्या मानसिकतेचं एक सुस्पष्ट असं चित्र समोर यायला मदतच झाली. कॅथी म्हणाली, ''नर्सेस 'कृतीकेंद्रित' आहेत. एखाद्या ठराविक कृतीकरता ठराविक स्वरूपात दाद मिळावी अशी त्यांची अपेक्षा असते.''

सुरुवातीच्या काळात लोकांनी 'आपल्यालाही मासा मिळावा' अशा भावनेतून सत्कृत्य केलीही असतील, परंतु लवकरच त्याचं मर्म साऱ्यांना उमगलं.

शारी बोमॅरिटो म्हणाली, "एखाद्याला आनंदाची अनुभूती देणं म्हणजे त्यांच्याशी चांगलं वागणं असा हा मर्यादित अर्थ होऊ शकत नाही. त्याकरता आपल्याला आपली मानसिकता बदलावी लागते. इतरांकरता वाकडी वाट चालावी लागते. मग त्याची नशा चढू लागते, एन्डॉर्फिनसारखी. आणि मग सतत तसंच करावंसं वाटू लागतं."

या सर्व प्रसंगांतून कर्मचाऱ्यांना एकमेकांचे गुण नव्याने उमजू लागले. "इथली एक सेक्रेटरी मला खरंतर वैताग आणायची. पण माझ्या लक्षात आलं की, तसं काहीच नव्हतं. उलटपक्षी तिचं वागणं इतकं छान होतं की, अनेकांनी तिला मासे दिले. शेवटी ते सगळे एकत्र गुंफून तिनं चांगली दीडेक फुटाची लांब माळ केली आणि स्वत:च्याच गळ्यात अडकवून घेतली."

आजारी असतानाही

नर्सेसकडून रुग्णांनादेखील माशांच्या भेटी मिळू लागल्या. वैतागलेल्या, त्रासलेल्या रुग्णांना थोडासा का होईना; पण आनंद मिळावा म्हणून. शेरॉन सॉंडर्सने एक गमतीशीर अनुभव सांगितला या संदर्भात. "एका रुग्णाकडे असे ७-८ मासे जमा झाले होते. त्यानं चक्क त्यांची माळ करून गळ्यात घातली होती. एक दिवस अनवधानाने ती माळ वॉशिंग मशीनमध्ये गेली. तो इतका नाराज झाला की, आम्ही अगदी घाईघाईने त्याच्याकरता तशीच दुसरी माळ बनवून घेतली आणि त्याला दिली."

रजिस्टर्ड नर्स कॅरोल जॉन्सनच्या एका रुग्णानी एक दिवस थेरपी घेताना विलक्षण मेहनत घेतली. "त्याच्या या प्रयत्नांना दाद देण्यासाठी मी त्याला एक मासा भेट म्हणनू दिला. एखादी लॉटरी लागल्यागत त्याला वाटलं. त्या दिवशी तो खूप आनंदात होता."

"काही रुग्णांनीदेखील अनपेक्षित असा प्रतिसाद दिला," कॅथी म्हणाली. "डायलिसिसकरता येणारी एक रुग्ण अत्यंत निराश झालेली आहे. अर्थात, डायलिसिसच्या अनेक रुग्णांची मनोवस्था अशीच असते. परंतु ही महिला खूप तरुण होती आणि तिची मुलं लहान होती. अजून जगण्यासारखं खूप काही होतं. पण तरीही तिची उमेद संपत चालली होती. ती दिवसभर अंथरुणात पडून राहायची निष्क्रियपणे.

मग मी आणि हिल्डाने ठरवून तिला मासे द्यायला सुरुवात केली. तिनं उपचारांना प्रतिसाद द्यावा हाच हेतू आमच्या मनात होता. सुरुवातीला तिला आम्ही प्लास्टिकचा मासा दिला. त्यानंतर खेळण्यातला मऊ-मऊ मासा दिला. तिच्यात

बक्षीस आणि फिश!

प्रत्येक गटाशी संवाद साधल्यानंतर शारीनं प्रत्येकाला एक छोटा प्लास्टिकचा मासा दिला. एका लहानशा दुकानात तिला ते मासे मिळाले होते. तिनं प्रत्येक माशाच्या शेपटीत एक छेद दिला होता जेणेकरून कर्मचाऱ्यांच्या बॅजमध्ये तो मासा छान बसवता येईल. मासा देताना तिनं सगळ्यांना सांगितलं, ''जेव्हा कोणी तुमच्यासाठी काहीतरी चांगली गोष्ट करेल, तेव्हा त्या व्यक्तीला तुमच्या जवळचा मासा द्या. तुम्हाला वेळोवेळी लागतील तसे मासे पुरवण्यात येतील. त्याची काळजीच नको.''

आणि मग अल्पावधीतच त्या मजल्यावर माशांचा सुळसुळाट झाला. जिकडे पाहावं तिकडे मासेच मासे! सुळ्ळ... सुळ्ळ... या खिशावरून त्या खिशावर डौलात मिरवणारे मासे. एखादी नर्स प्रचंड कामाने थकल्यासारखी झाली की, दुसरी पटकन पुढे येऊन म्हणायची, 'दे, मी करते तुझं काम!' मदतीला कुणी नसेल तर चक्क हाउसकीपर नर्सेसला मदत करायचे, रुग्णांना घास भरवायला. कामामधल्या 'ब्रेक'च्या दरम्यानसुद्धा उत्स्फूर्तपणे एकमेकांना मदत केली जायची. कॅथी तर म्हणालीच, ''इतके दिवस आम्ही फक्त आमच्यापुरतं काम करत होतो, पण आता कसा अगदी एकसंध संघ निर्माण झाला आहे!''

एकदा शारी कॅफेटेरियामध्ये गेली तेव्हा तिला कॅशियरच्या बॅजवर मासा विराजमान झालेला दिसला. साहजिकच तिला उत्सुकता वाटली. ''खरंतर मला त्यामागचा अर्थ नाही कळला, पण एक नर्स म्हणाली की, मी खूप छान वागते आहे,'' कॅशियरनं उत्तर दिलं.

''आता तुला जेव्हा कोणाचा असाच सुखद अनुभव येईल, तेव्हा तू हा मासा त्या आनंदाच्या निर्मात्याला देऊ शकतेस.'' शारीनं सांगितलं.

''हो का!'' कॅशियर म्हणाली.

शेरॉन सँडर्स म्हणते की, 'आम्हाला फक्त निमित्त हवं होतं, जे माशाच्या माध्यमातून मिळालं. कारण खूपदा असं होतं की, वयाने मोठं झाल्यावर आभारांची औपचारिकता पाळणं कठीण होऊन बसतं. 'तू माझ्यासाठी जे केलंस त्याचं मला कौतुक वाटतंय' किंवा 'किती छान काम केलंस हे तू' इतक्या साध्या गोष्टीही आम्ही व्यक्त करून दाखवू शकत नाही. परंतु आता या माशाच्या माध्यमातून आम्ही एकमेकांपर्यंत पोहोचायला सुरुवात झाली आहे.

या फिश! च्या निमित्ताने सगळ्यांच्या मानसिकतेचं एक सुस्पष्ट असं चित्र समोर यायला मदतच झाली. कॅथी म्हणाली, ''नर्सेस 'कृतीकेंद्रित' आहेत. एखाद्या ठराविक कृतीकरता ठराविक स्वरूपात दाद मिळावी अशी त्यांची अपेक्षा असते.''

सुरुवातीच्या काळात लोकांनी 'आपल्यालाही मासा मिळावा' अशा भावनेतून सत्कृत्य केलीही असतील, परंतु लवकरच त्याचं मर्म साऱ्यांना उमगलं.

शारी बोमॅरिटो म्हणाली, ''एखाद्याला आनंदाची अनुभूती देणं म्हणजे त्यांच्याशी चांगलं वागणं असा हा मर्यादित अर्थ होऊ शकत नाही. त्याकरता आपल्याला आपली मानसिकता बदलावी लागते. इतरांकरता वाकडी वाट चालावी लागते. मग त्याची नशा चढू लागते, एन्डॉर्फिनसारखी. आणि मग सतत तसंच करावंसं वाटू लागतं.''

या सर्व प्रसंगांतून कर्मचाऱ्यांना एकमेकांचे गुण नव्याने उमजू लागले. ''इथली एक सेक्रेटरी मला खरंतर वैताग आणायची. पण माझ्या लक्षात आलं की, तसं काहीच नव्हतं. उलटपक्षी तिचं वागणं इतकं छान होतं की, अनेकांनी तिला मासे दिले. शेवटी ते सगळे एकत्र गुंफून तिनं चांगली दीडेक फुटाची लांब माळ केली आणि स्वत:च्याच गळ्यात अडकवून घेतली.''

आजारी असतानाही

नर्सेसकडून रुग्णांनादेखील माशांच्या भेटी मिळू लागल्या. वैतागलेल्या, त्रासलेल्या रुग्णांना थोडासा का होईना; पण आनंद मिळावा म्हणून. शेरॉन सॉंडर्सने एक गमतीशीर अनुभव सांगितला या संदर्भात. ''एका रुग्णाकडे असे ७-८ मासे जमा झाले होते. त्यानं चक्क त्यांची माळ करून गळ्यात घातली होती. एक दिवस अनवधानाने ती माळ वॉशिंग मशीनमध्ये गेली. तो इतका नाराज झाला की, आम्ही अगदी घाईघाईने त्याच्याकरता तशीच दुसरी माळ बनवून घेतली आणि त्याला दिली.''

रजिस्टर्ड नर्स कॅरोल जॉन्सनच्या एका रुग्णानी एक दिवस थेरपी घेताना विलक्षण मेहनत घेतली. ''त्याच्या या प्रयत्नांना दाद देण्यासाठी मी त्याला एक मासा भेट म्हणनू दिला. एखादी लॉटरी लागल्यागत त्याला वाटलं. त्या दिवशी तो खूप आनंदात होता.''

''काही रुग्णांनीदेखील अनपेक्षित असा प्रतिसाद दिला,'' कॅथी म्हणाली. ''डायलिसिसकरता येणारी एक रुग्ण अत्यंत निराश झालेली आहे. अर्थात, डायलिसिसच्या अनेक रुग्णांची मनोवस्था अशीच असते. परंतु ही महिला खूप तरुण होती आणि तिची मुलं लहान होती. अजून जगण्यासारखं खूप काही होतं. पण तरीही तिची उमेद संपत चालली होती. ती दिवसभर अंथरुणात पडून राहायची निष्क्रियपणे.

मग मी आणि हिल्डाने ठरवून तिला मासे द्यायला सुरुवात केली. तिनं उपचारांना प्रतिसाद द्यावा हाच हेतू आमच्या मनात होता. सुरुवातीला तिला आम्ही प्लास्टिकचा मासा दिला. त्यानंतर खेळण्यातला मऊ-मऊ मासा दिला. तिच्यात

एक नवी उमेद जागी झाली. हळूहळू ती आपणहून पलंगावरून उतरू लागली. मुंगीच्या पावलांनी तिची प्रगती सुरू झाली. आता तिच्या प्रयत्नांच्या बदल्यात ती आवर्जून आमच्याकडून मासे घेऊ लागली. नक्की कशामुळे तिच्या तारा छेडल्या गेल्या ते नाही सांगता येत, परंतु माशांचा वाटा त्यामध्ये आहे, हे नक्की! त्यानंतर तिच्या बोलण्यामधूनसुद्धा माशांचा संदर्भ येऊ लागला. स्वत:ला मिळालेले मासे ती आवर्जून साऱ्यांना दाखवू लागली.''

त्याच दरम्यान शारी बोमॅरिटोला जाणवलं की, बऱ्याचशा नर्सेस रुग्णांबरोबर गप्पा मारत बसू लागल्या आहेत, रुग्णांना अधिक वेळ देऊ लागल्या आहेत. 'इतके दिवस तर त्या आपापला क्लिपबोर्ड घेऊन जायच्या, उभ्या-उभ्या रुग्णांशी बोलायच्या, विचारायच्या आणि नोंदी करायच्या. परंतु आता बहुतांशी त्या रुग्णांच्या जवळ विसावतात, त्यांच्याकडे हळूवारपणे चौकशी करतात आणि मगच नोंदी करतात. म्हटलं तर किती छोटीशी गोष्ट आहे ही. परंतु रुग्णांना विशेषत: वयोवृद्धांना यामुळे खूप प्रसन्न वाटू लागलं, हे नक्की.

अनेक रुग्ण आता आवर्जून मासे मागून घेऊ लागले. आपल्याकरता श्रम करणाऱ्या नर्सेसना भेट देऊ लागले. याच्याही पलीकडे जाऊन केवळ रुग्णच नव्हे, तर त्यांचे कुटुंबीयही नर्सेसना पत्र लिहून त्यांच्या कृतज्ञतेच्या भावना व्यक्त करू लागले. या पत्रांकरता खास माशाचं चित्र असलेले कागद वापरू लागले.

इतके दिवस सुन्न, नि:स्तब्ध उदास असलेला तो पाचवा मजला आता गजबजू लागला. सगळीकडे उत्साह जाणवू लागला. सारी मरगळ झटकली गेली. मृत्युपंथाला लागलेल्या रुग्णांच्या चेहऱ्यावरदेखील हसू उमललं. आयुष्याचे क्षण मजेत, हसत जाऊ लागले. एका वेगळ्याच खेळकर भावनेची जाणीव साऱ्यांना स्पर्शू लागली.

शेरॉन सॉंडर्स याबद्दलच्या आपल्या भावना खूपच सुरेखपणे व्यक्त करते. ''मुळातच माझा स्वभाव खेळकर आहे. तोच खेळकरपणा मी इथे येताना टिकवून ठेवते. अगदी खरं सांगायचं तर मी मुळात जशी खेळकर आहे, तसंच इथे वावरणं मला सुरुवातीला विचित्र वाटलं होतं. कारण सतत धाकधूक होती की, कोण कसं व्यक्त होईल! मी एवढं मात्र नक्की म्हणीन की, इतरांच्या आयुष्यात आनंद आणायचा आपण आपल्यापरीनं प्रयत्न केलाच पाहिजे. मग तो भले त्यांच्या उमेदीच्या आयुष्यात असो वा सरत्या वर्षांमध्ये.''

आपल्या या वागणुकीचं महत्त्व शेरॉन पूर्णत: जाणून आहे. अनेक वर्षांपूर्वी स्कॉटला – तिच्या नवऱ्याला – ल्युकेमिया झाल्याचं निदान झालं होतं. त्या वेळेस त्यांची तिन्ही मुलं लहान होती. त्यामुळे वर्षानुवर्षं नोकरी न करता ती घराकडे लक्ष देत होती. पण मग परिस्थिती बदलली. नोकरी ही गरज बनली. ती नर्स झाली. ''हा

प्रवास सोपा नव्हता. कसोटीचे कितीतरी प्रसंग आले, पण गेलेदेखील. प्रत्येक दिवस तितकाच समरसून, आत्मीयतेनं जगता आलाच पाहिजे. त्याशिवाय काही तरणोपाय तर नाहीच; परंतु मला आता त्याशिवाय दुसरं काही जमणारही नाही.'' शेरॉन कबूल करते.

स्टिकर्स कोणाकडे किती?

तब्बल दोन आठवड्यांच्या सुट्टीनंतर शारी बोमॅरिटो कामावर आली, तेव्हा २०००चा जानेवारी महिना सुरू झाला होता. पाचव्या मजल्यावर ती एलेव्हेटरच्या बाहेर आली आणि चकितच झाली. तिची नजर जाईल तिथे फक्त मासे दिसत होते. छतावरून लोंबकाळणारे मासे, कॉरिडॉरमधील भिंतीवर लावलेल्या पोस्टर्समधून डोकावणारे मासे, 'फिश टीम'ची ग्वाही देणारे मासे, रुग्णांच्या खोल्यांतील मॅग्नेटिक स्टिकर्सवरून डोकावणारे मासे – पाहावं तिथे मासेच मासे!

''त्या हॉलमधून चालताना माझ्या मनात आलं की, हे काय चाललं आहे? मी हिल्डा आणि कॅथीच्या ऑफिसचं दार उघडलं आणि पाहाते तर दोघीही खदखदून हसत होत्या. खरंतर हेल्थ केअर ऑर्गनायझेशनच्या मूल्यमापन, मान्यता या संदर्भात त्यांच्याकडे 'जॉईंट कमिशन'चे सदस्य येणार होते. त्याची तयारी करणं हा ऐरणीचा मुद्दा होता, पण त्या दोघी सहजच संवाद साधत होत्या आणि त्यांच्या हसण्यावरून कळत होतं की, त्यांना खूप मजा वाटत होती.'' शारीनं सांगितलं.

''तसं पाहिलं तर विविध अशा किमान दोनशे बाबींची दखल घेऊन त्यांची खातरजमा करणं हे काही सोप्पं काम नव्हतं. मुळात सुरुवात कुठून, कशी करावी हा प्रश्न होता.'' हिल्डाने कबूल केलं. ''पण त्या दिवशी सकाळी मी बायबल वाचत होते. कबूल केलेल्या जमिनीपर्यंत इस्रायलींना कसं पोहोचवावं या विवंचनेत असलेल्या मॉसचं वर्णन करणारा तो उतारा होता. त्याचा सासरा – जेथ्रो – त्याला म्हणतो की, 'अरे, सगळ्यांना एकत्र कर. त्यांच्या टीम्स बनव. सगळ्यांचा सहभाग असू दे.' हे वाचलं आणि मलादेखील झकास मार्ग सापडला बघ.'' हिल्डाने तिचा अनुभव सांगितला.

मग हिल्डा आणि कॅथीने अनेक टीम्स बनवल्या. प्रत्येक टीममध्ये साधारणत: ८ ते ९ लोकांबरोबर एक फिजिशियनदेखील होता. त्यानंतर मग प्रत्येक टीमनं आपल्यातील एकाला कॅप्टन म्हणून निवडलं. शिवाय, प्रत्येक टीमनं स्वत:साठी माशाचंच नावदेखील निवडलं. मग कुणी झालं बॅराकुडा तर कुणी पर्पल टँग्स, एंजलफिश, पिरान्हा, अगदी नाइट ग्रुपर्ससुद्धा!

हिल्डा आणि कॅथीने सगळ्यांसमोर एक चॅलेंज ठेवलं – ॲक्रिडिटेशनच्या

दृष्टीनं आवश्यक असलेलं सेल्फ-स्टडी मटेरियल अभ्यासण्याचं. जी टीम सगळ्यांत आधी ते अभ्यासेल, त्या टीमला फिशचे स्टिकर्स मिळतील असं जाहीर केलं. बरोबर तीन महिन्यांनतर ज्या टीमकडे सर्वाधिक स्टिकर्स जमलेले असतील, त्यांना पार्टी आणि बक्षीस मिळेल असंही घोषित केलं.

मग प्रत्येक टीमला जे काही शिकायचं होतं, त्याकरता हिल्डा व कॅथीने स्पर्धा ठेवल्या. माशाच्या आकाराचे कागद कापले. त्यावर रुग्णांची घ्यायची काळजी या संदर्भात प्रश्न विचारले. जी टीम उत्तर लिहील तिला स्टिकर्स मिळत गेले. वारंवार लागणाऱ्या औषधांची माहिती नवीन स्टाफला पटकन व्हावी, म्हणून इतरांनी चक्क मोठे-मोठे पोस्टर्स तयार केले. स्टिकर्सच्या वाढत्या संख्येबरोबरच ज्ञानात भर पडत गेली. रुग्णांची काळजी अधिक चांगल्याप्रकारे कशी घ्यावी याबद्दल सगळ्यांनाच सहजगत्या माहिती देता-घेता येऊ लागली आणि मुख्य म्हणजे अमलातदेखील आणता येऊ लागली.

शारी म्हणाली, "आपल्यात नित्यनवीन सुधारणा करण्याच्या दृष्टीनं 'फिश टीम्स' सतत वेगवेगळ्या क्लृप्त्या शोधत होत्या. एका डॉक्टरनं मुद्दा मांडला की, रुग्णांची 'ब्लड शुगर लेव्हल' ठरलेल्या रकान्यात लिहिली जात नव्हती. ती शोधण्यात त्याचा वेळ जायचा. मग त्यानुसार लगेचच सुधारणा केली गेली. त्यासाठी चक्क त्याच डॉक्टरचा फोटो वापरून एक छोटासा बोर्ड बनवला आणि त्याखाली लिहिलं – 'ब्लड शुगर लेव्हल – लिहाल ना नक्की?' मग काय, असे पोस्टर्स जागोजागी अडकवले गेले. ते पाहून नर्सेसना हसू आवरलं नव्हतं सुरुवातीला, परंतु मग सगळ्यांनीच मनावर घेऊन ठराविक जागेवर ब्लड शुगर लेव्हल लिहायची सवय लावून घेतली आणि लवकरच सारंकाही सुरळीत चालू लागलं."

त्यामुळे साऱ्यांचाच उत्साह दुणावला खरा. शेरॉन सॉंडर्सने तर सरळ सांगितलंच, "आम्हाला प्रत्येकालाच अधिकाधिक स्टिकर्स हवे होते. आम्ही सगळे पुन्हा एकदा लहान मुलं झालो होतो. कोणत्या टीमनं किती स्टिकर्स मिळवले आहे, हे एका चार्टवर मांडलं जात होतं. तिथे उभं राहून प्रत्येक जण आपल्या टीमनं किती स्टिकर्स मिळवले आहेत त्याची चक्क शेखी मिरवत होतं, अगदी लहानपणीसारखी. आणि हे करताना आम्हाला खूप मजा आली."

संगीताची मोहिनी

लिओ कार्टर हा नर्सेसचा मदतनीस होता. न्यूरो-रीनल विभागाने अंगीकारलेलं नवीन तत्त्वज्ञान जेव्हा त्याला कळलं, तेव्हा त्याला खूप छान वाटलं. "आम्हाला

याची नितांत गरज होती, नाही का?'' लिओ उद्गारला.

लिओ जेमतेम बावीस वर्षांचा होता जेव्हा त्याचे वडील वारले. ''तो काळ मला अगदी गूढ वाटतो. आज मला जी काही समज आली आहे, त्याच्या निम्म्यानं जर तेव्हा समजतं तर... पण त्या वेळेस मला असं कुणीही भेटलं नाही जो माझं दु:ख समजून घेईल, त्यातून बाहेर पडायला मदत करेल.

मग मला मिसोरी बॅप्टिस्टमध्ये काम करायची संधी मिळाली. दु:ख सहन करणाऱ्यांच्या सहवासात मी आलो. त्यांचं दु:ख कमी करण्याचा प्रयत्न करू लागलो आणि मला जाणवलं की, हेच काम करायचं आहे मला. कॅन्सरच्या रुग्णांची देखभाल मी करत असे. त्यांच्यापैकी अनेकांच्या आयुष्याची दोरी अगदीच आखूड होती. मग प्रश्न असा होता की, आधीच कमी असलेलं त्यांचं आयुष्य ते क्लेशकारक आठवणींनी अधिक दु:खदायक करायचं की, मायेची फुंकर घालून सुखावह? मी अर्थात दुसरा पर्याय निवडला.''

लिओने संगीताचा आसरा घ्यायचं ठरवलं. ''एखादा रुग्ण जेव्हा अगदी विमनस्क होतो, तेव्हा मग मी त्याच्याकरता लहान-सहान गाणी म्हणतो. मग कधी चक्क एल्व्हिसच्या स्टाइलमध्ये नाच, गाणं दोन्ही करतो. म्हणायला किती साधी गोष्ट; परंतु तेवढ्यानं रुग्णांचा ताण कमी होऊन ते आनंदी दिसू लागतात.''

नुकतीच घडलेली एक हकिकत त्यानं सांगितली. ''एक वयोवृद्धा आमच्याकडे दाखल झाली होती. ती कणभर अन्न खायलादेखील तयार नव्हती. तिची लेक माझ्याकडे येऊन म्हणाली, 'तुम्ही आजूबाजूला असलात की, आई खुलते जराशी तरी. जरा चला ना, तिला खाऊ घालायचा प्रयत्न करू.' मग आम्ही गेलो तिच्या आईला ठेवलेल्या खोलीमध्ये. मी तिच्या आईला म्हटलं की, तुम्ही दोन घास खाल्ले की, मग मी एक गाणं म्हणेन. अशा प्रकारे चक्क अर्धअधिक जेवण गेलं त्यांच्या पोटात. किती समाधान वाटलं त्या क्षणी!

''रुग्णांबरोबर मन जुळू शकलं की, आंतरिक शांतता जाणवते. त्यात परत त्यांच्या घरच्यांना समजावून घेता आलं, तर सोन्याहून पिवळंच. रुग्णाचे नातेवाईक घरी जाताना मला म्हणतात, 'आज रात्री तू इथे आहेस त्यामुळे मला नक्की शांत झोप लागेल.' त्यांचा हा विश्वास माझ्या कामाची पावतीच आहे ना!''

परंतु न्यूरो-रीनलमध्ये दाखल असलेल्या अनेक रुग्णांच्या रात्री फारशा सुखावह नसतात. ''सूर्यास्ताबरोबर त्यांची शक्तीही क्षीण होते जणू. अनेकदा तर असं होतं की, सूर्याची रेंगाळणारी किरणं दिसेनाशी झाली की, एरवी बरे असणारे रुग्ण अधिकच वैतागतात. आपण कुठे आहोत हेदेखील त्यांना सुचेनासं होतं. इतका गोंधळ होतो की, अनेकदा आमचीच नाही, तर स्वत:चीसुद्धा ओळख ते विसरतात.'' लिओने माहिती दिली.

"कधी कधी ते पलंगावरून उतरायचा प्रयत्न करतात. बरेचदा आम्ही त्यांना व्हीलचेअरमध्ये बसवून नर्स स्टेशनपर्यंत चक्कर मारून आणतो. 'चला, आम्हाला तुमची तेवढीच सोबत होईल' असं आम्ही त्यांना म्हणतो खरं, परंतु त्यांच्यावर लक्ष ठेवणं हा आमचा खरा उद्देश असतो असं म्हटलं, तर ते वावगं ठरू नये."

एका रात्री लिओ नव्वदीच्या आजोबांचे रीडिंग्ज घेत होता. ते मृत्युपंथाला लागले होते. असंबद्ध बोलत होते. वैतागले तर होतेच, त्यात परत सलाईन उपसून काढायचा प्रयत्न करत होते. त्यांना शांत करण्यासाठी लिओने आटोकाट प्रयत्न केला, गाणं म्हणून त्यांना रिझवायचा प्रयत्न केला. परंतु कशाचाच उपयोग होईना. 'आता काय करावं? डॉक्टरांच्या कानावर घालावं का?' पण लिओला असं डॉक्टरांपर्यंत धाव घेणं आवडायचं नाही.

तेवढ्यात रजिस्टर्ड नर्स ओलिया सेन्शेनकोव्हा तिथे आली. आता पुढे काय करावं याचा विचार दोघांनीही केला. तिनं लिओला विचारलं, "तुला माहिती आहे का, ते एका वाद्यवृंदाचे संचालक होते ते?"

"हो का?" खरंतर लिओच्या समोर कामाची प्रचंड मोठी यादी होती. परंतु तरीही तो क्षणभर थबकला. "अगं, माझ्या गाडीत माझी बासरी आहे. ती मी घेऊन येतो बघ."

"चालेल. तोवर मी इथे थांबते. ये जाऊन पटकन."

कॉलेजच्या दिवसांत लिओ मार्चिंग बँडसोबत बासरी वाजवत असे. आताशा त्याची भाची तीच बासरी वाजवत असे. नेमकी त्याच दिवशी तिनं ती लिओला परत केली होती. लिओ ती घेऊन आला. स्वर वाजवायचे एक-दोन प्रयत्न केले. "अगं, गेल्या वर्षभरात मी हातही लावला नाहीये बासरीला. पाहा बरं, नाही तर हे संगीतश्रेष्ठ माझ्या तोंडातली बासरी काढून भिरकावून देतील."

आजोबांच्या खोलीत आल्यावर त्याच्या मनात जे स्वर उमटले ते त्यानं वाजवले. त्याच्या पाठोपाठ अलगद दुसऱ्या स्वरलहरी उमटल्या. मंद-शांत सूर त्या खोलीत झिरपू लागले आणि अचानक आजोबादेखील शांत-शांत होऊ लागले. त्यांनी अलगदपणे आपले डोळे मिटून घेतले. नकळतच त्यांचे हात उंचावले गेले. हातांच्या लयबद्ध हालचाली सुरू झाल्या.

आत खोलवर कुठेतरी ऑर्केस्ट्राच्या, त्यांच्या भूमिकेच्या तारा छेडल्या गेल्या होत्या. जणू ते स्वत:ला एका भरगच्च हॉलमध्ये प्रेक्षकांसमोर सुंदर, व्यवस्थित पोशाखात हातात त्यांची ट्रेडमार्क छडी घेऊन आपल्या वाद्यवृंदाचा ताल सांभाळताना पाहत होते. कार्यक्रम तोलून धरत होते. असेच काही क्षण गेले. आजोबांचे हात हलकेच अंथरुणावर विसावले आणि ते शांत झोपी गेले. रात्रभरात एकदादेखील ते उठले नाही.

लिओची त्यांच्या समवेतची ती शेवटची रात्र ठरली. पुढचे काही दिवस तो सुट्टीवर होता. जेव्हा तो सुट्टी संपवून कामावर आला, तेव्हा आजोबा हे जग सोडून गेले होते. त्या आजोबांच्या कुटुंबीयांनी सांगितलं की, जातानाही ते अतिशय शांत होते. त्या साऱ्यांनी लिओचे आवर्जून आभार मानले.

अनोखे आणि खास

न्यूरो-रीनल विभागामध्ये फिश! फिलॉसॉफी राबवायला सुरुवात करून बरेच महिने झाले होते. आता २०००चा मे महिना उजाडला होता. शारी बोमॅरिटोने परत एकदा टीमवर्कचा कानोसा घ्यायचं ठरवलं. बहुतांशी सर्वांनाच टीमवर्कची महती समजली आणि पटली होती.

	सप्टेंबर, १९९९	**ते मे, २०००**
निर्देशक	**टीमवर्क**	**टीमवर्क**
उणीव	२५	१०
उपस्थिती	४५	१५
उत्तम	३०	७५
निर्देशक	**मनोवृत्ती**	**मनोवृत्ती**
उणीव	२५	१५
उपस्थिती	५०	१०
उत्तम	२५	७५
निर्देशक	**संवाद**	**संवाद**
उणीव	१५	२०
उपस्थिती	५२	१५
उत्तम	३३	६५
निर्देशक	**साहाय्य**	**साहाय्य**
उणीव	२५	१०
उपस्थिती	५०	१५
उत्तम	२५	७५

निर्देशक	**समाधान**	**समाधान**
उणीव	२५	१५
उपस्थिती	५०	१०
उत्तम	२५	७५

निर्देशक	**सहभाग**	**सहभाग**
उणीव	३३	२०
उपस्थिती	५२	१५
उत्तम	१५	६५

पहिल्या सर्व्हेच्या वेळी मी जेव्हा विचारलं होतं की, 'टीम कशाला म्हणाल?' तर अनेकांनी स्पोर्ट्स टीमचीसुद्धा नावं सांगायला कमी केलं नव्हतं. मात्र या वेळी त्यांनी चक्क आपापल्या टीमची नावं सांगितली – एंजल फिश, बॅराकुडा, पिरान्हा...

'मला नाही वेळ' हे पालुपद आता कोणी लावत नाही. त्याऐवजी 'एवढं हातातलं काम झालं की, येतेच हं! चालेल ना?' असं म्हणतात. ही सहसंवेदनाच तर हरवली होती ना! तेव्हाही हीच मंडळी होती. आताही तीच आहेत. फरक होता तो व्यक्त होण्यात, कारण त्या वेळेस त्यांचं संघटन नव्हतं. केवढा प्रचंड फरक पडला होता त्या एका जाणिवेमुळे!

नर्सेस हेच विसरून गेल्या आहेत की, त्या 'नर्सेस' आहेत. त्याउलट त्यांना एवढंच लक्षात आहे की, आपण इथे आलो आहोत ते देखभाल करायला आणि ती आपण उत्तमप्रकारे करायची आहे. आपल्या कामाची मजा चाखायची आहे. ज्या पेशंटबरोबर आपण असू त्याच्याबरोबर काही क्षण तरी निवांतपणे घालवायचे आहेत. एक टीम म्हणून आपण काम करायचं आहे. हा जगन्नाथाचा रथ साऱ्यांनी मिळून ओढायचा आहे.

लिओने तेच केलं, नाही का? तसं पाहायला गेलं तर त्या रात्री त्याच्यासमोर कामांचा डोंगर होता. परंतु तरीही बासरी वाजवण्यासाठी दोन निवांत क्षण त्यानं काढले. एका जराजर्जर वृद्धाचे काही क्षण सुखद केले. आणि हे तो करू शकला कारण त्यादरम्यान ओलियाने त्याच्या इतर रुग्णांची काळजी घेतली. त्या क्षणी त्या दोघांनी एक टीम म्हणून काम केलं. हो ना?

मीही आता माझ्या ऑफिसमध्ये बसून राहात नाही. तिथे बसल्या-बसल्या हॉलमधल्या लोकांकडून 'मदत हवी आहे' हे ऐकण्यापेक्षा प्रत्यक्षात तिथे जाऊन त्यांना मदत करणं केव्हाही चांगलंच. आणि त्यासाठी चार पावलं पुढे जावं लागलं तरी त्याला माझी 'ना' नाही!

आनंदाचे डोही आनंद तरंग

'आमच्या न्यूरो-रीनल' विभागातील बदलाची चर्चा साऱ्या हॉस्पिटलमध्ये होऊ लागली. माशाचा बॅज लावणारी व्यक्ती दिसली की, सगळे म्हणू लागले –हं फिश! ' लिओ म्हणाला.

मिसोरी बॅप्टिस्टचं सर्वोत्तम टीमसाठीचं वार्षिक बक्षीसदेखील न्यूरो-रीनलच्या विभागाला मिळालं. रुग्णांची अधिकाधिक काळजी घेण्यासाठी प्रयत्न करणाऱ्या टीमकरता ते राखीव असतं. त्या अंतर्गत त्यांना एक हजार डॉलर्सचं बक्षीसदेखील मिळालं. मग त्यापैकी अर्धीच रक्कम त्यांनी ख्रिसमस पार्टीसाठी वापरली. उरलेली अर्धी रक्कम त्यांनी एका रुग्णाच्या कुटुंबाला भेट म्हणून दिली.

लोईस राईट हा तिथे नर्सिंग विभागाचा डायरेक्टर म्हणून काम करतो. त्याचा अनुभव अगदी बोलका आहे. तो म्हणतो, "रुग्ण आणि त्यांचे नातेवाईक आजकाल वरचेवर आम्हाला येऊन भेटतात. आमच्यापरीनं आम्ही जे प्रयत्न करत आहोत त्याचा किती छान परिणाम होतो आहे, हे आवर्जून सांगतात."

याचा परिणाम म्हणून की काय, पण सर्वच मजल्यांवरून फिश! फिलॉसॉफीची मागणी केली जाऊ लागली. याबद्दल शारी म्हणते, "अगदी खरं सांगायचं तर आमची तशी तयारी नव्हतीच. फिश! चे फायदे फक्त आपल्यापुरतेच मर्यादित राहावेत, असा विचारदेखील डोकावला होता. पण मग आमच्या लक्षात आलं की, फिश! फिलॉसॉफीच्या मूळ तत्त्वालाच आम्ही बाधा आणत होतो. हे जाणवल्यावर आम्ही साऱ्यांना मनमोकळी मदत करायला लागलो.

मात्र जेव्हा ऑपरेशन्स करणाऱ्या टीमनं आम्हाला फिश! फिलॉसॉफीची माहिती विचारली, तेव्हा मात्र मी थोडीशी विचारातच पडले. त्या विभागात ताणतणाव खूप जास्त प्रमाणात असतो. शिवाय कर्मचाऱ्यांची वानवा तर नेहमीच असते. भरीत भर म्हणजे कुठलाही बदल स्वीकारायची तयारी नसल्यामुळेच की काय, परंतु एकूणच तिथे नकारात्मकता साचून राहिली होती." शारी म्हणाली. तरीही तिनं तिथे फिश! फिलॉसॉफीचं सादरीकरण केलं. आणि खरंच मागच्या बाजूला बसलेल्यांकडून अपेक्षित नकारात्मक प्रतिसाद आले. "मासे कसले देताय? त्यापेक्षा पैसे जास्त कसे मिळतील, ते पाहा."

मात्र अशा काही फुटकळ प्रतिक्रियांमुळे इतरांना काही फरक पडला नाही. त्यांनी चक्क ऑपरेशन थिएटरमध्येदेखील सकारात्मकता भरभरून बिंबवली. तिथल्या कर्मचाऱ्यांनीदेखील एक बुलेटिन बोर्ड बनवला. जो कोणी आपलं काम नीटनेटकं पार पाडून इतरांच्या मदतीला हसतमुखानं, तत्परतेनं हजर राही, त्यांचं नाव बोर्डावर लागू लागलं. सर्जिकल सर्व्हिसेसची डायरेक्टर असलेल्या नॅन्सी हेसेलबॅक हिने तर

चक्क बोलका मासा आणून भिंतीवर लटकवला.

आणि मग एक दिवस कोणीतरी तो मासा चक्क चोरला की!

नॅन्सी तर अवाक्‌च झाली. 'कोणी नेलं असेल माझ्या माशाला?' मग तिनं चक्क जाहीर आवाहन केलं की, 'ज्या कोणी माझा मासा पळवून नेला असेल, त्यानं तो परत करावा किंवा त्याची किंमत अदा करावी म्हणजे आम्हाला नवीन मासा आणता येईल.'

नॅन्सीच्या आवाहनाला ताबडतोब प्रतिसाद मिळाला, तोही तिच्या आन्सरिंग मशीनवर. 'तुमचा बिली आमच्या ताब्यात आहे. आम्ही सांगतो त्याप्रमाणे वागा, अन्यथा तुम्ही बिलीला कधीही पाहू शकणार नाही, हे लक्षात घ्या.' त्याच वेळेस पार्श्वभूमीवर माशाची फडफड जाणवत होती.

आता या धमकीला उत्तर म्हणून नॅन्सीने एक मस्त फ्लायर रंगवलं. 'माझा गोंडस बिली बाळ! त्याला सोडा हो!' अपहरणकर्त्यांची माहिती देणाऱ्याला बक्षीससुद्धा जाहीर केलं तिनं. त्यावर प्रतिसाद म्हणून तिच्या टेबलवर अचानक कुठूनसा एक डबा आला – तुकडे केलेल्या ट्युना माशांचा. 'तुझ्या लाडक्या बिलीची हीच अवस्था होणार आहे,' अशी धमकीदेखील होती.

"आता सगळ्यांचंच लक्ष 'बिलीचं काय होणार बरं?' याकडे लागलं होतं. काही जणांनी त्याच्यासाठी गाणी रचली, कविता केल्या, अगदी श्रद्धांजलीपर भाषणंसुद्धा लिहिली. त्याच्याही पुढे जाऊन आम्ही 'क्राइम-सीन'चा आभास निर्माण केला. त्यासाठी मास्किंग टेपच्या साहाय्याने फरशीवर माशाची रूपरेषा काढली. आजूबाजूला 'स्पर्श करू नये' अशा पोलिसी सूचनादेखील लावल्या. आता तर सगळ्यांची हसून-हसून पुरेवाट होत होती." नॅन्सी म्हणाली.

बघता-बघता ऑपरेटिंग रूमचे यच्चयावत सारे जण या खेळात सामील झाले. फिश! फिलॉसॉफीबद्दल संपूर्ण नकारात्मकता बाळगणारे तर यात आघाडीला होते. काम करता-करता आनंदसुद्धा उपभोगत होते.

मग अपहरणकर्त्यांनी एक नवीन डाव रचला. त्यांनी नॅन्सीकडे कॉफी आणि डोनट्सची खंडणी मागितली. त्यानंतरच्या स्टाफ मीटिंगमध्ये नॅन्सीने सर्वांकरता तशी तजवीज केली. मग तिच्या हाती आला बिलीसारखाच दिसणारा 'बोलका मासा.' त्याच्या तोंडावर डक्ट टेप गुंडाळलेली होती. सोबत चिठ्ठी होती फिश! फिलॉसॉफी 'बिली आता परत आला आहे, परंतु तो पूर्वीसारखा राहिलेला नाही. तो अधिक चांगला बनला आहे. आणि हो, इतक्या सुरेख अनुभवाकरता धन्यवाद!'

या प्रसंगानंतर ऑपरेटिंग रूम्सकडून काही समित्या स्थापन केल्या गेल्या. आपल्या या तणावपूर्ण कामाच्या जागी मजा कशी आणायची, याचा खास विचार केला जाऊ लागला. हे सारं अनुभवून शारी खूष झाली. "अजूनही काही जण

आहेत, ज्यांना हे जे काही चाललं आहे, त्यात भाग घ्यावासा वाटत नाही, बदलावंसं वाटत नाही. तरीदेखील बाकीचे सगळे जण बदलण्याचा प्रयत्न करताहेत आणि त्यात यशस्वीदेखील होताहेत. ही तर सुरुवात आहे, नाही का?'' तिनं विचारलं.

मेडिकल सेंटरच्या इतर भागांमध्येदेखील मिसोरी बॅप्टिस्टमुळे फिश! फिलॉसॉफीचा प्रचार आणि प्रसार होऊ लागला. शिला रिड म्हणाली, ''आमच्या राज्यामध्ये तर नर्सेस टिकवून ठेवणं हे महाकठीण काम आहे.'' क्लिनिकल इन्स्टिट्यूटमध्ये ती प्रोग्रॅम डेव्हलपमेंट स्पेशालिस्ट म्हणून काम करते. ''होतं काय की, आम्ही सतत फक्त भरती करत राहतो. आहेत ते लोक टिकवून ठेवणंदेखील महत्त्वाचं आहे ना! 'पैसे' हा कळीचा मुद्दा आहे यात काही वादच नाही. परंतु आपलं काम आवडण्यामागे अजूनही कितीतरी गोष्टी असाव्या लागतात, हो ना? आपले सहकारी आणि कामाच्या ठिकाणचं वातावरण यांचाही विचार केला जातो.''

२००१चा उन्हाळा सुरू झाला. हॉस्पिटलमध्ये आल्यावर रुग्णाची भरती करण्यासाठी एक कक्ष उभा केलेला होता. सरतेशेवटी तिथेसुद्धा फिश! फिलॉसॉफीचा शिरकाव झाला.

शारी म्हणते, ''मागच्या वेळी तिथे गेले होते ना, तेव्हा प्रत्येकाच्या कॉम्प्युटरवर एक-एक मासा विराजमान झालेला होता. मी तिथल्या सगळ्यांना म्हटलंदेखील की, तुम्ही अगदी अचूक साधलं आहे सारं. मग आम्ही सगळीकडे माशांशी साधर्म्य सांगणारी सजावट केली. आता इथून येणारा-जाणारा प्रत्येक रुग्ण व त्याचे कुटुंबीय यांना माशाबद्दल उत्सुकता वाटते आणि मग ते कर्मचाऱ्यांकडून अधिक माहिती गोळा करतात. आपसूकच ते त्या फिलॉसॉफीचा अंगीकार करतात. आपण फक्त त्याकरता त्यांना प्रोत्साहन देण्याचं काम करायचं आहे.''

प्रवाहाच्या दिशेने पोहत जाणे

तसं पाहिलं तर न्यूरो-रीनल विभागामधल्या कामामध्ये अजिबातच बदल झालेला नव्हता. आजही ते तसंच आणि तितकंच कंटाळवाणं, वैतागवणारं आणि मुख्य म्हणजे मानसिक थकवा देणारं काम आहे. फरक पडला आहे तो तिथल्या कर्मचाऱ्यांच्या मनोवृत्तीमध्ये!

शारी म्हणाली, ''अनेक आठवड्यांपासून आमच्याकडे एक रुग्ण होती. तिच्या किडन्यांनी असहकार पुकारलेला होता, अगदी कायमस्वरूपी. तिचे कुटुंबीय तसे छानच होते, पण त्यांच्या खूप अपेक्षा होत्या. आमच्याकडच्या सगळ्या नर्सेस मनापासून तिची सेवा करायच्या, तिला वेळ द्यायच्या. पण कितीदातरी तिच्या नवऱ्याला वाटायचं की, त्याच्या बायकोला पुरेसा वेळ दिला जात नाहीये. तिची

योग्य ती काळजी घेतली जात नाहीये. नर्सेसनी कितीही कष्ट घेतले तरी ते त्याला पुरेसे वाटत नव्हते.''

शेरॉन सॉंडर्सनी तिचा अनुभव सांगितला. ''या विशिष्ट कुटुंबाबाबत बोलायचं तर आम्हाला सगळ्यांनाच खूप ताण आला होता. आणि त्याही पलीकडे जाऊन विचार केला, तर त्या कुटुंबाला प्रचंड ताण होता. त्यांची प्रिय व्यक्ती त्यांच्या डोळ्यांसमोर तीळ-तीळ मरताना पाहण्याचं तीव्र दु:ख त्यांना भोगावं लागत होतं. त्यांच्या या मानसिकतेची आम्हालाही जाणीव होतीच की!''

मग त्या स्त्री रुग्णाला डिस्चार्ज द्यायचा दिवस जवळ येऊन ठेपला. शारी बोमॅरिटो आपल्या ऑफिसमध्ये काम करत बसली होती. तेवढ्यात हिल्डा तिच्या दाराशी आली. 'जरा पटकन बाहेर ये बरं!' असं हिल्डानी म्हटल्याबरोबर शारी लगेचच बाहेर गेली.

बाहेरच्या हॉलमध्ये त्या रुग्ण महिलेचा नवरा आणि त्याच्याभोवती नर्सेसचं कोंडाळं जमा झालं होतं. त्याच्या हातात एक जलचित्र होतं.

''हे चित्र मी अनेक वर्षांपूर्वी रंगवलं आहे. परंतु का कोण जाणे, मी ते कधीच विकलं नाही.'' त्यानं ते चित्र हातात उंच धरलं. त्या मोठ्या कॅनव्हासवर वेगवेगळ्या रंगाचे मासे एकत्र पोहोताना दिसत होते.

''माझ्या या चित्राचं नावच मुळी 'मिलाफ' आहे. या चित्रातील अनेक माशांप्रमाणे तुम्हीदेखील वेगवेगळ्या आहात, कुठून-कुठून आला आहात. परंतु तुमची सगळ्यांची कामाची दिशा एकच आहे. तुम्ही प्रवाहाच्या एकाच दिशेनं, एकत्रितपणे, सुसंघटितपणे पुढे-पुढे जात आहात. हे चित्र तुमच्याकडे खऱ्या अर्थाने शोभून दिसेल याची मला खातरी आहे,'' तो भावुकपणे म्हणाला.

त्या घोळक्यात शारी अगदी मागच्या बाजूला उभी होती. तिला तर हे ऐकून सुखद धक्काच बसला. ''या अशा क्षणांमुळेच तर आमची जगण्याची उमेद टिकून राहते ना! मला आणि हिल्डाला तर अगदी भरून आलं. सगळ्या नर्सेसकडे मी एक नजर टाकली. मला त्यांना म्हणायचं होतं, ऐकताय ना तो काय म्हणतो आहे ते! तुम्ही काय कमावलं आहे, ते जाणवताय ना तुम्हालाही? तुम्ही बदल घडवून आणू शकला आहात. तुम्हाला वाटत होतं की, हे पुरेसं नाहीये. पण तसं नव्हतं. तुम्ही खरोखरच बदल घडवून आणला आहेत.'' शारीनं त्यांच्याशी मूक संवाद साधला.

निवड सोपी आहे

मिसोरी बॅप्टिस्टमध्ये फिश! फिलॉसॉफीची मुहूर्तमेढ करणारा मजला म्हणून न्यूरो-रीनलच्या कर्मचाऱ्यांकरता खास आकर्षक जांभळी-निळी जॅकेट्स मागवण्यात

आली. त्यावर माशांचं चित्रं भरलेलं होतं. इतर कुठल्याही मजल्यावरच्या कर्मचाऱ्यांना अशी जॅकेट्स मिळाली नाहीत.

या साऱ्या प्रवासातून शारीला फिश!फिलॉसॉफीच्या मितीची नव्यानं जाणीव झाली. ''हा नवा प्रवाह स्वीकारला तेव्हा तर 'पाइक प्लेस फिश मार्केट'मध्ये काम करणाऱ्या लोकांबद्दल मला व्यक्तिशः आदर वाटत होता. काम करण्याची त्यांची पद्धत खरोखरच अप्रतिम होती. पण आज मला जाणवतंय की, आम्हीदेखील तितक्याच समरसतेनं काम करू शकतोय,'' शारीनं म्हटलं.

''तुम्हाला आठवत असेलच की, पाइक प्लेस फिश मार्केटमध्ये 'योगर्ट डूड्स' किती उत्साहानं सहभागी होतात. त्यांची उपस्थिती ही तिथली खासियत झाली आहे. तद्वतच आम्हीदेखील आमच्या मजल्याकरता एक आगळावेगळा उपक्रम राबवला आहे. लिओने इथे काम करणाऱ्या साऱ्यांचे फोटो काढले. त्यांना झक्कासपैकी माशांचा आकार देऊन पोस्टर्सवर चिकटवले. ते बघितलं मात्र रुग्णांनी आपलाही फोटो तिथे हवाच, असा लिओकडे जणू हट्टच केला. त्यामुळे आता आमच्या या मजल्यावर सगळीकडेच सगळ्यांची १०० टक्के उपस्थिती असते.'' शारीनं सांगायला सुरुवात केली.

''परवाचीच गोष्ट! आमच्या मजल्यावरची एक नर्स तिच्या हाताखाली नव्यानेच आलेल्या नर्सला समजावत होती – 'कसं आहे ना, तुझी तन्मयता ही केवळ तुझ्यावर अवलंबून आहे. त्याचप्रमाणे इथे असताना हे सगळे क्षण भरभरून जगणं, अनुभवणंदेखील तुझ्याच हातात आहे. सांगा कसं जगायचं? गाणं म्हणत की रडगाणं म्हणत? निवड सोपी आहे!' हे सारं ऐकलं आणि मला खूपच बरं वाटलं. आमच्या मजल्यावरच्या त्या नर्सला मी सांगितलंदेखील, आज तर तू त्या मासे-व्यापाऱ्यांच्या तोडीसतोड झालीस की!'' शारीनं सांगता केली.

गोष्टी लहान खऱ्या!

रॉबीची गोष्ट

'ब्लड ट्रान्सफ्युजन विभागामध्ये घडलेला हा प्रसंग आहे. अगदी जन्मापासूनच दर आठवड्याला रॉबीला शरीरातील सर्व रक्त बदलून घ्यावं लागतं. आता तो चार वर्षांचा आहे. छोट्या रॉबीचे आई-वडील दर महिन्यात भेट देऊन येतात त्या सातही सेंटरना जिथे रॉबीचं रक्त बदलून घेतलेलं असतं. रॉबीला यासाठी मदत करणाऱ्या सर्व डॉक्टर्स, नर्सेस, इतर कर्मचारी, स्वयंसेवक आणि रक्तदाते या साऱ्यांचे मनापासून आभार मानतात. रॉबीचा फोटो तर यांपैकी अनेकांनी आपल्या ऑफिसमध्ये लावलेला आहे. 'कोणाचीही सेवा करताना आपल्याला केवढा आनंद मिळतोय याची प्रत्यही जाणीव होत राहते त्यामुळे! आमच्या किंचितशा योगदानामुळे फुललेले क्षण अनुभवता येताहेत. थोडा प्रयत्न करा, तुम्हालासुद्धा अनुभवता येतील असे फुललेले क्षण.'

दोनशे कुकीज

आमचा मित्र हॅरी एकदा एका फास्ट-फूड रेस्टॉरंटमध्ये गेला होता. त्यानं आपली ऑर्डर दिली. त्या मेन्यूमध्ये एक कुकी अंतर्भूत होती. परंतु तरीदेखील ऑर्डर घेणाऱ्याने नम्रपणे विचारलं की, "तुम्हाला त्यासोबत कुकी आवडेल का?" दुसऱ्या वेळेस हॅरी त्याच ठिकाणी गेला, तीच ऑर्डर दिली. तोच नम्र प्रश्न पुन्हा आला – "तुम्हाला त्यासोबत कुकी आवडेल का?' बदल होता तो विचारणाऱ्या व्यक्तीमध्ये. तिसऱ्या वेळेस ऑर्डर घेणारा तिसराच कोणी होता. आज हॅरीचा मस्करीचा मूड

होता. म्हणून ऑर्डर दिल्यावर तो म्हणाला, "त्याबरोबर मला दोनशे कुकीजपण हव्यात हं!" हॅरीच्या बोलण्यातील उपरोध लक्षातही न येता त्या ऑर्डर घेणाऱ्याने म्हटलं, "हो आणतो! आणि त्यासोबत तुम्हाला कुकी आवडेल का?" किती ही यांत्रिकता!

हे खरंय की, त्या कर्मचाऱ्यांना नम्रता शिकवली होती. 'एक कुकी हवी का?' हे विचारायला शिकवलं होतं, पण स्थळाकाळाचं भान ज्याचं त्यालाच असावं लागतं, नाही का?

आणि थोडासा मेकअप...

चष्म्याच्या त्या दुकानात एक ज्येष्ठ महिला ब्लश शोधत होती. त्या मॉलमध्ये काम करणाऱ्या मुलीनं तिला हाताला धरून कॉस्मॅटिक्सच्या विभागात नेलं, ब्लश निवडायला मदत केली आणि नंतर अगदी मॉलच्या बाहेर येऊन तिला तिच्या गाडीमध्ये बसवून दिलं. ती महिला अगदी मनापासून म्हणाली, "देव तुझं भलं करो!" किती साधे शब्द, पण त्याला केवढा अर्थ प्राप्त झाला होता त्या दिवशी!

आईबरोबर काही क्षण

स्टीव्हची ८४ वर्षांची वृद्ध आई डिसेंबर, २०००मध्ये स्टीव्ह आणि त्याच्या बायकोबरोबर राहायला आली. त्या दोघांनी तिच्यासाठी पहिल्या मजल्यावरची फॅमिली रूम नीटनेटकी करून घेतली. त्या खोलीला ॲटॅच्ड टॉयलेट-बाथरूम होतं. त्याच्या वयस्कर आईच्या दृष्टीनं ती उत्तम सोय होती. त्याबद्दल स्टीव्ह म्हणतो की, "माझ्या लहानपणीच आई काय ती एवढी जवळ होती. आता पुन्हा इतक्या वर्षांनी ती इतकी जवळ आली आहे. त्यामुळे किती बरं वाटतं ते शब्दांत सांगताच येणार नाही."

आपल्या पाइक प्लेसच्या व्यापाऱ्यांनी तन्मयता, स्वत:चा वेळ, उपस्थिती देणं अंगीकारलं आहे ना, तेच स्टीव्हलादेखील भावलं आहे. आईला निकड भासेल तेव्हा तिथे असणं त्याला जमू लागलं आहे. सुरुवातीला मात्र काहीतरी चुकल्यासारखं वाटत होतं. स्टीव्ह आईच्या खोलीच्या दारावर टकटक करायचा, आत जायचा, तिच्याशी दोन शब्द बोलायचा आणि परत फिरायचा. हे सारं उभ्यानंच व्हायचं. पण आता तो आत गेला की, कोचावर बसून तिच्याशी बोलतो. उभ्यानं बोलण्याऐवजी बसून बोलणं, हा अगदी छोटासाच बदल आहे तसं म्हटलं तर, पण त्यामुळे त्यांच्या नात्यात अधिक मोकळेपणा, प्रसन्नता आली आहे हे खरं आहे. तो तिच्याबरोबर किती वेळ असतो यापेक्षा आपल्या आईबरोबर असतानाचे क्षण तो

किती समरसतेनं जगतो आहे, हे पाहणं अधिक सुखावून जातं.

"आताशा आईला बोटांनी रिमोट वापरता येत नाही. परंतु मी तिला भेटायला आत गेलो की, ती तत्परतेनं पेन्सिलच्या साहाय्याने रिमोट वापरून टीव्ही बंद करते आणि तिचा पूर्ण वेळ मला देते, हे हल्ली माझ्या लक्षात आलं आहे. आधी का नाही आलं हे माझ्या लक्षात?"

❧ खरंच, फरक जाणवतोय! ❧

एकदा जॉन ख्रिस्टेन्सेननं एका ठिकाणी भाषण दिलं. त्यानंतर पाच-सहा जणांनी त्यांच्याभोवती घोळका केला. आपापल्या ठिकाणी ते करू पाहत असलेल्या बदलांबद्दल, ते आणू पाहत असलेल्या नवनवीन सकारात्मकतेबद्दल सांगू पाहत होते. "खरंतर मी त्या सगळ्यांचं म्हणणं ऐकून घेण्याचा प्रयत्न करत होतो, पण ते फारसं साध्य झालं नाही. त्यांच्यातील एक तरुणी तर खूपच उत्तेजित होऊन बोलत होती. माझ्या कानांवर तिचं बोलणं पडत होतं. मी तिला मोघमच 'छान-छान!' असं म्हटलं, पण तिच्या नजरेत मी बघितलंच नव्हतं.

दोन दिवसांनी कसा कोण जाणे, पण मला हा प्रसंग आठवला. तिनं तिचं बिझनेस कार्ड दिलं होतं, हेही आठवलं. मग मात्र मी ताबडतोब तिला फोन लावला. त्या दिवशी तिचं म्हणणं ऐकताना माझं पूर्ण लक्ष नव्हतं, याबद्दल दिलगिरी व्यक्त केली. त्याचबरोबर ती तिच्या सहकाऱ्यांच्या भल्याकरता करत असलेल्या प्रयत्नांना दाददेखील दिली. माझ्या दृष्टीनं तो प्रसंग तिथेच संपला. पण नाही! काही दिवसांनंतर मला तिच्याकडून पत्र आलं. त्यात तिनं लिहिलं होतं की, 'ऐन मोक्याच्या क्षणी मला तुमचा फोन आला. खरंतर त्या वेळेस माझी मनःस्थिती खूप व्याकुळ झाली होती. मला वाटू लागलं होतं की, माझ्या प्रयत्नांमुळे कुठलाही फरक पडेनासा झाला आहे. परंतु तुमच्याशी बोलले आणि जाणवलं, खरंच फरक जाणवतोय!" जॉननं आपलं बोलणं संपवलं.

❧ प्रेम म्हणजे काय? ❧

त्या दिवशी स्टीव्ह लन्डिन त्यांच्या ऑफिसमध्ये काही विचारांत गढून गेले होते. त्यांच्या नजरेसमोर मेलिसाचा – त्यांच्या लेकीच्या कुटुंबाचा फोटो होता. मेलिसा, तिचा नवरा पॉल आणि मुलं मिआ व मॅडेलिन. चौघं जणं आनंदी दिसत होते. 'मिसी आणि पॉल मुलांना खूप छान वाढवताहेत. मला खूप अभिमान वाटतो त्यांचा. त्यांच्या घराच्या प्रत्येक कणात प्रेमाचं अस्तित्व जाणवतं. आणि शेवटी प्रेम म्हणजे तरी काय? मुलांच्या दृष्टीनं विचार केला तर प्रेम म्हणजे उपस्थित असणं.'

श्वान प्रेम

पॉल युनिव्हर्सिटीमध्ये डीन आहेत. त्यांना कामापुढे खरंच काही सुचत नाही. त्यांनी स्वत:ला कामामध्ये गाडून घेतलेलं आहे. पण मग एक दिवस त्यांनी मासे व्यापाऱ्यांबद्दल, त्यांच्या तन्मयतेबद्दल ऐकलं. पॉलनं ठरवलं की, आपणही थोडंसं स्वत:करता आणि आपल्या लाडक्यांकरता जगून पाहू या. जॉईस आणि त्याचा कुत्रा हेच ते त्याचे सर्वांत लाडके होते. त्यांच्यासोबत समुद्रकिनारी फेरफटका... वा! वा! काय झकास कल्पना होती!

मग त्या दिवशी ऑफिसची वेळ संपताक्षणी पॉल बाहेर पडले. सगळे जण अवाक झाले. गेल्या कित्येक महिन्यांत ते असे लवकर बाहेर पडले नव्हते. त्या संध्याकाळी ते आणि जॉईस चक्क फिरायला बाहेर गेले – लेक सुपीरियरला, सोबत होता त्यांचा कुत्रा. त्या दिवसानंतर त्यांचा शिरस्ताच झाला वेळेवर ऑफिसमधून बाहेर पडायचा. ते त्रिकूट प्रत्येक संध्याकाळी तलावाच्या काठी दिसू लागलं.

मौल्यवान सेवा

दुकानातून आणि रेस्टॉरंटमध्ये काम करणाऱ्यांनी आपल्याकडे लक्ष द्यावं अशी आपली अपेक्षा असते. पण मग आपण देतो का त्यांच्याकडे लक्ष? आमचे सहकारी कार हॅंगरमन एकदा असेच एका दुकानात गेले होते. तिथे काम करणारी क्लर्क त्यांनी घेतलेल्या वस्तू पॅक करत असताना ते मोबाइलवर कुणाशीतरी बोलत होते. पण अचानक त्यांनी म्हटलं की, ‘‘थांब जरा, तुझ्याशी नंतर बोलतो. या क्षणी मी घेतलेल्या वस्तूंचं पॅकिंग केलं जातंय. तेव्हा पॅकिंग क्लर्ककडे मी लक्ष दिलं पाहिजे.’’ एवढं बोलून त्यांनी मोबाइल बंद केला. त्यांच्या या लहानशा कृतीने ती क्लर्क सुखावली. त्यांच्याकडे पाहून ती म्हणाली, ‘‘खरंच धन्यवाद! माझं काम तुमच्या लेखी मौल्यवान आहे, हेच तुम्ही या कृतीतून दाखवलं आहे.’’

विभाग चार-आपली मनोवृत्ती निवडा

तुम्ही ठरवली आहे तशीच तुमची मनोवृत्ती झाली आहे. आता या क्षणाला ती जशी झाली आहे, तशीच तुम्हाला हवी आहे का?

पाइक प्लेस फिश मार्केटला पहिल्यांदा भेट दिल्यावर मनावर सगळ्यांत खोलवर ठसा उमटवणारी गोष्ट कोणती असं विचारलं, तर 'निवड' याबद्दल त्यांच्यामध्ये होणारे संवाद. 'आपण कामावर असणे वा नसणे आणि आपला दिवस चांगला असणे वा नसणे' याची निवड ही त्यांच्यालेखी अतिशय महत्त्वाची होती. त्यांच्यातील काही जण माझ्यासाठी आदर्श आहेत. त्यांची वाटचाल माझ्यासाठी वाटाड्याची भूमिका करते आणि 'निवड' हे त्याचे महत्त्वाचे अंग आहे. आज या ठिकाणी व्यवसायाची जी भरभक्कम उभारणी झाली आहे, त्याचा एक आधारस्तंभ म्हणजे 'आपली मनोवृत्ती निवडा.'

सापाची कथा

१९८५ साली स्टिफन कोव्ही यांनी घेतलेल्या एका सेमिनारमध्ये मी ही कथा पहिल्यांदा नीट ऐकली. त्या आधी ती अधून-मधून कानावर पडत होती.

ॲरिझोनाच्या वाळवंटातून कॉलेजचे तीन विद्यार्थी चालत होते. अंधारात वेटोळं करून बसलेल्या एका रॅटल स्नेकने त्यांच्यापैकी जी स्त्री होती, तिला चावा घेतला. आता उरलेल्या दोन तरुणांनी त्याचा पाठलाग सुरू केला. बऱ्याच वेळानं त्यांच्या प्रयत्नाला यश आलं. पकडलेल्या त्या सापाला घेऊन ते त्यांची मैत्रीण पडली होती तिथे आले. तिच्याकडे कोणीच लक्ष न दिल्यानं ती जवळजवळ मृत्युपंथाला

लागलेली होती.

यातील मुद्दा असा आहे की, कोणत्या ना कोणत्या वळणावर आयुष्य आपला चावा घेतं. आणि प्रत्येक वेळी निवड करावी लागते ती ठराविक मर्यादेतच. मग सापाचा पाठपुरावा करावा लागतो किंवा विषाचा सामना तरी.

आता इथून पुढे तुम्ही वाचणार आहात, ती एका रूफिंग कंपनीची कथा. निवड करण्याची समर्थता त्यांनी वेगवेगळ्या प्रकारे दाखवून दिलेली आहे. अगदी कठीण परिस्थितीमध्ये पाऊल टाकण्याची तयारी मला अतिशय भावते. त्यातून सामोरं येतं ते विल्यम जेम्सचं हे विधान :

माझ्या पिढीने लावलेला सर्वांत महत्त्वाचा शोध कोणता असेल, तर तो म्हणजे मनोवृत्तीत बदल करून त्यायोगे आयुष्यात बदल घडवून आणणे.
— विल्यम जेम्स, (१८४२-१९१०)

पडू दे पाऊस ! :
टाइल टेक्नॉलॉजी रूफिंग कंपनी

हातामध्ये वाफाळलेल्या कॉफीचा कप आहे. ट्रकमध्येसुद्धा हीटर चालू आहे. पण तरीही बाहेर कोसळणारा तुफानी पाऊस आणि थंडीच्या लाटा यांचा परिणाम कमी होत नाहीये. काचा नितळ ठेवायचा वायपरचा प्रयत्न अगदीच कुचकामी ठरतो आहे. आभाळात दाटलेले काळेभोर ढग पुढच्या काही तासांतील धुवाधार पावसाची हमीच देत आहेत जणू. ताकोमाच्या सभोवार पसरलेल्या पर्वतरांगा त्या पावसात चिंब भिजलेल्या आहेत. आता तर कोणत्याही क्षणी वातावरण अक्षरश: गोठून जाणार आहे, हे नक्की!

रूफिंगच्या या कामात काही गोष्टी अटळ होत्या. ऐन पावसात काम करताना भलेही तुम्ही रेनकोट चढवलेला असला तरी हजारो पाउंडांच्या त्या टाइल्स छतावर बसवताना दिवसभरात तुम्ही अनेकदा घामाने चिंब भिजून जाता. बाहेरच्या प्रचंड गारठ्याने तुम्ही गोठून जाता ते वेगळंच आणि हे सगळं कुठे, तर जमिनीपासून २० फूट वर – हवेत.

खरंतर या अशा गारठवून टाकणाऱ्या वातावरणात आपल्या उबदार घरट्यात शेकोटीसमोर बसून स्नो-बोर्डिंगच्या विचारात हरवायला रूस विजलमेअरला मनापासून आवडलं असतं. पण त्याला आणि त्याच्या टीमला एक काम संपवणं भाग होतं. ते सगळे जण टाइल टेक्नॉलॉजी रूफिंग कंपनीकरता काम करतात. एक-एक करत प्रत्येक टाइल या घराच्या छतावर चपखलपणे बसवणं त्यांच्यासाठी गरजेचं होतं. म्हणजे मग या घरातल्यांना वर्षानुवर्षं निश्चिंतपणे राहता येणार होतं, आपल्या घराचं छत गळणार तर नाही ना याची जराही धास्ती न बाळगता.

रूस ट्रकमधून बाहेर उडी घेतो. आता त्याचं त्यानंच ठरवायचंय की, या कोसळत्या पावसात काय करायचं. आपल्याला झोडपणाऱ्या त्या पावसाच्या धारांकडे आसमंतात नजर फेकून तो म्हणतो, 'काय रे, बस्स एवढंच? चल पड लेका किती पडतोस तेवढा!' इतकं बोलून रूस आपल्या सहकाऱ्याला झकासपैकी टाळीदेखील देतो.

मस्त वाटणं आपल्याच हाती आहे ना!

आयुष्य म्हटलं की, लाखो प्रकारे निवडीला वाव आहे. अर्थात, यातली प्रत्येक निवड भलेही तुमच्यासाठी नसेल, पण तुम्ही स्वत:साठी काय निवडता, हे सर्वांत जास्त महत्त्वाचं आहे.

रूसचा मोठा भाऊ डग विजलमेअर केवळ सात वर्षांचा असताना त्यांच्या आई-वडिलांचा घटस्फोट झाला. त्यानंतर लगेचच त्यांच्या आईला – कोनीला – ल्युपस हा आजार झाला. यामध्ये आपलीच प्रतिकारशक्ती आपल्या निरोगी पेशींवर आणि अवयवांवर हल्ला चढवते. सुरुवातीला तर तिच्या आजाराचं निदानदेखील चुकीचं झालं होतं. सहा फूट एक इंच उंची असलेली ही धिप्पाड स्त्री या आजारामुळे अगदी अशक्त होऊन गेली.

डगहून वयाने लहान असलेल्या आपल्या मुलांच्या बेबीफूडचे डबे उघडण्याची शक्तीदेखील तिच्यात उरली नव्हती. "किती वेळा आमच्या शेजारणीकडून ते डबे मी उघडून आणायचो." डगला आठवतंय. ल्युपस हा आजार येत-जात राहतो. त्याची लक्षणं तेवढी दिसत राहतात. अनेकदा तर कोनीला अंथरुणाला खिळून राहावं लागायचं. कधी-कधी मात्र तो आजार पार गायब व्हायचा. अशा वेळेस कोनी अगदी ठीक असायची. "त्याच वेळेचा सदुपयोग करून आईनी तर शिक्षण घेतलंच, पण काही वर्षं इतरांनादेखील शिकवलं. पण अचानक पुन्हा ल्युपसनं मान वर काढली." डग म्हणाला.

"तिच्या तब्येतीत चढ-उतार होत राहिले. या आजारादरम्यान सातत्यानं काय टिकलं असेल, तर तिचा स्वभाव. जीवनातल्या प्रत्येक वळणावर ती स्वत: आनंदाची अनुभूती घेत राहिली. आमच्या घरामध्ये तर जणू प्रसन्न प्रेमाचा शिडकावा केलेला असायचा. अनेकदा अंथरुणाला खिळल्यावर तिला काहीही करता येत नसे. अशा वेळेस मग 'मी काय करू शकते?' यावर ती लक्ष केंद्रित करायची. तिला बसता येऊ लागलं की, ती तिच्या प्रियजनांसाठी भेटवस्तू तयार करायची. विकत घेण्याची कुवतदेखील कमी झाली होती.

तिच्या आजारपणाचा परिणाम म्हणून की काय मी पटकन मोठा होऊन गेलो. माझं बालपण कुठेतरी हरवून गेलं या दरम्यान. जेमतेम आठवतंय ते मला! तसं

पाहिलं तर इतरांच्या आश्रयाने आमचं जगणं चाललं होतं. अशा वेळेस अनेकदा आपण इतर मुलांच्या कुचेष्टेचा विषय होऊ शकतो. शिवाय माझी उंची फारच झपाट्याने वाढत होती. (डग ६ फूट, १० इंच उंच आहे.) त्यामुळे मला सगळ्या पँट्स लांड्या व्हायच्या. किराणाच्या दुकानात पैसे देण्याऐवजी मला फूडस्टॅम्प्स द्यावे लागायचे. इतर मुलांचं आपल्याकडे लक्ष वेधलं जातंय ही जाणीव इतकी त्रासदायक होती की, मी नोकरी शोधायचं ठरवलं.''

त्या वेळेस डग होता फक्त १३ वर्षांचा, पण त्या बुटांच्या दुकानाच्या मॅनेजरला त्यानं आपलं वय चक्क १६ सांगितलं. त्या वेळी प्रसिद्ध असलेल्या 'अर्थ शूज'ची तडाखेबंद विक्री त्यानं केली, इतर विक्रेत्यांपेक्षा कैकपटींनी जास्त. आता आपल्या कुटुंबाचा उदरनिर्वाह चालवणं त्याला शक्य होतं. त्याच्या शारीरिक उंचीमुळे त्याला ही नोकरी मिळाली होती. कॉलेजमध्ये गेल्यावर याच उंचीच्या जोरावर त्याला बास्केटबॉलकरता स्कॉलरशिप मिळाली. मार्केटिंग ॲन्ड बिझनेस ॲडमिनिस्ट्रेशनची डिग्री घेऊन तो बाहेर पडला. आता तो एका इन्शुरन्स कंपनीमध्ये कामाला आहे.

विकएन्डलासुद्धा डग काम करायचा. पैशांची खूपच गरज होती ना! त्यासाठी ग्लेन पेन या आपल्या मित्राबरोबर तो रूफिंगची कामं करायचा. डगप्रमाणे ग्लेनलासुद्धा फक्त आईनेच वाढवलं होतं. तेही इतरांच्या आश्रयाने. त्यामुळे ग्लेननेदेखील तेराव्या वर्षीच कमावता होणं पसंत केलं होतं. त्यानं स्वत:ला उत्तमप्रकारे घडवायचा निश्चय केला होता. त्याची नजर फक्त यशाकडे होती. म्हणूनच की काय, पटकन पण टिकाऊ काम कसं करावं हे त्यानं आत्मसात केलं होतं. मग ते रूफिंगसारखं काम का असेना!

पण डगला मात्र त्या रूफिंगच्या कामात जरादेखील स्वारस्य नव्हतं. ''त्यात चांगलं वाटण्यासारखं काहीतरी आहे का? उलट त्यात धोकेच जास्त आहेत. पण करता काय? एकतर रूफिंग ही निकड आहे. शिवाय त्या कामामध्ये पैसे जास्त मिळतात, हे खरं आहे. आणि मुख्य म्हणजे मी ज्या इन्शुरन्स कंपनीमध्ये काम करतो आहे, तिथे आयुष्यभर चिकटून राहायचा माझा मुळीच विचार नाहीये, तेही 'त्या' मालकाच्या हाताखाली. कारण २०-२५ अगदी ३० वर्षांच्या नोकरीनंतरही लोकांना जबरदस्तीने निवृत्त केलं गेलेलं मी सातत्यानं पाहत आलोय ना! म्हणजे, आयुष्यभर मर-मर करून मोठ्या कष्टाने एक-एक पायरी चढायची आणि इकडे नकळत तुमच्या पायाखालची शिडीच कोणीतरी ओढून घ्यायची. नको रे बाबा, असं आयुष्य मला!'' डगने मोकळेपणानी कबुली दिली.

डगने त्या इन्शुरन्स कंपनीमधल्या नोकरीचा राजीनामा दिला. ग्लेनने आणि त्यानं मिळून रूफिंग कंपनी उघडायचं ठरवलं. ''ग्लेनपुरतं बोलायचं तर त्याला

अनुभव होता, पण माझं कारण वेगळंच होतं. तसं पाहिलं तर मी सर्वसामान्यांपैकी एक होतो. पण माझी उंची या रूफिंगच्या कामी उपयोगी पडेल असं मला वाटलं.''

त्याचं राहतं घर गहाण टाकण्याची विनंती डगने आईला केली. कॉन्ट्रॅक्टर लायसन्स मिळवण्याच्या दृष्टीनं ते आवश्यक होतं. या कामाकरता आवश्यक ती अवजारं आणि वीस वर्षं वापरात असलेला काळ्या रंगाचा जुना पिकअप ट्रक ग्लेनने दिला. अशा प्रकारे नोव्हेंबर, १९८७मध्ये वॉशिंग्टनमधल्या ताकोमामध्ये 'टाइल टेक्नॉलॉजी रूफिंग कंपनीची मुहूर्तमेढ रोवली गेली.

यशाची व्याख्या

'जे करायचं तुम्ही कबूल करत आहात, ते तुम्ही कराच!' या साध्याशा तत्त्वावर टाइल टेकचा इमला उभा आहे.

त्या दिवसांबद्दल बोलताना डग म्हणतो, ''तो काळ असा होता ना की, सांगताना खूप चढवून सांगितलं जायचं, पण कृती मात्र हातचं राखून केली जायची. रूफिंगच्या व्यवसायात तर हे विशेषत्वानं जाणवायचं. म्हणजे बघा की, 'बुधवारी नक्की येतो' असं सांगितलेलं असलं की, समजावं बुधवार ते सोमवारच्या दरम्यान कधी तरी नक्की येणार! मला या साऱ्याचा प्रचंड वैताग आला होता. ग्लेनचं आणि माझं म्हणणं असं होतं की, दिलेला शब्द जर आपण पाळला, तर यशाची वाट बघायची गरज नाही. ते मिळणारच.''

अर्थात पहिली पाच वर्षं तर 'उत्तम काम करणे' हा जाहिरातीचा एकमेव मार्ग टाइल टेकसमोर होता. 'ना आम्ही फोन-बुकमध्ये होतो, ना आमची जाहिरात होती. आमच्या गाड्यांवर टाकायला आमच्याकडे फोन नंबर होताच कुठे? 'आमची कुठेही शाखा नाही' प्रमाणेच 'आमची कुठेही जाहिरात नाही' अशी आमची परिस्थिती होती. आम्ही एक गोष्ट मात्र सातत्यानं आणि निष्ठेनं केली. ती म्हणजे, 'दिलेला शब्द पाळणे... तेव्हाही आणि आताही!'

पहिल्या वर्षी टाइल टेकनं साडेसात लाख डॉलर्सचा व्यवसाय केला, ज्यात त्यांना लाखाचा नफा झाला. १९९९पर्यंत त्यांची वार्षिक उलाढाल दहा लाख डॉलर्सपर्यंत पोहोचली होती. त्यांच्याकडे शंभर लोक कामाला होते. त्यांच्या नावाची सर्वदूर चर्चा होऊ लागली होती. घरं असोत की, हॉस्पिटल्स, हॉटेल्स, अपार्टमेंट्स, सरकारी इमारती – प्रत्येक ठिकाणी टाइल टेकने केलेलं काम नावाजलं जात होतं. अशातच बॉब डेटन आणि डॉन व्होज हे नावाजलेले व्यावसायिक टाइल टेकचे भागीदार झाले.

विकासाचा ध्यास घेतलेल्या टाइल टेकने मग रूफिंगकरता अत्यावश्यक अशा

यंत्रसामग्रीमध्ये पैसे गुंतवायला सुरुवात केली. अर्थात, या दरम्यान बाजारात स्पर्धादेखील वाढली आणि त्याच्या जोडीला अनुभवी कामगारांची उणीव भासू लागली. त्या वेळी टाइल टेकच्या लक्षात आलं की, आपल्या कामगारांशी चांगले संबंध टिकवून ठेवणं गरजेचं आहे. आपल्या यशाचं गमक चांगले कामगार आपल्याबरोबर टिकून राहणं हेच आहे.

रूफिंग हे काही प्रत्येकाला ऊठसूट करून घ्यावं लागणारं काम नक्कीच नाही. शिवाय हे काम करणाऱ्या कामगारांशी हितसंबंध जोपासण्याची मानसिकतादेखील व्यावसायिकांमध्ये फारशी दिसून येत नव्हती. अनेकदा तर त्या कामगारांना जेमतेम प्रशिक्षण दिलेलं असे. बरेचदा तर त्यांनी त्यांची अवजारं बरोबर आणणं अपेक्षित असे. इतकं करून ते काम करत असताना त्यांच्यावर कोणाची देखरेख आहे म्हणावं, तर तीदेखील नसे. स्वाभाविकच हे कामगार जेमतेम महिनाभर टिकत आणि सर्रास दुसरीकडे कामाला जात. भरीत भर म्हणजे 'काम कसं केलं जात आहे' यापेक्षा 'किती केलं जात आहे' यावर पेमेंट केलं जाई. त्यामुळे अर्थातच गुणवत्तेपेक्षा काम उरकण्याकडे या तरुण कामगारांचा कल असल्यास त्यात नवल ते काय? त्यात ते अनुभवी असले तर मग विचारायलाच नको!

अशातच एक दिवस सीॲटल टाइम्समध्ये लिहून आलं – 'हल्ली करण्यात आलेल्या रूफिंगच्या काही कामांचा दर्जा फारच सुमार आहे. ही कामं कुठल्याही सर्वसाधारण कंपन्यांनी केलेली नसून प्रथितयश कंपन्यांकडून करण्यात आली आहेत, हे विशेष!'

यानंतर मात्र टाइल टेकनं स्वत:चं पुनर्गठन करायचं ठरवलं. पगारदार, तासावर आणि ठराविक कामापुरते असे काम करणाऱ्यांचे गट केले. सुपरवायझर्स पगारदार होते. कामाचा दर्जा राखला जात आहे की नाही, हे पाहणं त्यांचं काम होतं. त्याचप्रमाणे येणाऱ्या नवीन लोकांना काम शिकवणं आणि चांगल्या प्रकारे व वेळेवर काम उरकणं यासाठी मदत करणं अपेक्षित होतं.

ठराविक काम करून घेण्याकरता अनुभवी कामगारांचाच विचार केला जाऊ लागला. गुणवत्ता आणि वेळ यांचं अचूक गणित त्यांना साधलेलं होतं. प्रत्येकाचं प्रशिक्षण, गुणवत्ता, योगदान आणि नेतृत्वगुण लक्षात घेऊन त्यानुसार त्यांच्या कामाचं मूल्यमापन करण्यात येऊ लागलं.

त्यावर 'सीॲटल टाइम्स'नं केलेली टिप्पणी अगदी योग्यच होती. 'समोर दिसत असलेली परिस्थिती नाकारण्याऐवजी टाइल टेकनं आपली जबाबदारी स्वीकारून अनुरूप असा बदल करण्यात यश मिळवले आहे, ही खरोखरच कौतुकाची बाब आहे.'

कर्तृत्त्वाची मोहोर

आपल्याकडे काम करणाऱ्यांचं कार्यकौशल्य वाढवण्याव्यतिरिक्त त्यांचं आयुष्य सुकर होण्याच्या दृष्टीनेदेखील टाइल टेक प्रयत्नशील होतं. ''मुळात रूफिंग हे काम कठीणच आहे. हे काम करू धजणारी माणसं बरेचदा स्वत:च कठीण परिस्थितीतून गेलेली असतात. असं वाटतं की, त्यांना मायेची ऊबदेखील लाभली नसणार! कधी कुणी व्यसनाधीन असतं, तर कुणाला कौटुंबिक समस्यांनी पिडलेलं असतं. आपण त्यांना अभिवादन करावं आणि त्यांनी उत्तरदेखील देऊ नये असंसुद्धा अनेकदा होतं.'' डग म्हणाला.

टाइल टेकचं बस्तान बसू लागलं आणि डगचं आयुष्य स्थिरावलं. ''घर, गाडी, चैनीच्या वस्तू आल्या. हातात पैसा खुळखुळू लागला. पण मला या कशातच खरा आनंद मिळेना. विचार केला असता मला जाणवलं की, माझं लहानपण, कुटुंबाचं प्रेम, शाळेतले दिवस, चर्चच्या आठवणी हा माझ्या आयुष्यातील सुखाचा, आनंदाचा कालावधी होता. असं का? – याचा विचार केला आणि त्यातील गमक माझ्या लक्षात आलं.

जसजशी आमची प्रगती होत होती तसतसं आपण लोकांना अधिक चांगली वागणूक कशी देऊ शकू असा विचार माझ्या मनात येऊ लागला. त्यांना प्रगतीला उद्युक्त करावं असं माझ्या मनानी घेतलं. मग मी त्या दृष्टीनं वाचन करू लागलो, वेगवेगळ्या सेमिनार्सना जाऊ लागलो. माझ्या आजूबाजूला पसरलेलं विश्व अतिशय सुरेख होतं. त्यातून मला खूप काही गवसू लागलं, जाणवू लागलं. ग्लेनला आणि मला उमगलं की, आम्हाला वाटतं त्याप्रमाणे आमची कंपनी म्हणजे रूफिंग आणि त्याकरता अत्यावश्यक यंत्रसामग्री एवढ्यापुरतीच मर्यादित नाही. उलट, इथे काम करणाऱ्या व्यक्ती म्हणचे आमची कंपनी आहे. मग त्यांना त्यांच्या जाणीवा समृद्ध करायला मदत का करू नये? निदान प्रयत्न करायला काय हरकत आहे? याचा अर्थ असा नव्हता की, आम्ही त्या व्यक्तीला बदलण्याचा प्रयत्न करणार होतो. उलटपक्षी आम्ही त्यांच्या निदर्शनास आणणार होतो की, त्यांना निवडीला वाव होता.''

त्यानंतर टाइल टेकनं सामाजिक कार्यामध्ये रस घ्यायला सुरुवात केली. एका वृद्धेच्या घराचं छत अगदी मोडकळीला आलं होतं. जराही जोरात वारा आला असता, तर ते कोसळलं असतं. मग टाइल टेकनं स्वखर्चाने ते दुरुस्त करून दिलं. शिवाय तिचं अंगणही स्वच्छ करून दिलं. आपल्या सहकाऱ्यांना टाइल टेक कसे बरं विसरतील? व्यसनाधीनांना मद्यपान आणि इतर व्यसनांपासून दूर करण्यासाठी त्यांच्या कर्मचाऱ्यांनीदेखील हातभार लावावा, असा प्रयत्न ते करू लागले. शिवाय

कामाच्या जागी सुरक्षितता आणि वैयक्तिक उद्दिष्टप्राप्ती या बाबी विशेष जपल्या जाऊ लागल्या. इतकंच काय, तर मैत्रिणीला, बायकोला कधीतरी छोटीशी भेट – मग ती फुलाच्या स्वरूपात का होईना – नेण्याची आठवणदेखील केली जाऊ लागली. व्यसनं, नातेसंबंध, लग्न, मुलं... अगदी प्रत्येक बाबतीत मदतीचा, मैत्रीचा हात पुढे केला गेला.

आज टाइल टेक जेव्हाही रूफिंगचं एखादं काम करते, तेव्हा तिथे त्यांच्या कर्तृत्त्वाची जणू मोहोर उमटते. डग मात्र म्हणतो, "आम्ही आमच्या पुढच्या पिढ्यांसाठी जे आचार-विचार सोडून जाणार आहोत, तेच आमचं खरं कर्तृत्व, तीच आमची खरी पुंजी!"

आणि आता भाषाही

टाइल टेकच्या भिंतींवर आता पोस्टर्स लागले. काय होतं त्यावर? तर कर्मचाऱ्यांनी मिळवलेल्या यशाचे उल्लेख, फोटो आणि छान, स्फूर्तिदायक वाक्यं. कंपनीच्या कुठल्याही उत्पादनाची जाहिरात नव्हतीच; पण तरी कुठेतरी काहीतरी उणीव भासत होती, हे खरंय. डगने विचार केला तर त्याला जाणवलं की, त्यांच्या या सर्व उपक्रमात केवळ २० टक्के कर्मचाऱ्यांचा मनापासून सहभाग आहे. उरलेले ८० टक्के अजूनही काठावरच होते.

अशातच मॅनेजमेंटच्या लोकांच्या कानावर पाइक प्लेस फिश मार्केटची प्रसिद्धी आली. तसं सीॲटल फारसं दूर नसल्याने त्यांनी त्या मार्केटला भेट दिली, तेव्हा त्यांना जाणवलं की, तिथे काम करण्यात काही औरच मजा आहे. परंतु, म्हणजे नक्की काय हे मात्र त्यांना समजत नव्हतं. अशा वेळी तिथे त्यांच्या बरोबर असलेल्या व्यापाऱ्याने सांगितलं की, 'आम्ही प्रत्येक जण आमच्या वागण्या-बोलण्याची आणि मनोवृत्तीची वैयक्तिक जबाबदारी घेतो.'

तिथले व्यापारी आणि आपले रूफिंग कर्मचारी यांत असलेलं साम्य टाइल टेकच्या लीडर्सच्या लगेचच लक्षात आलं. फारसं आवडीचं नसलेलं काम करणारे हे बहुतांशी लोक अगदी तरुण होते. तरीदेखील सजगपणे वागून या मासे-व्यापाऱ्यांनी आपल्या परिसरात बदल घडवून आणला होता आणि ही जादू झाली होती ती त्यांच्या मनोवृत्तीच्या जोरावर. त्याबद्दल बॉब डेटन म्हणतो, "आमच्या डोक्यात लख्ख प्रकाश पसरला. आमच्या कामाचं स्वरूप असं आहे की, कधी सूर्य तर कधी पाऊस-वारा आम्हाला अंगावर झेलावा लागतो. शिवाय कधी हवा प्रचंड गरम तर कधी गोठवून टाकणारी असते. मग आता अशा परिस्थितीमध्ये रोज वैतागत राहायचं का? शेवटी मनोवृत्ती महत्त्वाची आहे, हेच खरं!"

परतल्यावर बॉबने रूफिंगचं काम करणाऱ्या त्या मुलांना हा अनुभव सांगितला. 'मनोवृत्ती' हा जणू परवलीचा शब्द ठरला. सगळ्यांनाच तो पटला आणि अमलातदेखील आणला गेला. "आता खऱ्या अर्थाने आमच्या प्रत्येक गोष्टीचा अर्थ लागू लागला."

रूस विजलमेअरलादेखील हेच जाणवत होतं की, ते मासे व्यापारी जेव्हा आपल्याशी बोलतात, तेव्हा त्यांचं संपूर्ण लक्ष केवळ आपल्यावर केंद्रित होतं.

कर्मचाऱ्यांमध्ये ब्रायन मार्चेलसारखे काही होते ज्यांना स्वत:लाच बदलण्याची गरज वाटत होती. 'मी तर आयुष्यभर स्वप्न जतन केलं होतं, सकारात्मकतेचं. माझं आयुष्य गेलं सावत्र वडिलांच्या नकारात्मक सहवासात. एकदा तर मी त्यांना चक्क खडसावलं होतं – 'मी काय नाही करू शकत यावर तुम्ही जे लक्ष केंद्रित केलं आहे ना, त्यापेक्षा मी काय करू शकतो हे बघायला हवं होतं तुम्ही!'

आपल्या घराच्या दरवाजावर आतल्या बाजूने ब्रायनने चक्क लिहिलंय – 'आपली मनोवृत्ती निवडा.' 'त्यामुळे होतं काय की, बाहेर पडताना माझं लक्ष तिकडे वेधलं जातं आणि मी घरातून बाहेर पडण्याआधीच माझी मनोवृत्ती निवडतो. हं, आता एखाद्या वेळी मनोवृत्ती ठरवणं राहून जातं. तसाच पडतो घराबाहेर. पण अर्ध्या वाटेत पोहोचेतोवर लक्षात येतं, त्यामुळे जमतं.'

जाणीव जागृती

अर्थात, वाटतं तितकं हे सरळ साधं नाही, हे टाइल टेकच्या कर्मचाऱ्यांना लवकरच जाणवलं. त्यामुळे त्यांनी चक्क एक मीटिंग घेतली. आपल्या कामाचं स्वरूप कसं ठरवावं बरं? या प्रश्नाचा उहापोह चालू असताना एक महिला कर्मचारी ताडकन म्हणाली, "सतत चांगलीच मनोवृत्ती निवडणं हे काही येऱ्यागबाळ्याचं काम नाही!"

तिच्या निर्भीड प्रामाणिकपणाचं बॉब डेटनला कौतुकच वाटलं. "ही म्हणते आहे ते अगदी बरोबर आहे. पण हेदेखील तितकंच खरं आहे की, आपण काही ना काही मनोवृत्ती तरी निवडतोच ना!"

मग बॉबनी त्यांच्याबरोबर आपले काही अनुभव वाटायला सुरुवात केली. 'मी वाचलंय की, कुठलीही सवय अंगी बाणवायला कमीतकमी २१ दिवस सराव करावा लागतो. हे मी नक्की करणार असं म्हणणं आणि प्रत्यक्षात तसं करणं यात महदांतर असतं. कारण जरा काही दिवस गेले की, जुन्या सवयी डोकं वर काढू लागतात. माझी हीच गत होती. मग मला माझ्याच नवीन सवयीची आठवण राहावी म्हणून मी माझ्या अलार्म रेडिओच्या बाजूला चिठ्ठी अडकवली – 'आपली मनोवृत्ती निवडा.' त्यानंतर बॉबने साऱ्यांना डोळे मिटायला लावले. "आता मिटल्या डोळ्यांनीच

मला सांगा– समजा, तुमचं प्रमोशन झालंय. आता तुम्ही करत असलेलं काम करायला तुम्हीच कोणालातरी निवडणार आहात. मग तुम्ही कशा प्रकारच्या व्यक्तीला निवडाल बरं? असाही विचार करा की, ही येणारी व्यक्ती कधी येईल, तिनं किंवा त्यानं काय तयारी केली असेल? लोकांबद्दल ते प्रतिक्रिया कशा व्यक्त करतील? स्वत:चं काम ते कसं पार पाडतील?

आता डोळे उघडा! चला, आता तुम्ही ती व्यक्ती आहात, जिला तुम्ही मिटलेल्या डोळ्यांसमोर आणलं होतं. आहात का तसेच? जर असाल, तर सोन्याहून पिवळंच म्हणावं लागेल!''

मग मात्र फरक पडला. आपल्याला निवड करायला वाव आहे हे लक्षात आल्यावर सगळे जण त्याचा वापर करू लागले. याबद्दल आफिस मॅनेजर लिझा फ्रँकलिन म्हणते, ''हल्ली मी सकाळी गाडीत बसल्याबरोबर विचार करते की, माझा आजचा दिवस कसा जावा असं मला वाटतंय? मी आज इथे का आहे? मी हे का करते आहे? माझ्या लेखी काय महत्त्वाचं आहे?

कारण कसं आहे ना, कधी-कधी तुम्ही कॉफीचा पहिला घोट घेत असता, कोणाशी तरी चॅटिंग करत असता. मेंदू अजून पुरेसा तरतरीत झालेला नसतो. अशा वेळी कोणी येऊन बोललं, तर कदाचित तुमच्याकडून योग्य असा प्रतिसाद मिळणार नाही.''

पण हेही तितकंच खरं आहे की, जसं हसू सांसर्गिक आहे, तसंच मनोवृत्तीदेखील. बॉबलासुद्धा ते पटलंय. म्हणूनच तो सकाळी त्याच्या टीमला वेगवेगळ्या ठिकाणी रवाना करताना जाणीवपूर्वक उल्हसित वृत्ती बाणवू लागला. ''त्यामुळे प्रचंड फरक पडलाय. पूर्वी हे काम करणं माझ्या अगदी जिवावर यायचं. कारण जागरणाने लाल झालेले डोळे आणि जिभेच्या टोकावर शिव्या घेऊनच ६०-७० जण माझ्यासमोर उभे ठाकायचे. परंतु आता परिस्थिती वेगळीच आहे. सकाळी मोठ्या उत्साहात ते सगळे जण समोर येतात. एकमेकांच्या पाठीवर थाप मारत, गुड मॉर्निंगच्या जल्लोषात कामावर येतात आणि आनंदात रवाना होतात, तेही मैत्रीच्या वातावरणात.''

मिळून मिसळून

एक गोष्ट टाइल टेकच्या कर्मचाऱ्यांच्या लक्षात आली की आपली मनोवृत्ती चांगली ठेवणं एवढंच पुरेसं नाहीये, तर ती सर्वांपर्यंत पोहोचवणंदेखील महत्त्वाचं आहे. आणि त्यासाठी गरज आहे ती मिळून मिसळून राहण्याची. 'पण आता आमच्याकडची परिस्थिती अगदीच बदलली आहे. पूर्वी काय व्हायचं की, आम्ही अगदी ताजेतवाने, चांगल्या मूडमध्ये यायचो, तडक आपली केबिन गाठायचो आणि

कामाला लागायचो. ना कोणाकडे पाहायचो, ना लक्ष द्यायचो. अगदी आपल्याच तालात असायचो.'

बॉबनी अगदी नेटक्या शब्दांत स्पष्ट चित्र रेखलं. त्यात भर घालताना तो म्हणाला, ''मी माझ्या डेस्कशी काम करत बसलेलो असायचो. मग कोणी कर्मचारी माझ्याकडे एखादं काम घेऊन यायचा आणि मी त्याच्यावर खेकसायचो – 'मी कामात आहे. आत्ता नको, नंतर बघतो.' खरं सांगायचं तर मी त्यांना अगदी हुडूत करायचो. काही वेळाने तर मला त्याचं विस्मरणही व्हायचं.

पण मी बघितलं की, पाइक प्लेस फिश मार्केटमध्ये प्रत्येक जण मन लावून समरसतेनं काम करत होतं. आणि तेव्हा कुठे माझ्या डोक्यात प्रकाश पडला – खरंच आपलं चुकलंच. शिवाय मग सगळ्यांची माफी मागावी लागते, नाही का? तसं पाहिलं तर 'गुड मॉर्निंग' म्हणायला असा कोणता मोठा वेळ लागतो? आणि जर नवीन आलेल्या कर्मचाऱ्याला आपण आत्मीयतेनं 'वेलकम' म्हटलं, विचारपूस केली तर त्याला किती छान वाटेल!''

हेडी मॅकॅग ही ह्यूमन रिसोर्स डायरेक्टर आहे. बॉब किती अंतर्बाह्य बदलला आहे हे सांगताना ती म्हणाली, ''आधी ना तो तिरसटपणा करायचा चक्क! पण आताशा तो सगळ्यांमध्ये मिसळतो. शिवाय प्रशिक्षण देण्यात हातोटी आहे त्याची.''

आपल्या आधीच्या वागण्याचे दुष्परिणाम जाणवल्यामुळेच बॉबने त्याच्या एका कर्मचाऱ्याला समजावलं. ''बाबा रे, तुला बॉब डेटन सिन्ड्रोम झालेला दिसतोय. लक्षणं अगदी तीच – आपल्याच कामात गर्क असणं, कुणाचीही दखल न घेणं, लोकांना कटवणं. अगदी माझ्यावर गेला आहेस.''

त्या कर्मचाऱ्याने त्याच्या बोलण्याची योग्य ती दखल घेतली. क्षणभर विचार केला आणि कबूल केलं, ''तू म्हणतोस ते खरं आहे. मी हे अचूक समजू शकतो आहे, कारण मला तुझ्याबद्दल काय वाटायचं हे माझ्या चांगलं लक्षात आहे. अरे, तुझ्या तर जवळ यायचीसुद्धा भीती वाटायची मला. लोकांसाठी थोडा वेळ काढावाच लागेल मला.''

अभिनव अभिवादन

टाइल टेकचं ऑफिस एका टुमदार घरात थाटलेलं आहे. त्या घराला स्विमिंगपूल पण आहे. सगळे ऑफिसमध्ये पोहोचतात तेव्हा रे श्रुजबेरी त्यांच्या स्वागतासाठी तयार असतो. सोबतीला असते गरमागरम कॉफी. 'मी ना मस्त आनंदी जीव आहे. तसं पाहिलं, तर रूफिंगचं काम करणारे म्हटलं की, बरेचदा थोडे उद्धट असतात. त्यामुळे जेव्हा-जेव्हा कोणी आनंदी नाही असं मला वाटतं, तेव्हा मी आवर्जून त्यांच्या जवळ जातो. प्रत्येकाने आनंदात असावं असं मला वाटतं. म्हणूनच मी

त्यांना गुडमॉर्निंग करताना पूर्ण नावानिशी हाक मारतो. जसं 'बॉब डेटन, गुड मॉर्निंग!'

बॉब म्हणतो, 'हो ना! रोज सकाळी मला नावानिशी हाक मारून प्रसन्न स्वरात गुड मॉर्निंग म्हणून रे सकाळची झकास सुरुवात करायचा. नकळत चेहऱ्यावर हसू पसरायचं. मग आम्ही विचार केला की, आपणही हे अमलात आणलं तर? आणि आमच्या लक्षात आलं की, कित्येक कर्मचाऱ्यांची पूर्ण नावंदेखील आपल्याला ठाऊक नाहीत. चला, या निमित्ताने त्या सगळ्यांची पूर्ण नावं तरी समजून घेता आली.'

बरं, हे असं सगळं झाल्यामुळे टाइल टेकच्या कामात काही फरक पडलाय का? त्यांचं काम पूर्वीइतकंच चोख आहे. परंतु ते करायची पद्धत बदलली आहे. उगाचच मणामणांचं ओझं डोक्यावर न बाळगता कामाचा आनंद घेत काम संपतंय. "आमच्या इथे एक स्टफ्ड मासा आहे. आमच्यापैकी एकाने टॅटू केलेले आहेत. त्यानं एक दिवस त्या माशाचा कान टोचला आणि त्याला पण टॅटू काढला," कोऑर्डिनेटर असलेल्या टिम ओब्रायनने सांगितलं. "परवाचीच गोष्ट. माझ्या टेबलवरचे दोन्ही फोन सातत्यानं चालू होते. त्या वेळी माझी एक सहकारी माझ्या केबिनमध्ये आली. काहीही न बोलता माझ्या टेबलवर एक छोटासा मासा ठेवून गेली. ती स्वत: दिवसभर फोनवर असते. त्यामुळे त्या दिवशी मला खूप फोन कॉल्स येताहेत हे तिच्या लक्षात आलं. त्यातूनच तिनं ती छोटीशी कृती केली. माझ्याविषयीच्या सद्भावनाच त्यातून प्रतीत झाल्या. किती छान वाटलं मला! तो व्यस्त दिवस लीलया पार पडला."

रूफिंगच्या कामासाठी नियुक्त केलेल्यांच्या मनोवृत्तीमध्ये चांगला बदल घडून आला आहे. ब्रायन म्हणाला, "आता आम्ही एकमेकांवर पूर्वीसारखं वैतागत नाही. उलट, आमचं संभाषण रंजक, खुमासदार असं असतं. वातावरण हलकंफुलकं असतं. चक्क थट्टामस्करीसुद्धा चालते आता आमच्यात."

कधी-कधी डग साईटच्या जागी स्कूटर्स घेऊन येतो. सगळ्यांना रूफिंगच्या कामामध्ये ब्रेक देतो आणि चक्क त्यांच्या शर्यती लावतो. त्या वेळी त्यांच्या चेहऱ्यावर दिसणारी प्रसन्नता सारंकाही बोलून जाते.

नवनवीन युक्त्या-प्रयुक्त्या

ड्वाइट लॅम्बर्टने नुकतीच पन्नाशी ओलांडली आहे. डोक्यावरच्या केसांनी कधीच काढता पाय घेतला आहे. सततच्या कष्टांमुळे चेहरादेखील रापलेला आहे. त्याच्याकडे पाहून वाटणारसुद्धा नाही की, तो ब्रिटनी स्पिअर्सचा चाहता आहे. पण

तरीही परवाच एका रूफिंगच्या कामाच्या वेळी त्या घरातल्या छोट्या मुलीबरोबर तो ब्रिटनीच्या गाण्यावर ताल धरून नाचत होता.

खरंतर टाइल टेकमध्ये ड्वाइटला विक्षिप्त म्हातारा म्हणून ओळखलं जाईल. 'कदाचित परिस्थितीने मला तसं व्हायला उद्युक्त केलं असेल!' इति ड्वाइट.

ड्वाइट जेमतेम १२ वर्षांचा असताना त्याच्या पालकांचा घटस्फोट झाला. त्याच्या आईने पुन्हा लग्न केलं. "परंतु माझ्या सावत्र वडिलांनी माझ्या आईकडे बघून तिच्याशी लग्न केलं, माझ्याकडे बघून नाही काही. मला तरी तेव्हा तसंच वाटत होतं. मग मीदेखील सारंकाही झुगारून दिलं आणि मनमौजी बनून राहू लागलो."

मग त्यानं काही वर्षं न्हावीकाम करून पाहिलं. मग चक्क स्टीलच्या कारखान्यात काम केलं. त्यानं जे काही काम केलं, ते उत्तमप्रकारे पार पाडलं. "माझे वडील मला नेहमी सांगायचे की, घोड्याचा तबेला जरी स्वच्छ करायचा असेल ना, तरी हरकत नाही, पण तेसुद्धा अतिशय नीटसपणे पार पाडलं पाहिजे."

साधारण पस्तिशीच्या सुमारास ड्वाइटनी रूफिंगच्या कामाला सुरुवात केली. खरंतर या वयात रूफिंगचं काम सोडून सोपं काम करण्याकडे इतरांचा कल असतो. पण ड्वाइटने ते नव्याने सुरू तर केलंच, शिवाय उत्तमप्रकारे पार पाडलं, तेही उन्हा-पावसाची तमा न बाळगता.

मात्र, आपल्या या कामातून आपण आनंद मिळवू शकतो, हे त्याच्या लक्षातच आलं नव्हतं. तीच गोष्ट सहकाऱ्यांच्या बाबतीत लागू पडत होती. "१७ वर्षं मी आणि माझं काम एवढाच विचार माझ्या मनात होता. 'आपण बरं, आपलं काम बरं' या माझ्या वृत्तीमुळे मिळालेल्या कामांच्या बाबतीत मला कधी प्रश्नच पडले नाहीत. प्रत्येक काम मी व्यवस्थित केलं आणि त्याचा मोबदलादेखील मला मिळाला."

कधी-कधी होतं असं की, ड्वाइटच्या बरोबर काम करणारे कधी दर्जा राखण्यात कमी पडतात, तर कधी गती आणि सातत्य राखण्यात. "असं झालं की, पूर्वी मी त्यांच्यावर खेकसत असे. मला वाटतं की, खूप लहान वयात मी कामाला लागलो. मला समजून घेणारं, सल्ला देणारं कुणीच नव्हतं. परिणामतः, मी निष्कारण गंभीर प्रवृत्तीचा बनलो. तसा मी कुठल्याही ठळक बाबींनी ढेपाळत नाही. परंतु दिसायला तशा निरुपद्रवी गोष्टींनी मात्र मी त्रासतो. सगळ्यांत महत्त्वाचं म्हणजे वेळेचा अपव्यय झालेला मला अजिबात सहन होत नाही.

त्या दिवशीचीच गोष्ट पाहा ना! मी माझ्या मुलांबरोबर काम करत होतो. एकावर तर मी चक्क वैतागलोच होतो. त्यामुळे मग मी त्याच्यावर जोरात ओरडलो. नेमकं त्यादिवशी आम्ही 'सेफ्टी गिअर' घातले नव्हते. तेवढ्यात मी एका कौलावरून घसरलो. माझा तोल गेला आणि मी लोखंडी पाईपवर जोरात पडलो. माझ्या

पावलातील हाडं मोडली. चक्क तीन स्क्रू घालावे लागले. नऊ महिने मला पडून राहावं लागलं.

खरंतर त्या दिवशी मी इतकं वैतागायची काहीच गरज नव्हती. मी जर संयम राखायला, राग आवरायला शिकलो असतो, तर एवढा गोंधळ झालाच नसता. पण हे असं मला आता वाटतंय. त्या वेळी तर मी असा विचार केला नव्हता. इतरांच्या आवडीनिवडीबाबत मी अत्यंत बेपर्वा होतो.''

ड्वाईट काही वर्षांपूर्वी टाइल टेकमध्ये कामाला लागला खरा, परंतु आठवडाभरदेखील टिकला नाही. त्याबद्दल बोलताना डग म्हणतो, ''ड्वाईट अतिशय जबाबदारीनं काम करणारा माणूस आहे. शिवाय आपण करत असलेल्या कामाची त्याला जाणीवदेखील आहे. पण 'मी म्हणेन ती पूर्व' ही त्याची जी प्रवृत्ती आहे ना...!''

कालांतराने ड्वाइट पुन्हा एकदा टाइल टेकमध्ये कामाला लागला. मात्र या वेळेस एक बदल घडला होता. फिश मार्केटमधल्या व्यापाऱ्यांचा दृष्टिकोन त्याला समजावण्यात आला होता. ''काय हा मूर्खपणा! ही माझी पहिली प्रतिक्रिया होती. पण नकळत मी त्या पद्धतीचा विचार करू लागलो. रोजच्या आयुष्याशी सांगड घालू लागलो. आणि मग मला जाणवलं की, आयुष्य सरळसाधं होऊ शकतं की!

मी जो काही आहे तो मी निर्माण केलेल्या परिस्थितीचा परिपाक नाही का? मुळात झालं आहे असं की, आजवर कुठल्याही ठिकाणी मला कोणत्याही प्रकारची आत्मीयता जाणवलीच नाही. सगळ्यांनी फक्त 'कामाशी काम' असंच धोरण राबवलेलं मी पाहत आलो आहे. म्हणतात ना, कुत्र्याचं शेपूट वाकडं ते वाकडंच. पण खरं सांगतो, मी त्याला अपवाद आहे असं म्हणता येईल. बघा ना, स्वत:ला बदलायची माझी तयारीच नव्हती असं मुळीच नाहीये. मात्र मला योग्य गुरू भेटला नाही, हे खरंय. तरीही अंतर्यामी कुठेतरी मी बदलाकरता उत्सुक होतो. आणि तो सुयोग्य बदल आज माझ्यात घडून आला आहे, हे महत्त्वाचं.''

ड्वाइटच्या कामाप्रती असलेल्या श्रद्धेबाबत मनात कुठलाही किंतू आणू नका! आपल्या कामावर त्याची प्रचंड निष्ठा आहे. शिवाय एखादं काम करण्याची पद्धत सांगायलादेखील तो कचरत नाही. तरीदेखील या साऱ्यातून बाहेर पडून नवीन पिढीला मदत करायला तो नेहमीच तत्पर असतो. आपली अनुभवाची शिदोरी अगदी मोकळेपणानी उघडी करतो. इतकंच काय, तर फावल्या वेळात तो सगळ्यांबरोबर धमालदेखील करतो. मुख्य म्हणजे सेफ्टी गिअर्स घालायला कधीही विसरत नाही. हे कमी की काय, तो येता-जाता ब्रिटनी स्पिअर्सची गाणीदेखील गुणगुणत असतो.

''पूर्वी माझा असा समज होता की, सगळ्यांना धाकात ठेवायचं तर खेकसणं अतिशय गरजेचं आहे. परंतु आता मला जाणवतंय की, खरंतर आरडाओरडा

करायची काहीच गरज नसते. काम करताना त्याचा आनंदसुद्धा उपभोगता आला पाहिजे. काम म्हणजे वैताग असं समीकरण आपण बनवतो. असा समज झाला की, दिवसाच्या शेवटी त्राग्याव्यतिरिक्त काय हाती येणार?

"आयुष्य खरंतर किती सहजसुंदर आहे! आपण उगाचच त्याची सरमिसळ करतो. माझंच पाहा ना! वीस वर्षांपूर्वी माझ्या गाडीला कट मारून जर कुणी पुढे गेलं, तर माझी भयानक चिडचिड व्हायची. मी माझा राग वेगवेगळ्या मार्गांनी व्यक्त करायचो. पण हल्ली मात्र मी म्हणतो की, ठीक आहे. एखादी गाडी माझ्यापुढे गेली तर त्यानं मला काय फरक पडतो?

माझ्या जीवनात अनेक सुंदर गोष्टी आहेत. त्यांचा विचार करणं मला अधिक आवडतं. माझी आठही नातवंडं हा तर माझ्या जिव्हाळ्याचा विषय आहे. माझ्या सर्वांत मोठ्या मुलाच्या मैत्रिणीची दोन मुलं आहेत. त्यापैकी ॲन्ड्र्यू मोठा आहे. त्यानं मला विचारलं की, मी तुला आजोबा म्हणू का? त्याच्या या निरागस प्रश्नानी माझे डोळे भरून आले. त्या लेकराचे आजोबा हयात नाहीत, त्यामुळेच त्यानं हे विचारलं असणार! मी त्याला नकार नाही देऊ शकलो!" डगनी मोकळ्या मनानी सांगितलं.

"मागच्या हिवाळ्यात कॅथीला – माझ्या बायकोला – फार मोठी शस्त्रक्रिया करून घ्यावी लागली. अगदी मरता-मरता वाचली ती. त्या दिवसांनी मला खूप काही शिकवलं. माणसाची किंमत नव्याने उमजली. आता तर कामावर येताना, इथे असताना आणि घरी जातानादेखील मी फक्त आनंदाचं गाणं म्हणतो." डगनी बोलणं संपवलं.

स्वतःची काळजी घ्या... साऱ्यांच्या भल्यासाठी

'लेबर ॲन्ड इंडस्ट्री डिपार्टमेंट'नुसार रूफिंग हा अत्यंत धोकादायक समजल्या जाणाऱ्या व्यवसायांपैकी एक आहे.

१९८७मध्ये डगने टाइल टेकतर्फे रूफिंगकरता लायसन्स मिळवण्यासाठी अर्ज केला होता. 'त्या वेळी आमच्या स्टेटतर्फे सुरक्षिततेच्या दृष्टीनं कुठलीही हरकत उपस्थित करण्यात आली नव्हती. सुरक्षितता म्हणजे नक्की काय, ती कशाशी खातात हेसुद्धा मला ठाऊक नव्हतं. आम्हाला लवकरच त्याची आवश्यकता लक्षात आली, पण त्यासाठी फार मोठी किंमत चुकवावी लागली. आमच्या स्टेटनी ती लादली आणि आम्हीदेखील तिच्या चौकटीबाहेर जायचा प्रयत्न केला.'

आज मात्र टाइल टेकमधली परिस्थिती वेगळी आहे. तिथे खास सुरक्षा समिती स्थापलेली आहे. तिथले कर्मचारीच तिचे सभासद आहेत. लेबर ॲन्ड इंडस्ट्री

डिपार्टमेंटच्या समन्वयाने टाइल टेक प्रशिक्षण कार्यक्रम राबवते. त्या व्यतिरिक्त रूफिंगच्या कामादरम्यान सर्व जण सेफ्टीवेअर्सचा वापर तर आवर्जून करतातच, शिवाय आवश्यकतेनुसार सेफ्टी बेल्ट्‌सचादेखील उपयोग करतात.

मात्र सुरक्षेची ही मोजमापं कोणीच कोणावर लादत नाही. ती एक वैयक्तिक बाब आहे. डग म्हणतो, ''माझं एक साधं, सोपंसं तत्त्वज्ञान आहे. ज्या दिवशी एखाद्याला वाटतं की, त्याच्याकडून व्यवस्थित सुयोग्य प्रकारे काम होणार नाही, त्या दिवशी त्याला घरी जायला मी मुभा देतो. आणि त्यामुळे त्याच्या पगारात कुठलीही काटछाट करत नाही.''

सुरक्षिततेप्रती जागरूक होण्याच्या दृष्टीनं टाइल टेकने पाइक प्लेस फिश मार्केटची तंत्रं अवलंबली. रूसने त्याचं स्पष्टीकरण दिलं. 'एखादा मासे-व्यापारी ग्राहकाने निवडलेल्या मालाची नोंद मोठ्याने बोलून सांगतो. त्याबरोबर इतर सर्व व्यापारी एका सुरात त्या नोंदीची नोंद घेतात. आम्हाला रूफवर चढायचं असतं. त्या आधी आम्ही त्या साईटच्या चारही अंगांनी चक्कर मारतो. त्याच्या जोडीला आम्ही सुरक्षिततेच्या दृष्टीनं आवश्यक बाबींचा मोठ्याने उच्चार करतो. काही अडचण वाटत असल्यास ती बोलून दाखवतो. सारे जण एका सुरात त्याची दखल घेतात आणि आवश्यकतेनुसार अंमलबजावणी केली जाते. म्हणजे मग प्रत्येक बाब प्रत्येकापर्यंत पोहोचली आहे, याची आम्हाला खातरी होते. आमच्या दृष्टीनं हीच जागरुकता आहे. शिवाय या साऱ्या प्रकारात कमालीची धमाल येते. समजा एखादा खड्डा समोर आला, तर 'तीस फुटांची दरी होऽऽऽऽ' अशी आरोळी घुमते आणि घुमत राहते. टाइलचा एखादा तुटका तुकडा भिरकवायची वेळ आली तरी 'आली अंगावर घेतली शिंगावर' अशी बहारदार ललकारी उठते.

स्टीव्ह वॉलेस हा 'सेफ्टी को-ऑर्डिनेटर' आहे. तो वेगवेगळ्या साईट्‌सना भेटी देत राहतो. वेगवेगळ्या ठिकाणी काम करणाऱ्या आपल्या सर्व टीम्सच्या सुरक्षिततेकडे लक्ष देणं हे त्याचं काम आहे. 'कोण-कोण काय-काय करण्यात कमी पडलं आहे अशा उणिवा शोधण्यापेक्षा कोणी काय आणि कसं चांगलं केलं आहे, हे आवर्जून पाहणं त्याला आवडतं. त्याकडे तो मुद्दाम लक्ष वेधतो.

आपलं स्वत:चं कशापासूनतरी संरक्षण करणे एवढ्यापुरतीच सुरक्षितता मर्यादित नसते. खरंतर आपलं स्वत:चं कोणासाठीतरी रक्षण करणं अपेक्षित असतं. डग त्याबद्दल सांगताना म्हणाला, ''आम्ही सर्वांच्या कुटुंबांना एकत्र बोलावतो. आमच्या कंपनीची मूल्यं आणि इथे काम करणाऱ्यांप्रती असलेल्या आमच्या भावना त्यांच्यापर्यंत पोहोचवतो. कधीतरी अवचित त्यांच्या दारी जाऊन त्यांच्या कानावर कुठलीतरी दु:खदायक बातमी घालायची वेळ आमच्यावर येऊ नये हीच आमची इच्छा आहे. कामावर जायला सकाळी घरातून बाहेर पडलेला त्यांचा नवरा किंवा मुलगा त्यांना

परत दिसणार नाही असं सांगणं आमच्यासाठी अतिशय कष्टदायक असतं. मात्र आमच्या या सच्च्या भावना त्यांच्यापर्यंत पोहोचवण्यासाठी आम्ही फक्त प्रेमाची कास धरली. त्याचा परिणाम अगदी योग्य असाच झाला आहे. सुरक्षिततेचं महत्त्व तर त्यांना आता कळलंच आहे, शिवाय त्यांनी ते अंगीकारलंदेखील आहे.''

तुमच्यात काहीतरी खास आहे

बॉब म्हणाला, ''पूर्वी आम्ही काम करत असताना लोक खिडक्यांतून वाकून पाहायचे. आमच्या कामाबद्दल त्यांच्या मनात असलेली उत्सुकता त्यांच्या चेहऱ्यावर स्पष्ट दिसायची. परंतु आम्ही मात्र कोणाला ताकास तूर लागू द्यायचो नाही. 'काम झालं की समजेल, दिसेल' अशी काहीशी आमची मनोवृत्ती असायची.''

आजमितीला मात्र टाइल टेकच्या कामात आमूलाग्र बदल झाला आहे. ग्राहकांना केवळ बघ्याच्या भूमिकेत बांधून ठेवलं जात नाही. टीमचा लीडर चक्क छतावरून खाली उतरून ग्राहकांच्या शंकांचं निरसन करतो. आमच्यासाठी ते केवळ एक छप्पर असतं, परंतु ग्राहकांसाठी ते सत्यात उतरलेलं एक स्वप्न असतं, हे लक्षात घेण्याचा आम्ही प्रयत्न करतो. मग आम्ही त्यांना आमच्या कामामध्ये सहभागी करून घेतो. त्यांची इच्छा असेल तर दोन-चार खिळेदेखील ठोकू देतो. मी तर म्हणतो की, घरावर जेव्हा स्लॅब पडते ना, तेव्हा घरातल्या छोटे कंपनीला त्यावर आपल्या नावाची अद्याक्षरे उमटवू दिली पाहिजेत. कारण कालांतराने मागे उरतात, त्या फक्त आठवणी! आणि त्या निमित्ताने आपणही त्यांच्या समरणात राहतो.' बॉबनी पुढे म्हटलं.

स्वत:मधून बाहेर पडून आसपास नजर टाकली की, छोट्या-छोट्या गोष्टींकडे आपलं लक्ष वेधलं जातं. टाइल टेकनं एका ग्राहकाच्या गच्चीचं काम उत्तमप्रकारे पार पाडलं, म्हणून त्या ग्राहकाने त्यांना एका पत्राद्वारे आपल्या भावना कळवल्या आणि त्यामध्ये त्यानं आवर्जून उल्लेख केला की, रूफिंग तर छान झालंच होतं; परंतु टाइल टेकच्या लोकांनी त्या ग्राहकाच्या बगिच्यात इतस्तत: विखुरलेले रूफिंगचे जुने तुकडे काळजीपूर्वक उचलले होते, ज्याचं त्याला खूप कौतुक वाटलं होतं.

बॉबनी या साऱ्याचं उत्तम स्पष्टीकरण दिलं. ''आमच्या टीमचं काम म्हणाल तर आधीदेखील छानच होतं. परंतु त्या वेळी त्यांचं मन त्या कामात नसायचं. 'कामाशी काम' असा त्यांचा खाक्या होता. पण आता त्यांच्या लक्षात आलं आहे की, त्यांची मनोवृत्ती जर छान असेल, तर त्यांचं काम अजूनच छान होतं आणि त्याचा दूरगामी परिणाम त्यांच्या कंपनीच्या जनमानसात असलेल्या प्रतिमेवर होतो.''

"आणि कुठेतरी दुसऱ्यांबद्दलच्या जाणिवांचाही प्रश्न उद्भवतोच ना?" रूस म्हणाला. "काही-काही कंपन्या संपूर्ण काम झाल्यावरच राडारोडा उचलतात, परंतु आमची कंपनी मात्र रोजच्या रोज सगळा राडारोडा गोळा करून नेते."

ब्रायनने एक मस्त आठवण सांगितली. "त्या दिवशी सतत बारा तास रूफिंगचं काम चालू होतं. पण तरीही आमच्यापैकी एकाने खाली उतरल्यावर तिथल्या ग्राहकाच्या मुलाशी बॉल खेळायची तयारी दाखवली आणि मग बराच वेळ खेळलादेखील. त्या ग्राहकाच्या चेहऱ्यावरचा संतोष ही आमच्यासाठी फार मोठी पावती होती."

रूफिंग हे केवळ छतापुरतं मर्यादित नसतं. आणि म्हणूनच जिथे-जिथे ते सुरू असेल, तिथे-तिथे डग फोन करून विचारायचा, 'मी टाइल टेकचा मालक बोलतो आहे. तुमच्याकडे जे काम सुरू आहे, त्याबद्दलचं तुमचं काय मत आहे? त्यातलं तुम्हाला काय आवडलं, काय खटकलं ते सांगू शकाल का?' अशी विचारणा केली की ऐकणारा थक्क व्हायचा. हल्ली कोणी करत नाही ना असं!

टाइल टेकने आपल्या कामाच्या संदर्भात अजून एक सुधारणा केली आहे. त्यांना लक्षात आलं की, काही ना काही कारणामुळे ज्या गोष्टी पाहणं ग्राहकाला जमत नसतं, त्यादेखील खूप महत्त्वाच्या असतात. आणि म्हणूनच टाइल टेकचा ग्लेन चक्क व्हीडिओ कॅमेरा घेऊन छतावर चढतो आणि मग तिथून खालचे फोटो काढतो. ते सर्व फोटो ग्राहकाला दाखवतो. रूफिंगनंतर त्या घराचा परिसर किती स्वच्छ केला गेला आहे, याची खातरी पटवून देतो.

ग्लेनला आठवलं, "एकदा एका वयस्कर स्त्रीच्या घराचं रूफिंग आम्ही पूर्ण केलं. त्यानंतर लगेच तिनं आम्हाला विचारलं, 'पण माझ्या घराच्या बाजूचा नाला... त्यात कचरा तर नाही ना तुंबलाय?' अशा वेळेस छतावरून काढलेले खालच्या परिसराचे फोटो कामाला येतात. त्या फोटोंमध्ये एक त्या नाल्याचादेखील होता. तो फोटो मी तिला दाखवला. स्वच्छ नाला पाहून तिला नक्कीच दिलासा मिळाला."

आत्ताआत्तापर्यंत पैसे द्यायची वेळ आली की, ग्राहक मोठ्या नाखुषीनेच द्यायचा. सर्वसाधारणपणे सगळ्यांचाच अनुभव एकसारखा आहे. मात्र आताशा टाइल टेककरता ही समस्या उरलीच नाहीये. "ग्राहक अगदी आनंदाने आणि समाधानाने आमचं बिल देतात." ग्लेननं सांगितलं.

ड्वाइट लॅम्बर्ट आणि त्याच्या टीमनं एका ग्राहकाचं काम पूर्ण केलं. तेव्हा तो ग्राहक म्हणाला की, 'काय झालं माहीत नाही, पण काहीतरी खास आहे खरं!'

या टीमनं बांधकाम व्यवसायाला नवीन मिती देऊ केली आहे.

उद्दिष्टाच्या दिशेने वाटचाल

२०००च्या मे महिन्यात टाइल टेकने आपल्या कंपनीच्या अधिकृत नावामध्ये जाहीर बदल केला. नवीन नाव होतं 'जगप्रसिद्ध टाइल टेक्नॉलॉजी रूफिंग'.

डगने सर्वांना बजावून सांगितलं की, 'जगप्रसिद्ध व्हायचं असेल तर सर्वांनी एकमेकांना मदत करणं अपेक्षित आहे. इतकंच नाही, तर गरज असेल तसं एकेमेकांना प्रशिक्षणदेखील द्यावं लागेल आणि एकदा स्वीकारलंत की, मग झुगारून देणं नाहीच. प्रत्येक क्षणी तुम्हाला भूमिकेला न्याय द्यावा लागेल, हे तुम्ही जाणून असा. मग अगदी छोट्या बाबींकडे लक्ष द्यावं लागेल. कुणी काम नीट करत नसेल, एखाद्या टाइलचा टवका उडाला असेल, ट्रकचं टायर पंक्चर असेल... मग पळवाट नाही.'

आणि जर तुम्ही मालक असाल, तर मग विचारायलाच नको. मग कंपनीचं उद्दिष्ट हे तुमचं उद्दिष्ट असतं. तरीही ते वैयक्तिक उरत नाही, सर्वसमावेशक होतं. तिथे फक्त ग्लेन, बॉब किंवा डॉन एवढ्यांचाच नाही तर साऱ्यांचाच सहभाग गरजेचा असतो. जणूकाही नात्यांचा गोफ विणला जातो. त्यामुळे एक जण तेवढा बॉस अशी मनोधारणा तिथे कामी येत नाही. उद्दिष्ट ठरवायचं आणि स्वीकारायचं म्हटलं की, मग त्या अनुषंगाने दोन जबाबदाऱ्या निभावून न्याव्या लागतात. एक तर प्रशिक्षण देणं आणि दुसरं प्रशिक्षणासाठी तयार असणं.'

आता टाइल टेकच्या कर्मचाऱ्यांनाच सांगायचं की, तुम्हाला तुमच्या बॉस मंडळींना प्रशिक्षण द्यायचं आहे, ही काही सोपी गोष्ट नव्हती. डग म्हणाला, "मुळात कर्मचाऱ्यांनी सांगितलेलं बॉस ऐकू शकतात, अंगिकारू शकतात हा आत्मविश्वास कर्मचाऱ्यामध्ये निर्माण करणं महत्त्वाचं आणि जिकिरीचं काम होतं. कॉर्पोरेट अमेरिकेच्या या जगात ते स्वीकारार्ह नव्हतं. कारण मालक कधीच ऐकत नसतो, अशीच त्यांची मानसिकता घडवली जाते."

बॉबच्या मते व्यवस्थापनाचा हा एक गदारोळसदृश प्रकार आहे. किंवा मग 'मुकी बिचारी कुणी हाका' नाहीतर मग चक्क ज्याला जसं वाटेल तसं वेठीला बांधा. "आता असं पाहा, मी २१ वर्षांपूर्वी हा व्यवसाय सुरू केला, तेव्हा पद्धतच होती की, बॉस म्हणेल ती पूर्व दिशा. बॉसच्या व्यतिरिक्त कोणीही तोंड उघडणं अपेक्षित नसायचं. मीही तसाच घडलो होतो. माझ्या मते, उत्तम मॅनेजर होण्यासाठी सगळ्यांच्या आधी ऑफिसमध्ये येणं आणि सर्वांहून जास्त चांगलं काम करणं या दोन गोष्टी पुरेशा होत्या."

पण लवकरच बॉबला जाणवलं की, कोण बोलतं आहे यापेक्षाही काय बोललं जात आहे, हे अधिक महत्त्वाचं असतं. "त्या दिवशी मी रिसेप्शन डेस्कसमोर उभं

राहून जोरजोरात बोलत होतो. तेवढ्यात तिथे फोनवर बोलत असणाऱ्या एका कर्मचाऱ्यानं मला चक्क सांगितलं, 'कृपया तिकडे जाऊन बोलाल का? फोनवरून बोललेलं ऐकू जात नाहीये.' खरंतर मी फटकन बोलणार होतो की, 'मी काय करायला पाहिजे हे तुम्ही मला सांगणार का?' पण क्षणात मी स्वत:ला सावरलं. स्वत:लाच विचारलं, 'काय चुकीचं सांगते आहे ती? बरोबरच तर आहे.' ही जाणीव होणंच महत्त्वाचं होतं.''

डॉन व्होजनी पुष्टी जोडली, ''काल तर मी माझ्या ऑफिस मॅनेजरकडे धडे गिरवले. आमच्या कर्मचाऱ्यांचं मनोधैर्य वाढलंय. आपण योग्य पद्धतीने योग्य ती गोष्ट सांगितल्यास बॉस आपलं ऐकतो, हा आत्मविश्वास त्यांच्यात आला आहे. बॉसची चूक झाली आणि आपण ती दाखवून दिली, तरी बॉस न वैतागता मान्य करतो, इतकंच काय तर बॉस आपल्याला 'तुझं बरोबर आहे' अशी दिलखुलास दाददेखील देतो, हे कर्मचाऱ्यांच्या लक्षात आलं आहे.''

ग्लेनसुद्धा आता आपल्या भावनांशी प्रामाणिक राहतो. ''मला पडद्यामागचा सूत्रधार राहायला आवडतं. डग हा उत्तम लीडर आहे. इतरांकडून प्रशिक्षण घ्यायची वेळ माझ्यावर आली, तेव्हा तर मी चक्क कबूल केलं की, मी नवागत असल्यामुळे पहिल्याच वेळेस शंभर मार्कांनी पास होण्याची शक्यता कमीच असेल. कदाचित वारंवार प्रयत्न करावे लागतील मला. परंतु दुसऱ्याचं बोलणं नीट ऐकून घेणं मला जमलं पाहिजे. मला एक उत्तम विद्यार्थी व्हायचं आहे. मला केवळ बॉसच्या भूमिकेत राहायचं नाहीये, तर साऱ्या संघाचा घटक व्हायचं आहे. मात्र तुम्हीसुद्धा हे लक्षात ठेवायचं की, हे मडकं जरा जास्तच कच्चं आहे, भाजायला पुरेसा वेळ द्यावाच लागेल. तुम्हालाही थोडी कळ काढावी लागेल.

''मी फारसं कधीच कोणाचं ऐकून घेतलं नाही आजवर. एक तर बोलताना कुणाच्याही डोळ्यांत पाहून मी बोलत नसे. पण माझ्यात नक्कीच सुधारणा होते आहे, निदान माझी बायको आणि दोन वर्षांची लेक यांच्याशी बोलताना मला हे जाणवतंय. बहुधा इतरांनादेखील माझ्यातला हा फरक लक्षात येऊ लागला आहे. मी स्वत:ला जणू एका कोषामध्ये बंदिस्त करून घेतलं होतं. ना कोणापर्यंत जात होतो, ना कोणाला माझ्यापर्यंत पोहोचू देत होतो. पण माझ्याभोवतीचा हा कोष हळूहळू उलगडतो आहे. मलाच नाही तर इतरांनाही ते कळतंय!''

निचरा – द्या सारं झटकून! (फिश! पाँड)

डेव्हिड व्हाईट या प्रसिद्ध कवीने 'बीवुल्फ' या महाकाव्याबद्दल आपले विचार व्यक्त केले होते. या महाकाव्यातील हीरो असं ठरवतो की, तलावातल्या राक्षसाशी

सामना करायचा असेल, तर तलावात उतरावंच लागेल. व्हाईट म्हणतो की, हा तलाव म्हणजे दुसरं-तिसरं काही नसून आपलं अंतरंगच आहे. त्यात डोकावण्याची आपल्याला प्रचंड भीती वाटते. त्यातील विसंवाद ऐकून घेणं नकोसं होतं. आपल्या अंतरंगातील कलहाचा सामना करण्याऐवजी आपण वरवर राहण्यात, स्वत:ला कोरडं ठेवण्यात धन्यता मानतो. आणि मग होतं असं की, आपण प्रचंड आनंद, प्रामाणिकपणा आणि आत्मनिर्भरता यांना मुकतो. हरवलेली नाती सांधण्याची संधी गमावून बसतो.'

बॉब कबूल करतो की, 'दिवसभर डोक्याला डोकी भिडवून कामं करावी लागतात. त्यातून वादावादीचे, खटके उडण्याचे प्रसंग उद्भवू शकतात. या छोट्याशा ठिणगीचं रूपांतर निष्कारणच संघर्षाच्या आगीत होऊ शकतं. शेवटी हे सगळं विकोपाला जाऊन पोहोचतं. आणि त्यातला गंमतीचा भाग असा की, ज्या लहानशा प्रसंगातून हे समर उद्भवतं, तो प्रसंग तर तोवर पार आपल्या विस्मरणाच्या गर्तेत गाडला गेलेला असतो.'

याच्यावर उपाय काय? टाइल टेकनं एक मस्त उपाय केला आहे. ऑफिसच्या मागच्या बाजूला एक खोली राखीव ठेवली आहे. त्या खोलीचं नावच मुळी 'निचरा – द्या सारं झटकून' असं आहे. तिथे आता समुद्र किनाऱ्याचा आभास निर्माण केलेला आहे. त्यासाठी आजूबाजूला रेती, रंगीबेरंगी छत्र्या, दोन खुर्च्या, सुरेख पोस्टर्स आणि चक्क प्लॅस्टिकचा स्विमिंग पूलदेखील आहे.

''कुणाला सुसंवाद साधायची विशेष आवश्यकता वाटते तेव्हा ते या खोलीत येतात. प्रत्येक वेळी विसंवाद, वाद झालेला असतोच असं नाही. कधी-कधी अनवधानाने काही गोष्टी घडतात. कुणाचा पाय तुमच्या पायावर पडतो, तर कुणाचं तुमच्या बोलण्याकडे दुर्लक्ष झालेलं असतं किंवा एखाद्याची काम करण्याची पद्धतच आपल्या संपूर्ण ढाच्याशी विसंगत वाटू शकते. अशा वेळी त्या व्यक्तीला तुम्ही या खोलीत बोलावू शकता; मग ती व्यक्ती कोणत्या का हुद्द्यावर असेना! या खोलीची योजनाच त्यासाठी आहे. इथे तुम्ही सारे जण फक्त व्यक्ती असता, पदाधिकारी वा कर्मचारी हा भेद इथे मुळीचच नसतो. तुम्हाला मोकळ्या मनानी, निर्भीडपणे आपली मतं मांडता येतात. त्यावर स्वत:चे विचार व्यक्त करता येतात, स्वत:च्या भावना उघड करता येतात.'' बॉबनी त्या खोलीच्या निर्मितीमागची कल्पना स्पष्ट केली.

''इथे फक्त एकच नियम आहे. तो म्हणजे आदर राखण्याचा. कुणीही कुणाचा अनादर करणं आम्हाला मान्यच नाही. वेळेचं बंधन इथे नाही. दोन मिनिटंच काय, दोन तास लागले तरी चालतात. मात्र एक आहे की, नमनाला घडाभर तेल न ओतता मूळ विषयाला हात घालणं अपेक्षित असतं. थातुरमातुर चर्चा न करता स्पष्टपणे, प्रामाणिकपणे आणि सौम्यपणे आपली मतं प्रकट करणं आवश्यक

असतं. उगाचच मनात किंतू ठेवून बोलणार असाल, तर मग न बोललेलंच बरं असतं. स्वत:चा अहंकार आणि 'मीच काय तो योग्य' ही दृष्टी ठेवली तर या खोलीच्या संकल्पनेलाच तडा जातो. म्हणूनच 'अहं' बाजूला ठेवून इथे आलं तर आणि तरच तिढे सोडवणं सोपं जातं.'' डगनी समजावलं.

लिसानी अजून थोडं स्पष्टीकरण दिलं. ''कधी कधी नवरा-बायको, मित्र-मैत्रिणी, कुटुंबीय यांच आपसात भांडण होतं आणि त्यातून विसंवाद पराकोटीला जातो. चक्क भिजत घोंगडं पडतं. पण 'निचरा' या मुद्द्यावर आम्ही इथे भर देतो. म्हणजे एखाद्या वेळेस असंही होतं की, एकमेकांचं म्हणणं पटत नाही. अशा वेळी आम्ही मतभिन्नतेचा आदर करतो आणि सर्वमान्य निष्कर्ष काढतो.''

बॉब म्हणाला, ''समस्या आली की, निराकरण असायलाच हवं, नाही का? तसंच 'निचरा' झाला की, तो विषय तिथल्या तिथे संपवलाच जातो. पुन्हा-पुन्हा उकरून काढला जात नाही. त्याचप्रमाणे, तुमच्या हाताखालच्या लोकांनी तुम्हाला त्या खोलीत बोलावलं म्हणून इतरत्र तुम्ही त्याची किंवा तिची गळचेपी करू शकत नाही. नाहीतर मग या खोलीच्या मूळ उद्देशालाच धोका पोहोचेल ना!''

अर्थात, निचरा ही कल्पना टाइल टेकमधल्या प्रत्येकाच्या पचनी पडली आहे, असं नाही. तरीही अनेकांनी तिचा वापर केलाय, हेही खरं. इतर कर्मचाऱ्यांबरोबरच टाइल टेकच्या सर्व मालकांची वर्णी त्यात लागली आहे, हे महत्त्वाचं. अनेकांचे बिघडलेले संबंध सुधारले, नवीन जोपासले गेले तेदेखील इथेच. आणि गमतीचा भाग म्हणजे इथे साधल्या गेलेल्या संवादामुळे अनेकांनी भरारी घेतली, त्यांना बढती मिळू शकली. अपवादात्मक परिस्थितीमध्ये असंही घडलं की, एकंदरीतच ही पद्धत न रुचल्यामुळे कोणी टाइल टेकमधून बाहेर पडलं. काही जणांना तर घरच्या आघाडीवर संवाद साधणं शक्य झालं, केवळ 'निचरा' होत गेल्यामुळेच.

लिसा पूर्वी व्यावसायिक गायिका होती. त्यामुळे ती उत्स्फूर्तपणे इथल्या अनुभवाची तुलना स्टेजवरच्या कार्यक्रमाशी करते. ''कसं आहे ना, आपण स्टेजवर गायला उभं राहतो तेव्हा अगदी जीव ओतून गाणं म्हणतो. आता ऐकणाऱ्यांना ते आवडणं किंवा न आवडणं आपल्या हातात नसतं. कधी टाळ्या मिळू शकतात, तर कधी आपली हुर्यो उडवली जाऊ शकते. पण तरीही गाणं म्हणताना आपण त्या गाण्याशी तादात्म्य पावतोच ना?

आणि मग आपलं हे असं आपल्याशीच तल्लीन होऊन जाणं आपल्यालाच सुखावतं. माझा आजवरचा अनुभव पाहता माझ्या तल्लीनतेला नेहमीच दाद मिळत गेली आहे आणि त्यातूनच मी खुलत गेले आहे.''

या संवादाची सांगता करताना डग म्हणाला, ''तसं म्हणाल तर एकमेकांशी संवाद साधण्यासाठी आज सेलफोन्स, पेजर्स यांची रेलचेल आहे. पण या साधनसामग्रीमध्ये

आपल्या जिवाभावाच्या लोकांशी खऱ्या अर्थाने संवाद साधायला आपण विसरतो आहोत. यावर तोडगा आहे तो 'निचरा' हाच. इथे आम्ही देत असलेला आमचा वेळ हा आमच्या दृष्टीनं अपव्यय नसून तो एक अतिशय पवित्र वेळ आहे, खाजगी आहे. इथे तुम्ही दुसऱ्याशी जोडले जाता. आमच्यावरून सांगतो आहे हे, आम्ही एकमेकांशी जोडले जाऊ लागलो आहोत.''

टाइल टेकचं गुपित

टाइल टेकमध्ये काम करत असणाऱ्या एकाला काही वैयक्तिक समस्यांनी भेडसावलं होतं. म्हणून मग डगनी त्याला मुद्दामच चर्चमध्ये नेलं. तिथे धर्मोपदेश चालू असताना अचानक तो डगला म्हणाला, ''तू फादरना सांगितलं आहेस का माझ्या समस्यांबद्दल? ते जे काही बोलताहेत ते माझ्या समस्यांना चपखलपणे लागू होतं आहे.''

डग म्हणाला, ''मी काहीच बोललो नाही. फक्त समजुतीखातर मान डोलावली. आपल्याला नेहमीच वाटतं की, माझ्यासारख्या अडचणी येणारं आणि सहन करणारं दुसरं कोणीच नाही. पण खरंतर असं नसतं. आपल्याचसारखे इतर सारे असतात. म्हणतात ना, घरोघरी मातीच्याच चुली, तेच खरं!

आणि स्वप्नंसुद्धा म्हणाल तर कमी-अधिक फरकानं सगळ्यांना सारखीच पडतात. रूफिंगचं काम करणाऱ्यांनासुद्धा भावना असतात, प्रश्न भेडसावतात. आपल्या एवढ्या मोठ्या संस्थेत आपल्या शब्दाला आणि मताला किंमत दिली जाते ही भावना त्यांना खूप सुखावून जाते. आणि एक सांगू का? त्यांची मतं आम्ही विचारात घेऊ लागलो आणि आमच्या कंपनीने भरारीच मारली. मागे वळून पाहायची वेळच आली नाही आमच्यावर.''

म्हणूनच की काय पण दरवर्षी 'टाइल टेक' कर्मचारी विकासनिधीपोटी तब्बल अडीच लाख डॉलर्सची गंगाजळी मोकळी करते.

''आम्हाला याचा दसपट परतावा मिळतोय, विश्वास ठेवा.'' डग म्हणाला. ''तसं म्हणाल तर आमच्या या व्यवसायात आम्ही उचललेलं हे पाऊल सर्वमान्य नाही. काहींना ते आवडलंय, तर काहींना ते अजिबात रुचलेलं नाही. काहींनी त्याची अंमलबजावणीदेखील केली. ही अंमलबजावणी मात्र कुठल्याही अटींशिवाय होणं महत्त्वाचं आहे. तसं म्हटलं तर हा एक प्रकारचा जुगारच नाही का? पण तसं म्हटलं तर काय शाश्वत आहे? आपण ज्या लोकांसाठी इतका प्रचंड वेळ आणि पैसा गुंतवतो, त्यातले अनेक जण अनेकदा आपल्याला सोडून जातात. परंतु काही थोडे असतात, जे टिकून राहतात, बदलाला सामोरे जातात, सहजगत्या

स्वीकारतातदेखील. अशाच लोकांकडून हा प्रसार होत जाणार आहे, इतरांना स्पर्शून जाणार आहे.

"आपल्या मनोवृत्तीची जबाबदारी घेणं, इतरांबरोबर काम करणं, प्रगती करणं या साऱ्याचंच नाही म्हटलं तरी प्रचंड दडपण येऊ लागतं. आमच्या कंपनीत कामाला लागलात की, दोन गोष्टी लक्षात ठेवायच्या असतात. एक म्हणजे आपली प्रगती घडवून आणायची आणि त्यानंतर इतरांच्या प्रगतीला हातभार लावायचा. आमच्यासमोर असलेल्या परिस्थितीतून मार्ग काढत सर्वांना प्रगतीची संधी देता यावी, यासाठी आम्ही प्रयत्नशील असतो. आम्हाला पोहोचायचं आहे सर्वोच्च शिखरावर. ते आम्ही पोहोचणारच, तेही सर्वांना बरोबर घेऊनच!

"मागच्या वर्षीच्या ख्रिसमस पार्टीची गोष्ट आहे. आमचा सेल्स मॅनेजर ग्लेन रॉब माझ्याजवळ आला आणि म्हणाला, 'तुमचं गुपित मला कळलं आहे.' क्षणभर तर मला कळेचना की, हा काय बोलतो आहे. मग तोच पुढे म्हणाला, 'आपल्या व्यवसायातदेखील प्रेमाची भावना कशी ओतावी, हे तुम्हाला चांगल्याप्रकारे उमगलं आहे आणि तेच तुमचं गुपित आहे.' मी त्याला मस्तपैकी डोळा मारला आणि संमती दिली. कुठलंही स्पष्टीकरण देण्याची काहीच आवश्यकता नव्हती. माझ्याइतकं चांगलं ते कुणाला ठाऊक असणार आहे, सांगा?"

गोष्टी लहान खऱ्या!

आई, पाऊस पडतोय!

सहा वर्षांची एक ब्रिटिश मुलगी. तिच्या आईने तिची ओळख फिश! फिलॉसॉफीशी करून दिली. त्यानंतर आठवड्याभराची गोष्ट. त्या दिवशी विशेष ढगाळलेलं वातावरण होतं, कंटाळवाणा दिवस होता. ती छोटीशी मुलगी शाळेत जाण्यासाठी तयार होऊन बसस्टॉपकडे निघाली. तेवढ्यात पाऊस पडू लागला. 'आई, अगं बाहेर पाऊस पडतोय. पण तू सांगितलं आहेस ना फिश! बद्दल? मग मी आता पावसात मजा करणार आहे.' आपली मनोवृत्ती निवडणं आपल्याच हातात आहे हे तत्त्वं या छोट्या मुलीनी किती छान अंगीकारलं आहे, नाही का?

माझ्या मालकीचं काय?

बोधकथा : तीन शेजारी गप्पा मारत होते. बोलता-बोलता विषय निघाला, 'कोणाच्या मालकीचं काय?' पहिल्याने गर्वाने सांगितलं, 'माझा मोठ्ठा बंगला आहे.' दुसऱ्याने दिमाखात सांगितलं, 'उदंड पीक देणारी शेतं माझ्या मालकीची आहेत.' तिसऱ्याने शांतपणे म्हटलं की, 'माझी सकारात्मक वृत्ती माझ्या मालकीची आहे.' त्याचे शेजारी त्याला उपहासाने हसले. डोळ्यांनी न दिसणारी, हाताने स्पर्श करता न येणारी ही कसली मालकी हक्काची गोष्ट!

त्या रात्री तुफान वादळ आलं. सगळ्यात आधी तर पहिल्या शेजाऱ्याचा दिमाखात उभा असलेला बंगला जमीनदोस्त झाला. 'अरे देवा! आता मी काय करू?' त्यानं धावा केला. दुसऱ्या शेजाऱ्याचं पीक झोडपलं गेलं. तोही दुःखी-कष्टी

झाला. तिसरा कसा सुटेल? वादळानं त्याचंही घर पडलं, शेत उजाड झालं. त्यानं विचार केला, आता आधी काय करावं बरं? मग त्यानं कंबर कसली आणि आधी घर बांधून काढलं आणि सर्व शेतात पुन्हा पेरणी केली.

त्या दरम्यान त्याचे दोन्ही शेजारी केवळ आपल्या दु:खात मग्न होते. काहीही कृती न करता हातावर हात चोळत बसून होते. पण जेव्हा त्यांनी आपल्या तिसऱ्या शेजाऱ्याला काम करताना पाहिलं, तेव्हा त्याचं गुपित जाणून घ्यायचं त्यांनी ठरवलं. तो म्हणाला, 'छे रे! गुपित कुठलं आलंय? माझी विचार करण्याची वृत्ती माझ्या कामी आली.' क्षणात दोन्ही शेजाऱ्यांना त्यांची चूक उमगली आणि मग तिसऱ्याच्या मदतीने त्यांनी आधी आपलं घर बांधून काढलं आणि शेतात धान्यदेखील पेरलं.

आता ते जेव्हा-जेव्हा भेटतात, तेव्हा-तेव्हा ते 'माझ्या मालकीचं काय?' या विषयावर बोलतच नाहीत. त्यापेक्षा आपल्याकडे असलेल्या, मिळालेल्या चांगल्या गोष्टींबद्दल बोलतात. जमेल तेवढी देवाण-घेवाण करतात. जे आपल्या मालकीचं नसतंच ते धरून ठेवण्यात काय अर्थ आहे, हे त्यांना चांगल्याप्रकारे उमजलं आहे.

दिलखुलास

नुकतंच आम्ही एका लहानशा मुलाबद्दल ऐकलं. त्याला एका असाध्य अशा पचनक्रियेच्या आजारानं वेढलं. लाखात एखाद्याला हा आजार होतो. त्याचा बहुतांशी वेळ हॉस्पिटलमध्ये सुया आणि नळ्यांच्या गराड्यात जातो. डॉक्टर किंवा नर्स येताना दिसली की, त्याला ठाऊक असतं की, सुई टोचली जाणार आहे. पण मग रडण्याऐवजी तो चक्क हसतमुखानी आपले हात पुढे करतो.

आयुष्य कधी कधी खरंच खूप दु:खदायक असतं. पण जर कशानेही त्या वेदना कमी होणार नसतील, तर निदान दिलखुलासपणे त्यांना सामोरं जाता आलं पाहिजे, नाही का?

'तुम्ही बेअरला ओळखता ना?'

दणकट शरीरयष्टी लाभलेला आणि गंभीर स्वरात बोलणारा बेअर त्याच्या दाढीमिशांमुळे अजूनच गंभीर दिसायचा. तो एक प्रसिद्ध मासे-व्यापारी आहे. आपल्या स्वरातील गांभीर्याची आणि त्याच्या परिणामाची त्याला यथायोग्य जाणीव आहे. त्याचबरोबर निवडीची महती तो जाणून आहे. त्याच्या मते, सकाळी जाग आल्याक्षणी अंथरुणातून बाहेरही पडायच्या आधी आपण ठरवायला हवं की, त्या दिवशी आपण कसे वागणार आहोत? तो स्वत: जाणीवपूर्वक असं करतो.

गाड्या बनवण्याच्या कारखान्यामध्ये एकदा एक फोन आला. बोलणाऱ्याचा आवाज गंभीर होता. 'तुम्ही बेअरला ओळखता ना? हो तोच तो, जो तुम्हाला चांगली सणसणीत ठेऊन देतोय की काय, असं तुम्हाला वाटत असतं! तो मीच आहे!' अर्थातच हे बेअर स्वत: बोलत होता हे सांगणे न लगे.

त्या दिवसापासून गाड्यांच्या त्या कारखान्यात काम करणाऱ्या त्या कामगाराची दृष्टीच बदलली. रोज सकाळी कामावर येण्यापूर्वी तो आवर्जून आरशातील आपल्या प्रतिमेकडे पाहतो आणि 'आपल्याला कसं व्हायचं आहे?' हे जाणीवपूर्वक ठरवतो. 'गेली २० वर्षं मी इथे कामाला येतो आहे. मी जर स्वत:ला बदलू शकतो, तर आजची तरुण पिढीदेखील बदल स्वीकारू शकते, नाही का?'

नातं जपताना

आमच्या एका सेमिनारला उपस्थित राहिलेल्या एका महिलेची ही कथा आहे. 'माझं लग्न अगदी कोणत्याही क्षणी मोडून पडायला आलेलं होतं. एकेकाळी एकमेकांशिवाय राहू न शकणारे आम्ही दोघं, आता एकमेकांचं तोंड पाहू इच्छित नव्हतो. शेवटचा उपाय म्हणून मी फिश! फिलॉसॉफी वापरून पाहायचं ठरवलं. निदान एक दिवस तरी नवऱ्याला सौख्याची अनुभूती देऊ या, असा विचार मी केला. मग मी त्याच्याकडे लक्ष द्यायला लागले. त्याच्याकडे माझं लक्ष आहे हे मी त्याला लहानशा कृतीतून दर्शवू लागले. तो बोलत असताना ऐकून घेऊ लागले.' म्हटलं तर किती साधी बाब होती ही, पण त्यामुळे त्यांच्या दोघांच्याही आयुष्यात आमूलाग्र बदल घडून आला. गेल्या कित्येक वर्षांत त्यांनी एकमेकांना असा वेळ दिलाच नव्हता. तोही मग तिच्याप्रती सजग होऊ लागला.

त्यांनतर काही महिने सातत्यानं त्या जोडप्याचा मागोवा आम्ही घेत राहिलो. त्यांचा घटस्फोटाचा निर्णय बदलला नाही, पण तरीही दोघांच्याही मनात आता एकमेकांबद्दल कटुता नव्हती. कचाकचा भांडून वेगळ्या वाटांनी जाण्यापेक्षा समंजसपणे वेगळा मार्ग निवडायचं त्यांनी ठरवलं. फिश! नी लग्नगाठ जरी पक्की नाही झाली, तरी मैत्रीचे बंध कायम ठेवले, हे काय कमी आहे? आणि शेवटी, प्रत्येक गोष्टीचा शेवट 'आणि ते सुखाने नांदू लागले' असा कसा होईल?

मंगळवारी पण?

जिल्हा स्तरावर मोठ्या शाळेमध्ये फिश! राबवायचं ठरल्यावर एका तर्कट सभासदानी खोलात जायचं ठरवलं. मग तो मुद्दामच एका मंगळवारी सीॲटलच्या फिश मार्केटमध्ये जाऊन पोहोचला. पाइक प्लेस फिश मार्केटमध्ये पोहोचल्यावर

ऊर्जेचा प्रचंड स्रोत त्याला जाणवला. त्याला वाटलं होतं की, आनंदाचं आणि उत्साहाचं वातावरण फक्त शनिवार-रविवारपुरतंच मर्यादित कदाचित ओढून आणलेलं असेल. पण तो गेला परत तेव्हाही त्याला सगळीकडे आनंद ओसंडून वाहताना जाणवला. तो अगदी थक्क झाला. खरंच, प्रत्येक दिवस साजरा करता येतो खरा! निवड केवळ आपल्या आणि आपल्या हातात आहे, नाही का?

मणामणांचे ओझे

काल रात्री उशिरा झोपलात? मुलाला शाळेत पोहोचवणं खूप त्रासदायक झालं का? ट्रॅफिक खूप होता का? एक ना दोन, हजारो अडचणी असतात. पण एक हॉस्पिटल आहे. तिथे आत शिरताना तुमच्या चेहऱ्यावर जर का थोडा जरी त्रागा असेल, तर दिवसभर तुम्हाला खेळण्यातलं एक माकड पाठीवर मिरवावं लागतं. आपणच आपल्या मनावर ओझं बाळगत असतो. त्याची जाणीव करून घेणं आणि ते झुगारून देणं हे आपल्याच हातात आहे ना!

दगड, स्कीईंग, आशा

१९७८ सालची गोष्ट आहे ही. कॉलेजमध्ये शिकवणाऱ्या एका तरुण प्रोफेसरचं आयुष्य उद्ध्वस्त व्हायची वेळ आली होती. त्याचा घटस्फोट झाला होता. तो कफल्लक झाला होता. त्याची घटस्फोटित पत्नी त्यांच्या मुलांना घेऊन इदाहो सोडून गेली होती. ते जायच्या आदल्या दिवशी त्यानं आपल्या मुलांबरोबर काही दगड गोळा करून आणले होते, तेवढेच काय ते त्याच्याजवळ उरले होते. त्या दगडांकडे पाहून त्याला थोडीफार आशा वाटत होती.

एक दिवस त्या तरुण प्रोफेसरच्या वडिलांनी त्याला स्कीईंग गिअर्सचा सर्व संच दिला आणि स्कीईंगचे पैसेही भरले. संपूर्ण दिवस तो तरुण टेकडीवर स्कीईंग करण्याचा प्रयत्न करत होता आणि पुन्हा-पुन्हा पडत होता. त्याचे काही विद्यार्थी त्याच्याबरोबर स्कीईंग करत होते. तो पडला असताना ते त्याच्याभोवती गोळा झाले आणि त्यांनी त्याला उठण्यास प्रवृत्त केलं. त्यांच्या त्या पुकारण्यामुळे त्याच्या अंत:करणात जणू खळबळ माजली, आशा पल्लवीत झाली. तो झडझडून उठला, शिवाय त्याला स्कीईंगही करता आलं. मग तो अथकपणे स्कीईंग करतच राहिला. तो दिवस त्याच्या आयुष्यातील सर्वाधिक आनंदाचा दिवस होता. त्या दिवसापुरती शेवटची चक्कर मारायची वेळ आली, तसं आपल्या तरुण प्रोफेसरला जगण्याचं जणू मर्मच गवसलं. 'माझं काम म्हणजे जणू स्कीईंग नाही का, जे मी मजेत करू

शकतो?' मग त्यानं 'स्कीईंगप्रमाणेच माझं कामदेखील मला खूप आवडतं' हे वाक्य आपल्या ऑफिसच्या दर्शनी भागात ठळकपणे लिहिलं.

त्यानंतर काही दिवसांनी त्याची मुलं त्याच्याकडे इदाहोला परतली. त्या तिघांनी स्कीईंग करत खूप धमाल केली. त्या तरुण प्रोफेसरनं आपल्या वडिलांना स्कीईंग गिअर्सचे पैसे देण्याचा खूप प्रयत्न केला, परंतु त्यांनी ते घेतले नाहीत. उलट ते म्हणाले की, 'तू त्यांचा सदुपयोग कर.' आजच्या घडीला तो तरुण युनिव्हर्सिटीचा डीन आहे. तो साऱ्यांना मस्तपैकी जगण्याच्या दृष्टीनं मदत करतो.

आणि त्यानं आपल्या मुलांबरोबर गोळा केलेले ते दगड... ते अजूनही त्याच्या घरी आहेत, एका सुंदरशा भांड्यात, त्याच्या डेस्कवर!

विभाग पाच - चला, फिश! आत्मसात करू या

फिश!चा अंगीकार करा १२ आठवडे आणि मग अनुभवा अधिक संपन्न, अधिक देखणं आयुष्य... जे तुमची काही पावलांवर वाट पाहतंय!

फिश! फिलॉसॉफी अंगीकारायची आहे का? जीवनात काही वेगळ्या कल्पना स्वीकारायच्या आहेत का? मग हा विभाग खास तुमच्यासाठी आहे. त्याच्या जोडीला साधारण बारा आठवड्यांच्या ॲक्टिव्हिटीजदेखील दिलेल्या आहेत. बऱ्याचशा ॲक्टिव्हिटीज या सेमिनारमध्ये भाग घेणाऱ्यांनी आणि काही विद्यार्थ्यांनीदेखील करून पाहिल्या आहेत. तरीही बहुतांशी आम्ही प्रथमच इथे देत आहोत.

तुम्ही या करून पाहाल तेव्हा एक गोष्ट लक्षात ठेवा. तुमचं संपूर्ण आयुष्य ही तुमच्या कामकाजाची आणि उर्वरित आयुष्याची गोळाबेरीज असते. खरंतर तुम्हाला वाटेल की, अशी आठवण करून देण्याची गरजच काय? कारण कामकाजाच्या ठिकाणी आयुष्याचा बराचसा भाग व्यतीत होत असल्याने आपलं आयुष्य केवळ तेवढ्यापुरतंच मर्यादित आहे, असं तुम्हाला वाटू शकतं किंवा इतर आयुष्याच्या तुलनेत कामाच्या ठिकाणी द्यावे लागणारे तास तुम्हाला कःपदार्थ वाटू शकतात. आता उदाहरणच द्यायचं झालं तर खालील उदाहरणे पाहा :

- तुमच्या कामकाजाच्या ठिकाणी तुम्ही अशा काही गोष्टी गृहीत धरता का की, ज्यांच्या अनुपस्थितीमुळे तुमचं एरवी काही अडू शकेल?
- असं होतंय का की, एक काम करत असताना तुम्ही दुसऱ्या कामाचा विचार करत असता आणि मग त्यामुळे करत असलेल्या कामातून

तुम्हाला समाधान मिळत नाहीये?
- तुमच्या रोजच्या आयुष्यात तुमच्या आजूबाजूला अशी काही माणसं आहेत का, जी नसली तर तुमच्या चालत्या गाड्याला खीळ बसेल, पण तरीही जी तुमच्या खिजगणतीतदेखील नाहीत?

उठा, जागे व्हा! हे आयुष्य भरभरून जगा. कामाच्या जागीसुद्धा प्रत्येक क्षणी संपूर्णपणे लक्ष द्या. आणि त्यासाठी पुढे दिलेला १२ आठवड्यांचा कार्यक्रम राबवून पाहा. कदाचित त्याहून जास्त कालावधीसुद्धा लागू शकेल, पण सुरुवात तर करून पाहा.

पहिला आठवडा :
फिश! कृतज्ञतेच्या सागरात

सॅन्टा क्लारा युनिव्हर्सिटीमध्ये शिकणाऱ्या माझ्या लेकीने – मेलनंने – 'सेमिस्टर ॲट सी' या कार्यक्रमात भाग घेतला होता. त्याकरता एसएस युनिव्हर्स एक्सप्लोरर हे जहाज व्हॅन्कुव्हरहून २४० वेगवेगळ्या युनिव्हर्सिटीमधील ६००हून अधिक विद्यार्थ्यांना घेऊन निघालं. वेगवेगळ्या दहा देशांना भेटी देण्याकरता त्यांना १००हून अधिक दिवस समुद्रावर काढायचे होते. आणि हो! याकरता त्यांना क्रेडिट पॉइंट्स मिळणार होते.

मेलनं जेव्हा जपानमधील कोबे येथे पाहोचली, तेव्हा तिनं आम्हाला सुशी या भातसदृश पदार्थाबद्दल कळवलं. त्याचबरोबर इतरही काही वेगळ्या वाटणाऱ्या गोष्टी कळवल्या. जसजसा त्यांचा प्रवास पुढे सुरू राहिला, तसतसा तिच्या पत्रांचा आणि ईमेल्सचा रोख बदलला. व्हिएतनाम, चीन, मलेशिया आणि भारतासारख्या देशाला भेट दिल्यावर तर तिला आणि तिच्या मित्र-मैत्रिणींना प्रचंड तफावत जाणवली. आपलं अमेरिकन जगणं किती वेगळ्या दृष्टिकोनातून बघता येईल, याची त्या साऱ्यांना पहिल्यांदाच जाणीव झाली. अनेकदा रात्रीच्या नीरव शांततेत बोटीच्या डेकवर बसून ते सगळे आयुष्याबद्दल वाटणारी कृतज्ञता व्यक्त करू लागले.

तिथून पुढे ते आफ्रिका, ब्राझील आणि क्युबा या देशांकडे रवाना झाले. त्यांची निरीक्षणशक्ती इथे उत्तमप्रकारे उपयोगात आली. या देशांमध्ये एक वेगळी मानसिकता त्यांना दिसून आली. सामाजिक स्तर कितीही उच्च-नीच असला, तरी प्रत्येक जण हसतमुख होता. कुटुंब आणि स्नेहीसोबती यांचं स्थान अबाधित होतं. त्या संपूर्ण

पर्यटनादरम्यान त्यांना जाणवलेलं हे सर्वांत महत्त्वाचं सूत्र होतं बहुधा. आयुष्यात प्रत्येकाला प्रत्येक गोष्ट भरभरून मिळतेच असं नाही, तरीदेखील भरभराट किंवा विपन्नावस्थेचा मानवी आयुष्याच्या संपन्नतेवर कोणताही परिणाम होत नाही. रिटायरमेंट नंतर काय, या चर्चेच्या पलीकडे जाऊन ज्याने-त्यानं आपल्या आयुष्याचा दर्जा ठरवायचा असतो. मुळातच जीवनाप्रती कृतज्ञता आणि जगण्यावर श्रद्धा असेल, तर लहानसहान अडचणींमुळे तुम्ही थबकणार नाही, अडखळणार नाही! उलटपक्षी, नामोहरम न होता एक पाऊल पुढे टाकण्याचा प्रयत्न कराल, नाही का?

आनंदी वृत्ती : एक गंभीर समस्या

लॉस एंजेलिस येथे टॉक-शो करणारे एक प्रसिद्ध लेखक डेनिस प्रेगर म्हणतात की, 'आनंदी वृत्ती' ही एक गंभीर समस्या आहे. त्यांच्या मते, सकाळी जाग आल्याबरोबर आपण आपल्या आयुष्यातील सौख्यदायक बाबींची दखल घेतली पाहिजे. आपली पचनसंस्था व्यवस्थित चालते आहे, याची कधी जाणीव तरी ठेवतो का आपण? किंवा आपले सर्व अवयव आपापलं ठरलेलं काम पद्धतशीरपणे पार पाडताहेत, हे आपल्या गावी तरी असतं का? तसंच आपल्या रोजच्या आयुष्यातदेखील अनेकानेक बाबी आपण गृहीतच धरतो. आनंदी वृत्ती जोपासण्याचा सोपा आणि प्रभावी मार्ग म्हणजे आपल्या जीवनातील लहानसहान क्षणांचं महत्त्व जाणणं, ते जोपासणं आणि त्याबद्दल कृतज्ञता व्यक्त करणं. कृतज्ञता बाळगण्याचं महत्त्व ज्यांना समजलं आहे, ते सर्व जण निरामय आनंदाचा अनुभव घेतात. FISH! यशस्वीपणे अंगीकारणं हे सोपं आहे. रोजच्या जीवनातल्या लहानसहान बाबींबद्दल मनामध्ये कृतज्ञतेची भावना रुजू द्या.

करून पाहावे असे काही

या आठवड्यापुरतं कृतज्ञता जर्नल लिहायची सवय करा. दिवसभरामध्ये कशाकशाबद्दल तुम्हाला कृतज्ञता वाटली, त्याची नोंद करत राहा. नेहमीप्रमाणेच गृहीत धरलेल्या बाबींचा आवर्जून उल्लेख करा. अगदी प्रामाणिकपणे ही कृती करून तर बघा! आठवड्याच्या शेवटी फिश! ची रूपरेषा तुमच्या मनात रुजू लागलेली असेल. बस्स! आता खातरी बाळगा, आयुष्यभर तुम्ही चांगल्या गोष्टींची नोंद घेत राहणार!

एक छानशी चौकट आखा. काय लिहाल बरं त्यात? तर, तुमच्या आयुष्यातील कोणकोणत्या गोष्टींची तुम्हाला जाणीव झाली आहे, ते लिहा. साधारणत: आठवड्याच्या शेवटी तुम्ही हे सारं मित्रपरिवाराला वाचून दाखवू शकता. आणि हे लिहिताना आयुष्याबद्दल कृतज्ञता व्यक्त केली आहे ना? ती तर सर्वांत मोठी भेट आहे!

मला कृतज्ञता वाटत असलेल्या गोष्टी...

दुसरा आठवडा :
चला काही ध्येय ठरवू फिश!
अंगीकारण्यासाठी

इथे तुमच्यासाठी उपलब्ध आहे फिश! मोजणीसारणी. एक नजर टाका बरं त्यावर आणि त्याचवेळी तुम्ही जिथे काम करता ती जागा डोळ्यांसमोर आणा. तिथल्या माणसांना बघण्याचा, तिथे चालू असलेलं काम अनुभवण्याचा प्रयत्न करा, जेणेकरून तुम्ही त्या वातावरणाशी एकरूप व्हाल. आता ते वातावरण आणि या पुस्तकातील कथन यांची सांगड घाला. स्प्रिंटमध्ये कसा बदल घडत गेला ते आठवा. आनंददायी, मजेचं आणि प्रसन्न वातावरण तुमच्या कामाच्या जागी आणता आलं तर? रोचेस्टर फोर्ड आठवते का? इतरांना सौख्याची अनुभूती देणं इतकं कठीण असतं का? मिसोरी बॅप्टिस्टच्या उच्चाराबरोबर काय आलं डोळ्यांसमोर? तन्मयता आणि समरसताच नाही का? तुमच्या कामाच्या जागी आहे का तशी? शेवटचं टाइल टेकचं उदाहरण तर तुमच्या चांगलंच स्मरणात असेल. त्यामुळे 'आपली मनोवृत्ती निवडा' याबद्दल फार आठवण करून द्यायची गरज असेल, असं नाही वाटत. हो ना? या चारही ठिकाणी असणाऱ्या पद्धतींच्या आधारे पुढील सारणीमधील योग्य आकड्यांवर तुम्हाला खूण करायची आहे. अर्थात महत्त्वाचा निकष आहे, तो तुमच्याकडचं वातावरण आणि फिश मार्केट व वरील निर्देशित चारही कंपन्यांमधील वातावरण. तुमचा गोंधळ होऊ नये म्हणून प्रत्येक परिस्थिती विशद केली आहेच.

भाग १

चैतन्यपूर्ण सहभाग   १   २   ३   ४   ५

१ – छे! इथल्या कडक वातावरणात चैतन्याचा लवलेशही नाही.

५ – वा! मनात विचार आला या जागेचा तरी चेहऱ्यावर हसू उमटल्याशिवाय राहत नाही. काय छान, खेळकर वातावरण आहे इथे!

सौख्याची अनुभूती   १   २   ३   ४   ५

१ – ग्राहक आणि सहकाऱ्यांशी अंतर राखून वागणे, त्यांचा अडथळा वाटणे.

५ – ग्राहक आणि सहकाऱ्यांना सौहार्दपूर्ण वागणूक देऊन त्यांना सौख्याची अनुभूती देणे.

तन्मयता   १   २   ३   ४   ५

१ – लोकांचं आपल्याकडे लक्ष तरी आहे की नाही? की नुसतंच नाटक करताहेत लक्ष असण्याचं?

५ – इथे तुमच्याशी बोलताना तुम्ही आणि फक्त तुम्हीच केंद्रबिंदू असता त्या संभाषणाचा.

आपली मनोवृत्ती निवडा   १   २   ३   ४   ५

१ – काम करणाऱ्यांचा नूर एखाद्या दोन वर्षांच्या बाळासारखाच असतो. तोही विशेष करून त्रासलेल्या बाळासारखा.

५ – जबाबदारीच्या यथायोग्य जाणिवेतून प्रत्येकाने आपली मनोवृत्ती निवडलेली असते.

इथवर तर आलो. आता पुढचं पाऊल टाकू!

भाग २

वरील चार तत्त्वांपैकी कुठल्या तत्त्वावर सर्वांत आधी काम करायचं आहे, ते ठरवा. उदा. समजा तुम्ही 'चैतन्यपूर्ण अनुभूती' निवडलं आहे आणि त्याला २ गुण दिले आहेत, तर तुम्ही असं म्हणू शकाल की, 'इथे सुधारणेची बरीच गरज वाटते आहे.'

आता काही उद्दिष्ट ठरवा. त्या संदर्भात काही वायदे करा स्वत:शीच. आपली उद्दिष्ट सकारात्मकतेनी वाढवण्यासाठी काय करता येईल, ते लिहा. मात्र हे तुमचं तुम्हाला, कुणाच्याही मदतीशिवाय करता आलं पाहिजे.

उदा.

१) दोन सहकाऱ्यांची निवड करून त्यांच्यासाठी काहीतरी खास करण्याचा प्रयत्न करेन.

२) माझं वागणं मी सौम्य व आल्हाददायक करण्याचा प्रयत्न करेन.

तुम्हीदेखील असंच काहीसं लिहू शकता, नाही का?

तिसरा आठवडा : हसतखेळत सहभाग वाढवण्यासाठी मार्ग शोधा

हा आठवडा तसा सोपा असणार आहे. फिश मार्केटमधले व्यापारी मासे झेलत, कोरसमध्ये गात ग्राहकांचं मनोरंजन करतात. स्प्रिंटमध्ये कधी नृत्य तर कधी डिस्कोलाईट्स एकमेकांचं यश साजरं करतात. एक मासे व्यापारी म्हणालाच होता, 'कोणताही क्षण साजरा करायची इच्छा तेवढी आवश्यक आहे, पद्धती काय हजारो असतात.'

तर आता या आठवड्यात तुम्हाला चक्क एक यादी करायची आहे. कशाची म्हणून काय विचारता? आलेला क्षण कोणत्या प्रकाराने साजरा करता येईल, त्याचा विचार करायचा आहे. बघा, निदान पन्नासएक तरी पद्धती सहज सुचतील तुम्हाला! आणि त्यामुळे सगळ्यांना मजा वाटेल याच्याकडेही लक्ष द्या.

तुमच्या बघण्यात अशी व्यक्ती असेल ना की, जिच्या येण्यानं सगळीकडे आनंदाचं, उल्हासाचं वातावरण जाणवू लागतं? मग अशा व्यक्तीचं निरीक्षण करा बरं! असं समजा की, तुम्ही एका अज्ञात ठिकाणी जात आहात, फक्त आणि फक्त धमाल करायला. आपल्या कल्पना आणि निरीक्षणांच्या नोंदी लिहिणं जमत नसेल, तर रेकॉर्ड करून ठेवा. काय, चालेल ना?

काहीतरी वेगळं

१	४
२	५
३	६
७	२९ गमतीशीर टोप्या घाला.
८	३०
९	३१
१०	३२
११	३३
१२	३४
१३	३५
१४	३६
१५	३७
१६	३८
१७	३९
१८	४०
१९	४१
२०	४२ हॉलमध्ये कुटुंबाचे फोटो लावा.
२१	४३
२२	४४
२३	४५
२४	४६
२५	४७
२६	४८
२७	४९
२८	५०

आठवडा चौथा : थोडी मजा करू

मागच्या आठवड्यात शोधलेल्या कल्पनांच्या आधारे आपल्याला या आठवड्यात थोडी धमाल करायची आहे. त्यातल्या कोणत्याही पाच नवकल्पना सोमवार ते शुक्रवार रोज एक या क्रमाने अमलात आणा. हो आणि शनिवारी-रविवारीसुद्धा काम करावं लागणार असेल, तर काही हरकत नाही. तेवढीच अजून एक कल्पना राबवता येईल. हो ना?

'सौख्याची अनुभूती', 'तन्मयता' आणि 'आपली मनोवृत्ती निवडा' हे तीन महत्त्वाचे निकष आहेत हे लक्षात ठेवलंत, तर 'सहभाग' नक्कीच चैतन्यपूर्ण ठरेल. आणि मस्करी म्हणून कोणी बसायला गेलं की, खुर्चीच ओढून घ्यायची हळूच आणि बसणारा कसा आदळतो जमिनीवर अशी गंमत नाही करायची!

करून पाहावे असे काही

या आठवड्यातील ठळक घटनांची आवर्जून नोंद करा.

आठवड्याच्या शेवटी सहकाऱ्यांबरोबर आपला अनुभव जरूर वाटा.

आठवडा पाचवा :
कोणालातरी चैतन्याची अनुभूती द्या

प्रत्येक दिवशी फिशमार्केटमध्ये येणाऱ्या कुणाला ना कुणालातरी चैतन्याची अनुभूती देणे, हा तिथल्या मासेव्यापाऱ्यांचा उद्देश आहे. मनात असलं तर संधी उपलब्ध होते, हे त्यांना कळून चुकलं आहे. म्हणूनच 'टाइल टेक'मध्ये काम करणाऱ्यांना काम करताना चैतन्य आणि धमाल यांची अनुभूती मिळाली. एके दुपारी अचानक डग एका कामाच्या ठिकाणी गेला आणि तीन स्वयंचलित स्कूटर्स चालवायला देऊन त्यानं टीममधल्या लोकांना चकित केले. पठडीपेक्षा वेगळ्या कृतीने साऱ्यांना मजा तर आलीच, शिवाय बॉसला आपली काळजी आहे याची सार्थ जाणीवसुद्धा झाली.

खालील व्यक्तींच्या आयुष्यात हास्य फुलवायचं मी ठरवलं आहे. त्यासाठी मी वेगवेगळ्या कल्पना राबवेन.

व्यक्ती	कल्पना
१)	
२)	
३)	
४)	
५)	
६)	
७)	

आठवडा सहावा : थोडीशी भूतदया!

कार हॅगरमन आणि मी विस्कॉन्सिन येथील डॉज-व्हीले या कंपनीला भेट देऊन आलो. विमानाने मॅडिसनला जाण्याऐवजी गाडी चालवत मिनिआपोलिसला जावं या विचारानं कारनं एक भाड्याची गाडी घेतली आणि तो निघाला. त्या प्रवासादरम्यान काय घडलं, हे त्यानं मला आमच्या पुढच्या भेटीत सांगितलं.

मिनेसोटाच्या अलीकडे रोचेस्टर येतं. तिथे पोहोचण्यासाठी 'हाय वे-५२' घ्यावा लागतो. त्या हायवेवरून रोचेस्टरमध्ये प्रवेश करण्याआधी त्याला ब्रेकलाइट्स दिसले, त्यामुळे तो सावध झाला. रस्त्यात काहीतरी अडथळा आहे, हे त्याच्या लक्षात आलं. थोडं पुढे गेल्यावर त्याला रस्त्यावर मोकळ्या फिरत असलेल्या बारा गाईंचा कळप दिसला. त्या गाईंना रस्त्यावर मधोमध असलेल्या हिरवळीपर्यंत पोहोचायचं होतं. परंतु तिथे पोहोचण्याकरता रस्त्याची अलीकडची बाजू ओलांडून जाणं आवश्यक होतं. तोच खरा अडथळा होता. त्या कळपानं एक-दोन पावलं उचलली की, वेगात येणाऱ्या वाहनांमुळे बिचकून त्या मागे व्हायच्या. हिरव्यागार लुसलुशीत गवताच्या मोहानं धीर एकवटून त्या पुन्हा पाऊल उचलायच्या आणि भरधाव वेगानं येणाऱ्या वाहनांमुळे पुन्हा मागे जायच्या.

त्या कळपाची बिकट अवस्था कारच्या लक्षात आली. तो गाडीतून उतरला. त्यानं तो कळप कौशल्यानं हाकत एका बाजूला नेला. पण त्याच्या लक्षात आलं की, तो कळप रस्त्याच्या एका धोकादायक वळणावर आला आहे. त्यानं पुन्हा एकदा तो सगळा कळप हाकलत थोडा पुढे नेला. त्या धोकादायक वळणाच्या बाजूला जरा अंतरावर असलेल्या एका छोट्या टेकडीवर त्यानं तो कळप नेला. आता

त्या गाई आरामात चरू लागल्या. चरता-चरता चक्क त्याचा सेलफोन हुंगू लागल्या. तेवढ्यात कारला जोरात येणाऱ्या एका बाइकचा आवाज आला. त्यानं त्या दिशेकडे मान वळवून पाहिलं. हो! मघाच्या त्या धोकादायक वळणाकडूनच तो आवाज येत होता. क्षणार्धात बाइकवरून भरधाव येणारा मुलगा त्याच्या नजरेच्या टप्प्यात आला आणि वळणावरून पलीकडे गेलादेखील. त्याच्या डोक्यावर हेल्मेट नव्हतं, हे कारच्या लक्षात आलं आणि त्याचं काळीज धडधडलं. कार हेगरमननं त्या गायींच्या कळपाला तिथून बाजूला केलं नसतं तर? ते वळण त्या मुलासाठी किती धोकादायक ठरलं असतं ना! कदाचित त्याच्या आयुष्यातलं शेवटचं वळण ठरलं असतं.

त्या तरुणाला त्याची पुसटशीदेखील जाणीव नव्हती. आपल्या नकळत अनेक जण आपलं आयुष्य सुसह्य करतात, अगदी आपला जीवदेखील वाचवतात. परंतु आपल्या ते खिजगणतीतही नसतं, नाही का? आपल्या रक्षणकर्त्यांचे आभार मानणं तर सोडाच, पण त्यांना साधं भेटण्याचं भाग्यदेखील आपल्या नशिबात नसतं. कारला हे प्रकर्षाने जाणवलं. आपल्या एका छोट्याशा कृतीमुळे चक्क काही जीव वाचले, या भावनेनं त्याचा आंतरिक उमाळा दाटून आला. आणि मग तो क्षणभर थबकला. 'अरे, माझ्या नकळत माझ्या हातून काही जीव वाचले. मग माझाही जीव असा कोणाच्यातरी नकळत कृतीमुळे वाचत असेल. माझंही आयुष्य कोणाच्या तरी विचारांनी उजळत असेल, नाही का? खरंच, असे एक ना दोन, हजारो जण असतील ज्यांनी माझं हे आयुष्य कणाकणानी फुलवलं असेल, तेही अजाणता... त्यांच्याप्रती कृतज्ञतेव्यतिरिक्त अजून कोणती भावना जपू शकणार आहे मी?'

आपण काय करू शकतो?

तुमची कार्यालयीन जागा ही अशी जागा आहे, जिथे थोडासा परोपकार, थोडीशी भूतदया आणि सह-अनुभूतीची नितांत आवश्यकता आहे. म्हणूनच हा आठवडा याकरताच राखून ठेवा. जमेल तिथे, जमेल तसं छोट्या-छोट्या कृतींतून तुमची ही जाणीव प्रत्यक्षात उतरवा. आठवड्याच्या शेवटी त्याचा ताळेबंद मांडा आणि वाटल्यास त्याबद्दल इतरांशी बोलादेखील.

या आठवड्यातील मला आवडलेली माझी परोपकारी कृती

आठवडा सातवा :
'समरसता' शक्य आहे, नाही का?

'**सार्क**' या नावाने लिहिणाऱ्या त्या सर्जनशील लेखिकेचं लिखाण मला अतिशय भावतं. तिनंच कुठेतरी म्हटलं होतं, 'समरसता शक्य आहे, नाही का?' मला तिचं हे वाक्य खूप आवडलं. मग मी ते वाक्य एका छानशा कागदावर लिहून फ्रीजवर चिकटवलं. कारण त्याचा मतितार्थ लक्षात ठेवणं जितकं सोपं आहे, तितकाच तो विसरून जाणंही सहज शक्य आहे.

फिश मार्केटचं उदाहरण घ्या ना! तिथले व्यापारीदेखील इतरांप्रमाणेच ग्राहकांना मासे विकतात, पण त्याचबरोबर ते एक धोरण पाळतात. ते म्हणजे, 'एका वेळेस एकच.' त्यांची माशांची विक्री तडाखेबंद आहे, त्याच्या मुळाशी त्यांची तन्मयता आणि समरसताच तर आहे आणि म्हणूनच ते आपल्या ग्राहकांशी मन:पूर्वक व्यवहार करतात.

ख्रिसमस, तोही जुलै महिन्यात

जेरी मॅकनेलिस हा माझा मित्र आहे. एकदा आमच्या खूप गप्पा रंगल्या. त्याला लहानपणी पोलिओ झाल्यामुळे त्याचा बराच काळ सेंट पॉल इथल्या जिलेट चिल्ड्रेन्स हॉस्पिटलमध्ये गेला. त्या काळात पोलिओ झालेल्या मुलांना पायाभोवती लोखंडी पट्ट्यांचा पिंजरा घालावा लागे. साल्क व्हॅक्सीन संशोधन अवस्थेत असल्यामुळे मुलांना त्याचा म्हणावा तसा उपयोग होत नव्हता.

अर्थात जेरी हा माझा बालपणीचा मित्र नाही. आमची मैत्री नंतरच्या काळातली. असंच एकदा मी त्याला त्या वेळच्या हॉस्पिटलच्या दिवसांबद्दल, त्याला भेटायला येणाऱ्यांबद्दल विचारलं. त्याबद्दल तो भरभरून बोलला. 'कसं आहे ना, सुट्टी असली की, खूप जण यायचे, भरभरून भेटी आणायचे. त्यांच्या सद्हेतुबद्दल मला यत्किंचितही आशंका नाही. अर्थात, त्यांचं हसू मात्र अनेकदा फसवं वाटायचं. मुळात 'सुट्टी ही विकलांग मुलांकरता फूल ना फुलाची पाकळी देण्याचा काहीसा यत्न' एवढीच त्यांची मानसिकता असावी. मुलांना मात्र त्या भेटी-गाठींचं अप्रूप वाटत नसे, कारण त्यांना मोठ्यांच्या भेटींमधील पोकळपणा जाणवत असे. फारच क्वचित एखादा मनापासून यायचा, मुलांच्यासाठी आतून सहसंवेदना जाणवून यायचा. नाहीतर जास्त करून खोगीरभरतीच असायची.'

पण जेरीला आठवतंय की, नेहमी येणाऱ्यांमध्ये दोन गट वैशिष्ट्यपूर्ण होते. केवळ सुट्टीतच नाही, तर एरवीसुद्धा हे गट मुलांच्या आयुष्यामध्ये मोठा आनंद आणायचे. पैकी एक होता, नृत्य करणारा गट. त्या गटातील मंडळी मुलांबरोबर चक्क नाच करायची. दुसरा गट होता, सेंट पीटर हॉस्पिटलमधल्या मुलांचा. या मुलांना काही भावनिक समस्या होत्या. तो गट जुलै महिन्यात जिलेट हॉस्पिटलमध्ये आला, चक्क ख्रिसमस साजरा करायला! त्या भेटीच्या वेळी सगळी मुलं एकमेकांबरोबर खेळली, बागडली. एकमेकांशी पोटभर गप्पा आणि वेगवेगळ्या विषयांवर सविस्तर चर्चादेखील झाली. तो पूर्ण वेळ ती मुलं एकमेकांत हरवून गेली होती. त्यांच्या 'तन्मयतेमुळे' तिथलं वातावरण कसं भारावून गेलं होतं.

तुम्हीसुद्धा करू शकता

तन्मयता हाच या आठवड्याचा विषय आहे. आठवड्याच्या प्रत्येक दिवशी कामाच्या ठिकाणी अनेकानेक लोकांशी तुमच्या गाठीभेटी होतात, चर्चा होतात. तुम्ही जिथे-जिथे जाता, त्या सगळ्या जागांचा विचार करा बरं! आता तुम्ही जे वाचणार आहात त्यामुळे तुमच्या इतरांशी होणाऱ्या गाठीभेटी व चर्चांमध्ये एक सहजता येणार आहे. त्यांच्यातील अस्वस्थता कमी होऊन त्या अधिक आनंददायी होणार आहेत.

इथे आम्ही काही कल्पना देत आहोत. त्यांचा वापर तुम्ही करू शकता किंवा तुम्ही तुमच्या कल्पनादेखील राबवू शकता. ज्या-ज्या वेळेस तुम्ही समोरच्या व्यक्तीप्रती तन्मय होऊ शकता, त्या-त्या वेळी त्या व्यक्तीला आवर्जून विचारा की, त्यांना काही वेगळेपणा जाणवला का? अशा सिंहावलोकनाचा उपयोग तुम्हाला चांगल्याप्रकारे होईल. शिवाय,

तन्मयता साधण्यात अडसर ठरू पाहणाऱ्या छोट्या-मोठ्या बाबी दूर सारणेदेखील तुम्हाला सहज शक्य होईल.

'तन्मयता' कशी साधता येईल?

- तुम्ही तुमच्या ऑफिसमध्ये बसून काम करत आहात आणि तुमच्याशी बोलायला कुणी आलं, तर... एकतर त्याला सौम्यपणे सांगा की, तुम्हाला आत्ता वेळ नाही किंवा कॉम्प्युटर बंद करून आलेल्या व्यक्तीकडे पूर्ण लक्ष द्या. त्या व्यक्तीचं बोलणं संपेपर्यंत फोनवरसुद्धा बोलू नका. तुम्हाला एखादा फोन अपेक्षित असेल, तर त्या आलेल्या व्यक्तीला तशी कल्पना द्या.
- तुम्ही बोलण्यासाठी किती वेळ देऊ शकता, याचीही कल्पना द्या आणि तो वेळ पुरेसा आहे की नाही, ते विचारा.
- समजा तुम्ही ऑफिसच्या बाहेर हॉलमध्ये वगैरे एकमेकांशी बोलत असाल, तर केवळ ती व्यक्ती तुम्हाला दिसेल असे उभे राहा. दहा बाजूंना पाहत बसू नका.
- संभाषण करताना त्या संभाषणाव्यतिरिक्त मनात इतर कुठल्याही विचाराला थारा देऊ नका. त्यासाठी पुन्हा-पुन्हा प्रयत्न करावे लागतील, ते करा.
- जेवताना मोबाइल बरोबर नेऊ नका. नेणं आवश्यक असेल, तर तो बीपवर ठेवा.
- एरवी बाहेर बोलतानादेखील ज्या व्यक्तीशी संभाषण चालू आहे तिच्याकडेच पाहा.
- त्या व्यक्तीचे नाव संभाषण करताना परत-परत उच्चारा, मात्र त्यात सहजता असू द्या.
- तुम्हाला सुचतील ते उपाय लिहून काढा.
-
-
-
-
-

सातव्या आठवड्याकरता बोनस – 'डोन्ट स्वेट द स्मॉल स्टफ'

या आठवड्यात तुम्हाला तन्मयता साधायची आहे. तेव्हा जाणीवपूर्वक वागा. 'डोन्ट स्वेट द स्मॉल स्टफ... ॲन्ड इट्स ऑल स्मॉल स्टफ' हे छोटेखानी पुस्तक खास तुमच्यासाठी आहे, ते जरूर वाचा. रिचर्ड कार्लसन या लेखकाने या पुस्तकातून दाखवून दिलं आहे की, नकारात्मक आणि लक्ष विचलित करणारे विचार समजून घेण्याची ताकद तुमच्यात आहे. विचारांवर आपल्याला ताबा ठेवता येत नाही. ते येतात आणि जातात, कोणत्याही सूचनेशिवाय. आपल्याला या विचारांवर ताबा ठेवण्यात शक्ती खर्च करायचीच नाही. त्यांच्यात गुंतून न पडण्यासाठी आपली शक्ती वापरायची आहे. ते विचार येतील आणि जातील. तुम्ही त्यांच्यात अडकून पडला नाहीत, तर आणि तरच तुम्हाला तन्मयता साधणं सोपं होईल. एकदा का तुम्ही हे साध्य केलंत, तर तन्मयतेची उत्कटता तुम्ही अनुभवू शकाल. कार्लसनच्या एखाद-दोन कथा मनाशी आठवून बघा. तुमच्या मनावर झालेला त्यांचा परिणाम आठवून पाहा.

आठवडा आठवा : तन्मयता! मोहवणारी!

'माइंड मॅपिंग'चे जनक टोनी बुझान गेल्या तीस वर्षांपासून 'सुरेख!' हा शब्द अगदी आवर्जून वापरतात. या शब्दाचा परिणाम आजही तितक्याच प्रभावीपणे जाणवतो. त्यांच्या शिकवण्याच्या पद्धतीचा एक भाग म्हणून ते चेंडूचे वेगवेगळे झेल घेऊन दाखवतात. या प्रयत्नामध्ये हातातून चेंडू सुटल्यास ते म्हणतात, 'सुरेख!' त्यांना सुचवायचं असतं की, अशा प्रकारे हातातून बॉल पडणं ही शिकण्याच्या दृष्टीनं महत्त्वाची घटना आहे. बॉल पडलाच नाही, तर शिकणं पूर्ण होणारच नाही. बॉल पडला म्हणून 'अरे देवा! पडला की माझ्या हातून!' असं म्हणण्याऐवजी 'सुरेख!' असं म्हणून तो उचलायचा आणि पुन्हा झेलायचा प्रयत्न करायचा हे अधिक सोपं नाही का? पडल्यावर उचलायचं असतं हे शिकण्याकरता तरी पडणं गरजेचंच आहे, नाही का?

आजच्या या तीव्र स्पर्धेच्या युगात 'तन्मयता' साधणं मोठं जिकिरीचं काम आहे. हातातलं काम पूर्ण करताना भोवतीच्या अनेक बाबींकडे सहजच नजर वळते, उत्सुकतेपोटी हातातल्या कामापेक्षा इतर ठिकाणी ओढा वाढतो. असं झालं की, लक्ष केंद्रित करण्यासाठी जिवाचा आटापिटा न करता केवळ म्हणा, 'सुरेख! जायचं होतं वेस्ट व्हर्जिनियामधील चार्लस्टनला, पण पोहोचलो साउथ कॅरोलिनामधील चार्लस्टनला; सुरेख! चालायचंच! मी पुन्हा प्रयत्न करेन!'

बेथ – माझी मोठी मुलगी चार वर्षांची होती तेव्हा मला म्हणाली की, आपण उद्या बागेत जाऊया का? मी तिला 'हो' म्हटलं खरं, पण माझ्या भरगच्च दौऱ्यांमुळे मला ते शक्य झालं नाही. माझी किती मनापासून इच्छा होती खरंतर!

मग म्हटलं, 'चला, शनिवारी जाऊ.' पण तेही जमलं नाही. करता-करता वर्ष लोटलं. त्यानंतर 'अमेरिकन हार्ट असोसिएशन'च्या कार्यक्रमात मी याचा उल्लेख केला. त्यानंतर साधारण एक आठवड्यानंतर मला एक इ-मेल आली. लिहिणारा तरुण होता आणि त्याला दोन मुलं होती. त्यानं लिहिलं होतं की, साधारण मागचं एक वर्ष त्यानं आपल्या मुलांना मागच्या अंगणात कॅम्पिंगचं वचन दिलं होतं.

माझ्या मुलीच्या संदर्भातील आठवण ऐकून तो खडबडून जागा झाला आणि स्वत:लाच म्हणाला, 'सुरेख! माझं माझ्या मुलांवर अतोनात प्रेम आहे आणि मला त्यांच्याबरोबर वेळ घालवायला खूप आवडतं. वर्षापासून मी त्यांच्याबरोबर कॅम्पिंगचे बेत आखतो आहे. चला आता वेळ घालवायला नको.' त्याच रात्री त्यानं आणि त्याच्या मुलांनी मागच्या अंगणात तंबू ठोकून धमाल केली.

तन्मयता ही जाणीवपूर्वक साधली जाणारी बाब आहे. त्यामुळे ताण दूर होण्यास, गोंधळ कमी होण्यास मदत होते. तसंही आपलं आयुष्य ताण आणि गोंधळामुळे त्रासलेलं असतं ना! हरकत नाही, काही गोंधळ झाला तरी शांतपणे म्हणा, 'सुरेख!' आणि पुन्हा नव्याने सुरुवात करा.

वाचून पाहावं असं काही : या क्षणी

थॉमस मेर्टन काय म्हणतात ते पाहणं, हाच आपला आजचा अभ्यास म्हणू या.

विद्रोह किंवा असंतोष वाढण्याचं मूळ कारण खरंतर आधुनिक जीवनात वाट्याला येणारे ताण आणि धावपळ हेच असावे. या असंतोषाला आपण बळी पडतो तेदेखील अनेकविध बाबींमुळे. कधी-कधी आपण अनेक परस्परविरोधी बाबींमध्ये स्वत:ची घुसमट करतो. तर कधी अनेक मागण्यांपुढे मान तुकवतो. अनेक प्रोजेक्ट्स स्वीकारतो.

याहीपलीकडे जाऊन प्रत्येकाला प्रत्येक बाबीत मदत करण्याची आपल्याला इच्छा होते. ही मनोवृत्ती आपल्याला असंतोषाजवळ नेत राहाते, त्याला पूरक ठरते. या साऱ्या गदारोळात शांतता कुठल्यातरी अडगळीत पडते. आंतरिक क्षमता नष्ट पावते. स्वत:च्याच कामामधील यथार्थता कमी होते. चतुराई लोप पावते आणि कामामुळे लाभणारे समाधान हरवू लागते.'

चला, काहीतरी वेगळं करू या :

पुढचा सगळा आठवडा 'एका वेळेस – एकाच ठिकाणी' याचा अवलंब करू या. हे एक फार प्रभावी वैश्विक सत्य आहे. 'वर्तमान' म्हणजे 'हा क्षण' म्हणजेच न्यूनतम ताण, हे लक्षात घ्या. त्यातूनही भविष्याचे वेध लागले, काळजी वाटू लागली, तर म्हणून पाहा की, 'सुरेख!' मग एक खोल श्वास घ्या आणि पुन्हा 'वर्तमाना'कडे लक्ष वळवा.

तीच गोष्ट एखाद्या प्रोजेक्टवर काम करताना लागू पडेल. मन विचलित होतं आहे असं वाटलं की, 'सुरेख!' असं म्हणा, प्रदीर्घ श्वास घ्या आणि त्या क्षणी तुमच्या हातात असलेल्या प्रोजेक्टवर लक्ष केंद्रित करा. खरंतर तुम्हाला लेकीला बगिच्यात न्यायचं आहे, जोडीदाराशी हितगूज करायचं आहे, मागच्या अंगणात मुलांबरोबर कॅम्पिंग करायचं आहे; पण तुमच्या डोक्यात अनेक चिंता-तणाव यांचा गोंधळ माजला आहे. हरकत नाही. 'सुरेख!' असं म्हणून दीर्घ श्वास घ्या आणि पुढ्यातल्या क्षणाचा मोकळ्या मनाने स्वीकार करा.

हा क्षण जगण्याच्या, असण्याच्या दृष्टीनं अतिशय मनोहारी आहे. मग कदाचित तुम्ही तुमचं काम पूर्ण करायचं ठरवाल किंवा मुलीबरोबर बागेत जायचं ठरवाल, जे कराल ते शंभर टक्के करा. तुम्हाला अतीव समाधान लाभेल. पाहाच तुम्ही! मात्र, डोक्यात शंभर विचार ठेवून काहीही न करता चिंता करत बसलात, तर त्याला किंचितही अर्थ उरणार नाही, हे लक्षात घ्या.

आठव्या आठवड्याचा बोनस : 'आत्ता'ची ताकद

एक्खार्ट टोले यांचं 'द पॉवर ऑफ नाऊ' हे एक मस्त पुस्तक आहे. आपल्या चर्चेच्या दृष्टीनं तुमच्यासाठी हे पुस्तक खूप वाचनीय ठरेल. मला तर हे पुस्तक इतकं उपयुक्त वाटलं आहे की, मी ते माझ्या हाताशीच ठेवलं आहे. त्या पुस्तकाचं कुठलंही पान उघडलं तरी त्यावरचा मजकूर मला खूप काही शिकवून जातो, प्रत्येक वेळी नव्याने!

गेलेला काल आणि येणारा उद्या यांच्यावर आपण जो वेळ गमावतो, त्याचे दुष्परिणाम टोले यांना उत्तम प्रकारे उमगले आहेत. केवळ या क्षणामध्ये रमलात,

तर आणि तरच तुम्हाला शांती आणि समाधानाचा अनुभव येईल. टोले यांनी त्यावर फार सुरेख भाष्य केलं आहे. या पुस्तकाचं कुठलंही पान उघडा, वाचा आणि काहीतरी साधंसं पण अति महत्त्वाचं जाणून घ्या, त्यातली गोडी चाखा. तुम्ही माझ्यासारखे असाल, तर हे पुस्तक तुमच्याही आयुष्याचा अविभाज्य भाग बनेल.

आता पुढे काय?

टोलेच्या पुस्तकाची काही पारायणं करून झाली की, मग तुमचेही विचार प्रकट होऊ शकतील. ते इथे मांडा.

आठवडा नववा : तारतम्य बाळगा

कार हॅंगरमन हा एक उत्तम सहकारी आहे. त्याच्याकडून मी खूप काही शिकलो आहे. तो खूप अनुभवी आहे. तो थिएटर करायचा त्या कालावधीतला त्याचा अनुभव सर्वाधिक मार्मिक आहे. त्या दिवसांबद्दल बोलताना तो एकदा म्हणाला होता, 'अभिनय तर कोणीही करेल, त्यात काही विशेष नाही. तुम्ही जर ती भूमिका समरसून जगू शकलात, तर तुम्ही खरे अभिनेते. जे पात्र तुम्ही रंगवत आहात, त्या पात्राचा अनुभव लोकांपर्यंत पूर्णत: पोहोचवू शकलात, तर तुम्ही अभिनेते....'

कारच्या बोलण्याचा मी खूप विचार केला आणि मग त्यातलं तथ्य मला जाणवलं. श्रेष्ठ अभिनेता कोणाला म्हणतो आपण? अभिनय करणारा तो अभिनेता इतका सीमित अर्थ आपल्याला अभिप्रेत नसतो. उलटपक्षी, श्रेष्ठ अभिनेता तो असतो, जो त्या पात्राला जिवंत करतो. त्याच्या भाव-भावना आपल्यापर्यंत पोहोचवतो. इतकंच काय, त्याच्या व्यक्तित्वापर्यंत आपल्याला नेतो. आणि म्हणूनच मी ठामपणे म्हणेन की, निवड करण्याची प्रचंड समर्थता आपल्या ठायी आहे. साधं उदाहरण देतो. स्टेजवर रोमिओ आणि ज्युलिएटची भूमिका जिवंत करणाऱ्या नटांमध्ये स्टेजबाहेरच्या आयुष्यात प्रचंड मतभेद असू शकतील. परंतु, ती दोघं समजून-उमजून आपल्यासमोर भूमिका जिवंत करतातच की नाही? अशा वेळी त्यांच्यामधील वैचारिक मतभेदांची जाणीवदेखील आपल्याला होत नसते. ही क्षमता आपल्या सर्वांच्या ठायी आहे.

तुमचं स्वत:चं आयुष्य ही तुमच्यासाठी सर्वश्रेष्ठ भूमिका आहे. मग त्यासाठी तुम्हालाच निवड करायची आहे, एखाद्या कसलेल्या नटाप्रमाणे. कल्पना करा की,

विविधरंगी भावनांचे पत्ते तुमच्यासमोर टाकलेले आहेत, कुठला पत्ता उचलायचा, ते तुम्हीच ठरवायचं आहे. त्या भावनेशी निगडित एखादं चित्र त्या पत्त्याच्या मागच्या बाजूला काढा म्हणजे मग त्या वेळची मनोभूमिका तुमच्यासमोर चपखलपणे चमकेल.

थांबा, उदाहरणच घेऊ या ना! मला आजच्या दिवशी प्रसन्न शांतता अनुभवावीशी वाटते आहे. मग माझ्या आवडत्या 'लेक सुपीरिअर'च्या माझ्या खास जागेचं चित्र मी त्या पत्त्याच्या दुसऱ्या बाजूला लावेन. शक्य झालं तर मी माझ्या लाडक्या कुत्र्याच्या 'बो'चा चेहरा तिथे दाखवेन. माझ्या हातात त्याचा खाऊ असला की, त्याची कशी धडपड होते, तेसुद्धा कदाचित मी चित्रबद्ध करू शकेन. आणि मी तासन्तास हे चित्र पाहत त्या प्रसन्न शांततेची आराधना करू शकेन. समजा मला जर अपरिमित मानवता अंगीकारावीशी वाटत असेल, तर मग मी मदर तेरेसांचं चित्र काढेन. त्यामुळे माझ्या अंतरंगात अमर्याद कणव आणि प्रेम जागं राहायला मदत होईल. कधी मला वाटेल की, अत्यंत मनःपूर्वक काम करावं. मग अशा वेळी मला डेव्हिड व्हाइट यांची 'फेथ' ही कविता आठवावी लागेल. सुख आणि दुःख या दोन्हींप्रती निष्ठा बाळगण्याची तयारी ठेवावी लागेल. चंद्राच्या सोळा कलांच्या आधारे डेव्हिडने आपल्या कवितेत त्याबद्दल खूप सुरेख लिहिलं आहे.

या आठवड्यासाठी काहीतरी खास!

तर मंडळी या आठवड्यात दोन गोष्टी तुम्हाला करायच्या आहेत. कदाचित पहिली तुमच्या लक्षात आलीच असेल एव्हाना. अगदी बरोबर! मनोवृत्ती ठरवणारी पाच कार्ड्स तुम्हाला तयार करायची आहेत. त्यासाठी ३ × ५ आकाराचा कागद पुरेसा आहे. आता तसं पाहिलं, तर इतक्या नानाविध मनोवृत्तींमधून केवळ पाच निवडणं कठीण आहे खरं, पण सुरुवात करणं महत्त्वाचं, हेही तितकंच खरं. तेव्हा तुमच्या दृष्टीनं अग्रीम असणाऱ्या मनोवृत्ती तुम्ही निवडायच्या आहेत.

एकदा का ही पाच कार्ड्स तुम्ही तयार केली की, मग दिवसभर जाता-येता त्यांच्यावर नजर टाकत राहायची आहे. प्रत्येक वेळी स्वतःला प्रश्न विचारायचा आहे की, या क्षणाला कुठली मनोवृत्ती मी स्वीकारली आहे? त्याऐवजी या पाच कार्डांवर उल्लेखलेली एखादी मनोवृत्ती मी अंगीकारली तर ती अधिक योग्य ठरेल का?' तुमचं उत्तर 'हो' असं असेल, तर तुमच्या असलेल्या मनोवृत्तीची नोंद करून ठेवा आणि तुम्हाला योग्य वाटत असलेल्या मनोवृत्तीचा अधिकाधिक अंगीकार करण्याचा प्रयत्न करा.

मनोवृत्ती अशी आणि तशीही

मी दर्शवत असलेली   *मी अंगीकार करू इच्छित असलेली*

- ❥
- ❥
- ❥
- ❥
- ❥
- ❥
- ❥
- ❥
- ❥
- ❥
- ❥
- ❥
- ❥
- ❥
- ❥
- ❥
- ❥
- ❥
- ❥

आठवडा दहावा :
फक्त सकारात्मकता पुरे का?

दक्षिण कॅलिफोर्नियामध्ये असलेली एक इंजिनियरिंग फर्म आणि मध्य पश्चिम भागात असलेली एक कापड उत्पादक कंपनी या दोन्हींमध्ये एक अनोखा सारखेपणा आहे. या दोन्ही ठिकाणी विशिष्ट भिंतीवर चक्क मनोवृत्ती दर्शवणारे सुटसुटीत बिल्ले अडकवलेले आहेत. शांतता, धैर्य, चिकाटी, सकारात्मकता, ऊर्जा, सहानुभूती, तरलता, उत्पादकता, प्रेम अशा सुरेख मनोवृत्तींचं एकाच भिंतीवरचं दर्शन नक्कीच सुखावतं. अर्थातच, त्यांपैकी कुठलाही बिल्ला निवडायचं स्वातंत्र्य प्रत्येकाला आहे. पण गंमत म्हणजे, बहुतांशी लोक 'वैतागलो आहे' हाच बिल्ला निवडतात. मात्र इथे दाद द्यावीशी वाटते, ती त्यांच्या मनाच्या नितळपणाला!

मुळात या आठवड्याची योजना 'सकारात्मकता निवडणे' यापुरती मर्यादित नाही. कुठली का होईना, पण जाणीवपूर्वक मनोवृत्ती निवडणं हेच महत्त्वाचं आहे. अनेकदा असंही होऊ शकतं की, तुम्हाला आयुष्यात 'उत्तम, उदात्त, उन्नत' असं काही निवडता येणार नाही. आयुष्य काय नेहमी फुलपंखी असणार आहे का? फक्त इतकंच लक्षात घ्या की, माणूस म्हणून जगणं महत्त्वाचं आहे. आपली मनोवृत्ती ही आपण जाणीवपूर्वक निवडली आहे, याची मनाला खातरी पटली की, बघा काय चमत्कार होतो ते! ती मनोवृत्ती झिरपत-झिरपत जाऊन तुमच्या व्यक्तिमत्त्वाचा भाग बनून राहते आणि मग तुम्ही आपसूकच पूर्णत्वाच्या दिशेनं पाऊल टाकू लागता.

'डचेस ॲन्ड दिवा डिस्ट्रिब्यूशन' हा आमच्या चार्टहाउसचा एक भाग आहे. (हो! चार्टहाउसमध्ये आम्ही पारंपरिक नावांना छाट देऊन अशी सुंदर-सुंदर नावं

देतो!) आमच्या या कंपनीचं वितरणाचं जाळं सांभाळणं, ही काही सोपी गोष्ट नाही. पण वेन्डी आणि ग्वेन ते काम जबाबदारीनं पार पाडतात. त्याकरता त्यांनी भिंतीवर जगाचा नकाशा लावून घेतला आहे. त्यांच्या ऑफिसच्या दारावर त्यांनी एक पांढरा बोर्ड लावून घेतला आहे. त्या बोर्डवर ते दोघं त्यांची त्या दिवसाची मनोवृत्ती कशी असणार आहे, याची नोंद करतात. रोज तिथे जाऊन त्याची नोंद घेणं, हे माझं आवडीचं काम आहे. आता नेहमी चांगलंच वाचायला मिळतं, असं नाही. कधी-कधी वैताग, उदास असे शब्ददेखील वाचावे लागतात. परंतु बहुतांशी वेळी आत्मविश्वास, उत्साही असेच शब्द स्वागत करतात. अर्थात, जो शब्द तिथे उल्लेखलेला असेल, तीच मनोवृत्ती ग्लेन आणि वेन्डीमध्ये त्या दिवशी प्रकर्षाने जाणवते आणि आपसूकच ती आजूबाजूच्या लोकांमध्ये स्पष्टपणे दिसून येऊ लागते. एकच लक्षात ठेवा, या क्षणाला तुम्ही जी मनोवृत्ती निवडलेली आहे, ती तुमच्या विचारांचा जाणीवपूर्ण परिपाक आहे.

या आठवड्यात काय कराल?

अगदी साधी पण एकदम लागू पडेल, अशी गोष्ट तुम्हाला करायला सांगणार आहे. तुमच्या डेस्कजवळ किंवा केबिनच्या अथवा ऑफिसच्या दारावर एक पांढरा बोर्ड अडकवा. रोज सकाळी ऑफिसमध्ये आल्यावर त्याच्यावर तुमची त्या दिवसाची मनोवृत्ती कोणती आहे, ते लिहा. कदाचित तुमच्या या कृतीने प्रभावित होऊन इतर अनेक जण तुमचं अनुकरण करतील.

आठवडा अकरावा : चला, जागतिक विक्रम प्रस्थापित करू या!

चला, आज सांगतोच तुम्हाला माझं एक गुपित. खरंतर गुपित नाहीये... मीदेखील एक विश्वविक्रमवीर आहे बरं का! तुम्ही म्हणाल की, माझ्यासारखा टकलू, जाडू, २३५ पाउंडचा साठीतला माणूस विश्वविजेता कसा? बाबांनो, पन्नाशीमध्येसुद्धा मी असाच होतो.

ही १९९३ची गोष्ट आहे. 'हब्बा बब्बा रोड रेस'मध्ये भाग घेण्यासाठी मी लुइसिआना येथील लॅफयेट इथे पोहोचलो. 'क्लाईड्सडेल्स' हा किताब जिंकण्यासाठी तब्बल पाच मैल धावण्याची शर्यत होती ती. (क्लाईड्सडेल्स हा जातिवंत घोडा आहे.) पुरुषांच्या गटात भाग घेण्यासाठी पात्रतेची अट होती २००हून अधिक पाउंड वजन. मी त्या अटीत चपखलपणे बसत होतो. आमच्या या गटात आम्ही फक्त पाच जण होतो, ही माझ्यासाठी समाधानाची बाब होती. शिवाय त्यापैकी दोघं तर चक्क २५० पाउंडाहून जास्त होते, त्यामुळे त्यांचा निभाव लागणं कठीण होतं. अर्थात हेसुद्धा माझ्या पथ्यावरच पडलं. आता माझ्या पायावर त्यांचा पाय नाही पडला म्हणजे मिळवलं, असा विचार माझ्या मनात आल्याशिवाय राहिला नाही म्हणा!

इशाऱ्याची खूण झाली आणि लागलो की आम्ही पळायला आमची थुलथुलीत शरीरं घेऊन. एक मैल संपला तसा आमच्यापैकी तिघांचा दम जणू संपत आला. शर्यत सुरू होऊन अवघी ७ मिनिटं व १५ सेकंद झाले होते. ओहो! काय तो आमचा वेग वर्णावा! उरलेल्या त्या धावपटूंच्या अगदी मागेच मी होतो. ती शर्यत

पूर्ण करण्यासाठी आता मी माझी सर्व शक्ती पणाला लावायचं ठरवलं. धावता-धावता शेवट अगदी नजरेच्या टप्प्यात आला. मी उसळलो, मनाचा निश्चय केला. तेवढ्यात अहो आश्चर्यम्! काही पावलं माझ्या पुढे असलेला माझा प्रतिस्पर्धी त्याच्यासमोर अचानक येऊन थांबलेल्या एका ३०० पाउंडांच्या तरुणावर धडकला आणि तोल जाऊन पडला होता. मी त्या संधीचा फायदा घेतला. 'अभी नही तो कभी नहीं!' हे मी ओळखलं आणि जोरदार मुसंडी मारली. केवळ ३५ मिनिटं आणि ४० सेकंदांमध्ये मी विश्वविजेता बनलो. माझ्या पाठोपाठ केवळ सेकंदाच्या फरकाने माझा प्रतिस्पर्धी येऊन ठेपला... पण विजयश्रीनं माळ माझ्या गळ्यात घातली होती.

'हब्बा बब्बा रोड रेस'चं ते शेवटचं वर्ष होतं. त्यामुळे खरंतर मीच आजवरचा विश्वविक्रमवीर आहे. माझं रेकॉर्ड कोणीच मोडलं नाहीये. तुम्ही म्हणाल की, मुद्दा काय आहे? तर मुद्दा असा आहे की, छोट्याशा संधीचा मोठा लाभ घेणं सहज शक्य असतं. लहानशा तळ्यात मोठ्या माशाचा वटसुद्धा मोठाच असणार, नाही का?

आणि महत्त्वाची गोष्ट म्हणजे तुम्हीसुद्धा विश्वविजेते आहात. काय म्हणता, कसे? तुम्ही 'तुम्ही' आहात ना? हाच विश्वविक्रम आहे. आता गंमत अशी आहे की, जेव्हा-जेव्हा तुम्ही स्वतःची प्रगती करता, स्वतःला अधिक निखालस किंवा परिपूर्ण बनवता, तेव्हा-तेव्हा स्वतःचाच आधीचा विश्वविक्रम मोडीत काढता, नाही का? मग आपण स्वतःला जास्तीतजास्त उंचावर का नेऊ नये?

काम तर आपण सगळेच करतो, परंतु ते करत असताना आपण नक्की कोणत्या भूमिकेत असतो बरं?

तुम्ही अनेक बाबतीत विक्रमवीर आहातच, नाही का? त्या सगळ्या विक्रमांना मोडीत काढत तुम्हाला अजून पुढे जायचं आहे. आणि हा आठवडा खास त्यासाठी आहे. चला तर, या आठवड्यात आपण तुमचं उत्कृष्ट टीम मेंबरचं रेकॉर्ड मोडू या. तुमच्या विभागाकरता तुम्ही अधिकाधिक सकारात्मक योगदान देण्यासाठी हा आठवडा कारणी लावू या. आणि मग... आणखी एक विश्वविक्रम... खास तुमच्या नावावर!

काय करता येईल बरं?

काय म्हणताय? कशी सुरुवात करावी कळत नाहीये? मग स्वतःलाच एक प्रश्न विचारा. 'मी विश्वविजेता असतो तर कोणत्या क्षेत्रात असतो?'

तुमच्या प्रत्येक लहान-मोठ्या प्रोजेक्टच्या वेळेस स्वत:ला हा प्रश्न विचारा. मिळणारं यश जोखा, त्याची नोंद ठेवा आणि मागच्या यशाशी ताडून पाहत राहा, प्रत्येक वेळी! यश तुमचंच आहे!

मी काय करतो आहे?   **माझ्या नवीन यशाचं मोजमाप**

आठवडा बारावा :
तूच तो, आनंद फुलवणारा!

कॅम्प करेजमध्ये काऊन्सेलर म्हणून माझं पहिलंच वर्ष होतं. मला तीन नंबरची केबिन सुपूर्द करण्यात आली होती. ८ ते ९ वर्षं या वयोगटातील मुलं त्या केबिनमध्ये होती. त्यांचा उत्साह अगदी ओसंडून वाहत होता. तसं पाहिलं, तर त्या सगळ्यांना कुठल्या ना कुठल्या व्याधीनी म्हणा की, व्यंगानी म्हणा पिडलं होतं; पण तरीही त्यांच्या आनंदाचा आवेग प्रचंड होता. त्यांच्या उत्साहाला अगदी उधाण आलं होतं. त्यांच्यापैकी बिव्हर माझ्या चांगलाच लक्षात राहिला.

आठ वर्षांच्या बिव्हरला मस्क्युलर डिस्ट्रॉफी होती. त्याच्या स्नायूंमध्ये ताकदच नसल्याने तो त्याच्या व्हीलचेअरमध्ये समोरच्या बाजूला झुकून खुर्चीत कोसळल्यासारखा बसत असे. मला आठवतंय, तो कॅम्पचा दुसराच दिवस होता. बिव्हरनं सांगून टाकलं की, त्याला त्या दिवशी जंगलाच्या वाटेनी हायकिंग करायचं आहे. कॅम्पच्या आवतीभोवती असलेल्या आखीवरेखीव रस्त्यांचा वापर करायला त्यानं सपशेल नकार दिला. मीही अगदी सतरा वर्षांचा होतो, त्यामुळे मी ते आव्हान तर पेललंच; शिवाय त्याची इच्छा पूर्ण करण्यासाठी मार्गदेखील शोधले. मी प्रौढ वयाचा असतो, तर नक्कीच असं काही केलं नसतं. पण त्या वेळची गोष्टच वेगळी होती. आम्ही बिव्हरला त्याच्या खुर्चीतच बीच टॉवेल्समध्ये छानपैकी गुंडाळून घेतलं आणि निघालो की सगळ्यांना घेऊन. अहाहा! काय तरी दृश्य होतं ते! चार व्हीलचेअर्सवीर आणि सहा क्रचेसवीर अशी झकास यात्रा निघाली. एक तासभर पदभ्रमण करून आम्ही परत कॅम्पच्या जागेवर आलो. बिव्हरला तर बोलायला दुसरा कुठला विषयच

नव्हता. त्याच्या मनात आणि तोंडात फक्त त्या हाइकचं वर्णन! पुढे घरी पोहोचेपर्यंत तो सातत्यानं हाइकच्या आठवणीच घोळवत होता.

पुढच्या उन्हाळ्यात मी पुन्हा कॅम्प घेण्यासाठी सज्ज झालो. पहिल्या गटाची जमवाजमव करताना माझ्या लक्षात आलं की, बिव्हरची फाइल त्यात नव्हतीच. चौकशी केल्यानंतर कळलं की, बिव्हरची प्रकृती खूप जास्त ढासळली होती. थंडीचा कडाका त्याला सहन झाला नव्हता.

त्यापुढच्या कॅम्पला येऊ न शकणाऱ्यांचा विचार मला नेहमी छळतो. व्हिएतनामच्या युद्धातून परतू न शकलेल्या माझ्या फुटबॉल खेळणाऱ्या साथीदारांचा विचार मला गंभीर करतो आणि माझ्या आधीच परतीच्या प्रवासाला लागणाऱ्या मित्रांचा विचार मला अंतर्मुख करतो. खरंच, आपलं आयुष्य किती अमूल्य आहे! पण आपण मात्र त्याच्याकडे लक्षच देत नाही. प्रत्येक क्षणसुद्धा आपल्याला काही विशेष मोलाचा वाटत नाही. एका ठिकाणाहून दुसरीकडे पोहोचताना रस्त्यात जशी इतर ठिकाणं लागतात, तितकंच महत्त्व आपण त्या क्षणांना देतो. आयुष्य अगदी वाया घालवतो आपण!

म्हणूनच आज शेवटची असाईनमेंट देणार आहे तुम्हाला. ती म्हणजे, वाट्याला आलेला प्रत्येक क्षण पूर्णपणे जगा, समरसून आसुसून अनुभवा. आयुष्य अनमोल आहे आणि म्हणूनच प्रत्येक क्षण अमूल्य आहे. असे जगा की, दुर्मुखलेल्यांचं लक्ष सहजगत्या तुमच्याकडे वेधलं जाईल. आयुष्याप्रती तुम्हाला असलेली आस त्यांना जाणवेल आणि मग त्यांनाही तसंच जगावंसं वाटू लागेल. कुणाला तरी तुमच्याशी संवाद साधावासा वाटेल, आयुष्याचं मर्म जाणण्यापेक्षा जगण्याचा धर्म पाळावासा वाटेल. नुसतंच आपलं आलं आहे वाट्याला तर जगतो आहे, असं रडगाणं गाण्यापेक्षा जीवनगाणं गावंसं वाटेल.

करायला विसरू नका, केल्याशिवाय राहू नका!

काहीतरी वेगळं असं अंगाखांद्यावर बाळगा जे पाहून तुम्हाला आठवेल की, तुम्ही स्वत:च स्वत:च्या आयुष्याप्रती कटिबद्ध आहात. तुमच्याकडे पाहून लोकही विचारायला प्रवृत्त होतील ना, 'हे काय घातलं आहे, नवीनच काहीतरी?' मग कदाचित तुम्ही नव्याने डोक्यावर बसवलेल्या खोट्या ऑक्टोपसकडे त्यांचा रोख असेल. अशा वेळी तुम्ही स्वत:ची बाजू तर मांडू शकताच, त्याचबरोबर तुमच्या प्रांजळ आणि प्रामाणिक कथनामधून ऐकणाऱ्याच्या मनात ठिणगी पेटवू शकता. कालांतराने ठिणगीची ऊब समोरच्याला जाणवेल आणि त्याच्याही मनात बदलाचे वारे वाहू लागतील.

तुम्हाला इतरजन विचारतील की, तुम्ही कायम एवढे उत्साही कसे असता? तेव्हा त्यांना सांगा की, तुम्ही जाणीवपूर्वक 'निवड' करता. कदाचित त्यांना या जाणिवेची 'जाणीव' होऊ लागेल, कोणी सांगावं? निवड आपल्याच हातात आहे, हे समजू लागेल.

तुम्हालाही कधीतरी भाग्य लाभेल तुमच्या मित्राच्या किंवा मैत्रिणीच्या जीवनात डोकावायचं, त्यांच्यातल्या गुणांची, शक्तिस्थळांची जाणीव त्यांना करून देण्याचं. अशा वेळी माघार घेऊ नका. कदाचित तुम्ही मागे सोडून जाल असा तो सर्वांत भक्कम वारसा असेल.

मी आशा बाळगतो, तुम्ही तुमचं आयुष्य रोजच अमर्याद जगाल! आज, उद्या आणि प्रत्यही!

◆

'टाइम' या इंग्रजी पुस्तकाचा मराठी अनुवाद

कालाय नम:

इव्हा हॉफमन

अनुवाद
प्रा. पुरुषोत्तम देशमुख

'काळ' ही मानवाला नेहमीसाठीच मिळालेली एक श्रेष्ठ देणगी आहे. अस्तित्वात असलेलं हे वास्तव नाकारताही येत नाही किंवा टाळताही येत नाही; पण जगलेल्या काळाचं स्वरूप नाट्यपूर्ण रीतीनं बदलत चाललं आहे. वैद्यकीय प्रगतीमुळे आपली आयुर्मर्यादा वाढते आहे, तर डिजिटल साधनं छोट्या-छोट्या घटकांमध्ये काळ दाबून-दडपून बसवतायत. सध्या आपण एकाच वेळी अनेक काल-प्रदेशात राहू शकतो, पण काळाच्या कमतरतेची लागण आपल्याला झाली आहे. सध्या आपण खूप वेळ काम करतो. इतकं की, काम आणि विश्रांती यांमधल्या सीमारेषा धूसर झाल्या आहेत. अनेक लोकांच्या आयुष्यात पैशापेक्षा वेळ, ही अधिक मौल्यवान चीज झाली आहे.

अशा सगळ्या परिस्थितीत आपल्या समजांवर आणि आपल्या स्वत:वर काय परिणाम होतोय? कम्प्युटर्स, व्हिडिओ गेम्स आणि तात्काळ संदेशवहन अशांसारख्या अतिवेगवान तंत्रज्ञानांचा आपल्या एकाग्रतेच्या आणि चिंतनाच्या क्षमतांवर काय परिणाम होतो? एकाच वेळी अनेक कामं आणि काळाची शकलं करणारी भावनिक अस्वस्थता गेल्या काही दशकांनी अनुभवली आहे. शरीर-विज्ञानशास्त्र आणि बोधावस्थेचं निरीक्षण आपण अधिक सूक्ष्म पातळीवर करतो, तेव्हा आपल्या मनांवर आणि शरीरांवर होणाऱ्या काळाच्या प्रक्रियांपासून आपण काय शिकतो आहोत? नैसर्गिक मानवी कालिकता अशी काही चीज आहे का, जिच्या पलीकडे जाण्याचं साहस आपण केलं, तर आपला विनाश ओढवेल? जीवशास्त्र ते संस्कृती आणि मनोविश्लेषण ते चेतामानसशास्त्र अशा जीवनातल्या विस्तीर्ण आणि शब्दांतीत असलेल्या तत्त्वांचं मूलगामी संशोधन करणारी इव्हा हॉफमन विचारते :

आपल्याला जाणवतं तसं, आपण काळाच्या शेवटाकडे जातोय का?

'रिलीज युवर ब्रिलियन्स' या इंग्रजी पुस्तकाचा मराठी अनुवाद

तिळा, तिळा दार उघड !

लेखक
सायमन टी. बेली

अनुवाद
प्रमोद शेजवलकर

"तुमच्या आयुष्याला योग्य वळण देण्याची आणि उच्चतम अशा आनंदवन भुवनावर राज्य करण्याची तुमची मनीषा असेल; मला म्हणायचंय की, अगदी मनापासून तशी तयारी असेल, तर 'रिलीज युवर ब्रिलियन्स' हे पुस्तक घ्या! यात सायमनने दिलेल्या संदेशाप्रमाणे तुमच्या अंतरात्म्याला चेतना द्या आणि जीवनाचा कायापालट करून टाका."

– स्टिफन फ्रँक, दि ॲक्सिडेंटल मिलीऑनेरचा लेखक

बुद्धिमान बनण्यासाठी आवश्यक असलेल्या सर्व गोष्टी तुमच्यातच आहेत
– ज्यांना स्वत:चे जीवन कसेही न जगता, नीट आखीव-रेखीव पद्धतीने व्यतीत करायचे आहे अशा सर्वांसाठी हे पुस्तक लिहिलेले आहे.
– ज्यांना वैयक्तिक, व्यावसायिक, शारीरिकदृष्ट्या आणि भावनिकदृष्ट्या अडथळ्यांना बेधडक धक्का द्यायचा आहे.
– केवळ पाट्या टाकून दरमहा पगार आणि इतर फायदे घेण्यापेक्षा आपले आयुष्य कुठेतरी अपूर्ण आहे, याची जाणीव आहे – काहीतरी किंवा काहीही करून एक 'संपूर्ण' माणूस म्हणून जगायचे आहे.
– चिरंतन साहचर्याची ओढ लागून राहिली आहे.
– जीवनात मौजमजा आणि आसुसलेपणाचा अभाव जाणवत आहे.
– स्वत:च्या आयुष्यात काहीतरी भव्य-दिव्य करण्याची आपल्यात क्षमता आहे, याची ज्याला खातरी आहे, पण 'ते' नेमकं काय याचा शोध लागत नाहीये, अशा सगळ्यांनी स्वत:च्या भवितव्याला नवा आयाम देण्यासाठी सज्ज व्हा! सायमन टी. बेली तुम्हाला जीवनाचा अंतर्बाह्य आनंद घ्यायला, तुमच्यातील सुप्तावस्थेत असलेल्या हुशारीला या जगाची खुली हवा चाखण्यासाठी शक्ती प्रदान करत आहे.

– सी. कॉलिन्स

www.ingramcontent.com/pod-product-compliance
Lightning Source LLC
LaVergne TN
LVHW041221080526
838199LV00082B/1345
* 9 7 8 9 3 5 3 1 7 1 0 9 4 *